அர்த்தசாஸ்திரம்

தாமஸ் ஆர். டிரவுட்மன்

அமெரிக்க வரலாற்றாசிரியர். மிச்சிகன் பல்கலைக்கழகத்தில் வரலாற்றுத் துறை பேராசிரியராக உள்ளார். பண்டைய இந்திய வரலாறு குறித்து தொடர்ச்சியாக ஆய்வுகள் மேற்கொண்டு வரும் இவருடைய புகழ்பெற்ற புத்தகங்களில் ஒன்று Kautilya and the Arthashastra (1971).

அர்த்தசாஸ்திரம்

உலகின் முதல் பொருளாதார நூல்

தாமஸ் ஆர். டிரவுட்மன்

தமிழில்: எஸ். கிருஷ்ணன்

அணிந்துரை
குர்சரண் தாஸ்

கழக்கு

அர்த்தசாஸ்திரம்
Arthasasthiram
Thomas R. Trautmann

© First published in Tamil by *New Horizon Media Private Limited*
in arrangement with *Penguin Books India Private Limited.*
Originally Published in English as *Arthashastra: The Science of Wealth*

First Edition: December 2014
152 Pages

ISBN: 978-93-5135-192-4
Title No: Kizhakku 779

Kizhakku Pathippagam
177/103, First Floor,
Ambal's Building, Lloyds Road,
Royapettah, Chennai 600 014.
Ph: +91-44-4200-9603

Email : support@nhm.in
Website : www.nhm.in

Kizhakku Pathippagam is an imprint of New Horizon Media Private Limited.

உள்ளே

அணிந்துரை

மக்களின் மகிழ்ச்சியிலேதான் மன்னனின் மகிழ்ச்சி உள்ளது, அவர்களின் செழிப்பில் தான் அரசரின் செழிப்பு இருக்கிறது. தன்னைத் திருப்தியடையச் செய்பவைகளை மட்டும் சிறந்தது என்றெண்ணாமல் அவரது குடிகளைத் திருப்தியடையச் செய்பவைகளையும் பயனுள்ளதாக அரசர் கருதவேண்டும்.

அர்த்தசாஸ்திரம் I.19. 34

இந்திய வணிகத்தின் கதை

இந்திய வணிகத்தைப்பற்றிய இந்த நூல் வரிசையில் முதல் நூல் இது. இந்தியத் துணைக்கண்டத்தில் வர்த்தகத்தை மேம்படுத்திய வணிக / பொருளாதாரக் கருத்தாக்கங்களைப்பற்றிய பல நூல்களை ஆராய்ந்து அதன் அடிப்படையில் இந்த நூல் தொடர் தொகுக்கப்பட்டுள்ளது. அரசியல் பொருளாதாரத்தைப் பொறுத்தவரை, உலகின் முதல் நூலாக அர்த்தசாஸ்திரம் இருப்பதால் அதைப்பற்றிய தாமஸ் டிரவுட்மனின் அருமையான ஆய்வு, நமது பன்னூல் தொடரின் நூல் வரிசையின் முதல் புத்தகமாக வருவது மிகவும் பொருத்தமானது.

இந்தத் தொடரின்மூலம், சமகால முன்னணி எழுத்தாளர்கள் இத்துறையில் பரிச்சயம் இல்லாத வாசகர்களுக்கு, நூல்களையும் கருத்துகளையும் உயிரோட்டத்துடனும், கூர்மையாகவும், ஆணித்தரமாகவும் முன்வைக்கிறார்கள். ஒவ்வொரு சிறிய நூலும், உள்நாட்டுச் சந்தைகளிலும் 5000 மைல் விஸ்தீரணமுள்ள கடற்பகுதியைக் கடந்தும் செயல்பட்ட வணிக நிறுவனங்களின் சாகசங்களை விவரிக்கிறது. நிகழ்காலத்துக்கான படிப்பினைகள் என்று மட்டும் குறுக்கிவிடாமல், கடந்தகால வணிக மற்றும் பொருளாதார நிறுவனங்களைப்பற்றிய உறுதியான

கருத்துகளை ஒவ்வொரு எழுத்தாளரும் நமக்குத் தந்திருக்கிறார்கள். இந்த முயற்சியின் நோக்கம், அதில் நாம் வெற்றியடையும் பட்சத்தில், வாசகர்களிடையே விரிவான, ஒரு நீண்ட காலப் புரிதலை வளர்ப்பது தான். அது நமது தற்போதைய நிலைக்கான அடிப்படையைப் புரிந்துகொண்டு அதன்மூலம் வருங்காலத்தைப்பற்றிச் சரியான முறையில் சிந்திக்க உதவும். மொத்தத்தில், இந்திய வணிகத்தின் கதையைப்பற்றிய இந்தத் தொடர், அர்த்த என்று சொல்லப்படுகிற சம்ஸ்கிருதச் சொல்லின் பொதிந்துள்ள நோக்கத்தை, பொருளின் அடிப் படையிலான நல்வாழ்க்கை என்ற பண்டைய இந்திய வாழ்வியல் இலக்கைக் கொண்டாடுகிறது.

இத்தொடரில் உள்ள புத்தகங்களின் எல்லைகள் விரிவானவை. பண்டைக்காலப் பொருளாதாரத்தைப்பற்றிய 2000 ஆண்டுகளுக்கு முற்பட்ட இந்த நூலிலிருந்து ஆரம்பிக்கிறது இந்தத் தொடர். மேதா குடைசியாவால் விறுவிறுப்பாக விவரிக்கப்பட்ட, பொருளாதாரத்தில் பொது மற்றும் தனியார் நிறுவனங்களின் பங்குபற்றி 1944-45ம் ஆண்டு முக்கியத் தொழிலதிபர்கள் தொகுத்த, பாம்பே பிளான் என்ற புத்த கத்துடன் நிறைவடைகிறது. இரண்டுக்கும் இடையில் கிடைப்பது அருமையான விருந்து. அர்த்தசாஸ்திரத்தைத்தவிர, பண்டைய மற்றும் இடைக்கால ஆண்டுகளின் ஆரம்பத்தைச் சேர்ந்த நான்கு நூல்கள் தொகுப்பில் உள்ளன. கிரிகோரி ஷோபென், மூலஸர்வாஸ்திவாத-வினயா என்ற புத்தகத்தின் அடிப்படையில் அமைந்த 'பிசினெஸ் மாடல் ஆஃப் எர்லி புத்திஸ்ட் மொனஸ்டிசிஸ'த்தை அளிக்கிறார் ; கனகலதா முகுந்த், சிலப்பதிகாரம், மணிமேகலை ஆகிய காவியங் களின் மூலம் தமிழ் வர்த்தகர்களின் உலகத்துக்கு நம்மை அழைத்துச் சென்று சோழ சாம்ராஜ்யத்தின் முடிவுவரை விவரிக்கிறார்; குஜராத் தியில் எழுதப்பட்ட சமஸ்கிருத லேகபத்ததி மூலம் ஹிமான்ஷு பிரபா ராய், கர்நாடக மாநிலக் கடற்கரையிலிருந்து குஜராத் கரைவரை உள்ள மேற்கு இந்தியாவின் கடல் வணிகத்தைப்பற்றிக் கூறுகிறார். கதாசரித் சாகராவில் இருந்தும் மற்ற நூல்களில் இருந்தும் எடுக்கப்பட்ட சாகசக் கதைகளான The Mouse Merchant உள்ளிட்ட கதைகளை அர்ஷியா சத்தார் விவரிக்கிறார்.

ஸ்காட் லெவி நம்மை நவீனகாலகட்டத்தின் ஆரம்பத்துக்கு அழைத்துச் சென்று மத்திய ஆசியாவில் பாரவண்டிகளின் மூலம் வணிகம் செய்த மூல்தானி வர்த்தகர்களின் வரலாற்றைத் தருகிறார். இது ஸியா அல்-தின் பரனியின் தாரிக்-இ-ஃபிருஸ் ஷாஹி என்ற நூலையும் ஜோ-படீஸ்ட் தவேர்நீரின் குறிப்புகளையும் அடிப்படையாகக் கொண்டது. புகழ் பெற்ற சஞ்சய் சுப்ரமணியமும் முஸாபர் ஆலமும் முகலாயர்களின் இந்தியாவில் இருந்த சுல்தான்கள், கடை உரிமையாளர்கள், பெரு

வணிகர்கள் ஆகியோரின் உலகத்துக்கு நம்மை அழைத்துச் செல்கின்றனர். முகலாய சாம்ராஜ்யத்தில் இருந்த சமண வணிகரான பனாரஸிதாஸின் அர்த்தகதானக் என்ற டயரிக் குறிப்புகள் மூலம் அவருடைய அறம்சார்ந்த தனியுலகத்தைப்பற்றி இஷான் சக்ரவர்த்தி ஆராய்கிறார். தீர்த்தங்கர் ராயின் கிழக்கிந்திய கம்பெனி நவீன காலத்துக்கு நம்மை இட்டுச்செல்கிறது. அங்கு லக்ஷ்மி சுப்ரமணியம் பம்பாயின் மூன்று பெரிய வணிகர்களான தார்வாடி அர்ஜுன்ஜி நாத்ஜி, ஜாம்செட்ஜி ஜீஜீபாய், பிரேம்சந்த் ராய்சாந்த் ஆகியோரின் ஏற்றத் தாழ்வுகள் நிறைந்த தீரமிக்க வாழ்க்கையைப்பற்றி விவரிக்கிறார்.

அனுராதா குமார் இந்த விவரங்களுக்குச் சுவைகூட்டும் விதமாக பத்தொன்பதாம் நூற்றாண்டில் இந்தியாவில் ரயில் பாதைகள் கட்டப்பட்ட விதத்தை அதில் ஈடுபட்டவர்களின்மூலம் கூறுகிறார். சாயா கோஸ்வாமி இந்தியப் பெருங்கடலினூடே பயணித்து ஸான்ஸிபார், மஸ்கட், மாண்டவி ஆகிய முக்கோண நகரங்களுக்கிடையேயான கட்ச் வணிகம் பற்றிய கதைகளை அளிக்கிறார். டாம் டிம்பெர்க், துணிச்சலான, அபாயங் களுக்கு அஞ்சாத மார்வாடிகளின் உலகத்தைப் பார்வையிடுகிறார். ராமன் மகாதேவன், நாட்டுக்கோட்டைச் செட்டியார்கள் திரைகடலோடி திரவியம் தேடியதை விவரிக்கிறார். இருபதாம் நூற்றாண்டின் ஆரம் பத்தில் சுதந்திரப் போராட்டத்தில் ஈடுபட்ட தலைவர்கள், செல்வத்தைப் பற்றிக் கொண்டிருந்த மாறுபட்ட நோக்கை மகாத்மா காந்தி, விவே கானந்தர், நேரு, அம்பேத்கர் ஆகியோரின் நூல்களின் அடிப்படையில் விக்ரம்ஜித் பானர்ஜி நிறைவு செய்கிறார். இதுபோன்ற தகவல் செறிவுள்ள, மாறுபட்ட நூல்களைப் படிக்கும் பேறு, இந்திய நாகரிகத்தின் வளர்ச்சியில் வர்த்தக, பொருளாதார நிறுவனங்களின் துடிப்பான பங்கு பற்றி என்னை ஆச்சரியம் கொள்ள வைத்தது.

அர்த்தசாஸ்திரம் – சொத்துக்களும் அரசரின் பங்கும்

இந்த அணிந்துரையில் நான் பேராசிரியர்னுடைய வசீகரமான, அதிகார பூர்வமான நூல் தொட்டுச் சென்ற இடங்களுக்குச் செல்லாமல், இந்தப் புத்தகத்துக்கான பின்புலத்தை அளித்து, வாசிப்பனுபவத்தை செறி வூட்டக்கூடிய சில கருத்தாக்கங்களை முன்னிறுத்த உள்ளேன். முக்கிய மாக மூன்று கருத்துகளைப்பற்றி விவாதிப்போம்.

1. சந்தைப் பொருளாதாரத்துக்கு மையக்கருத்தாக சொத்துரிமை விளங்கு வதால் தனியுடைமைச் சொத்துகளின், குறிப்பாக நில உடைமையின் நிலை அர்த்தசாஸ்திர சமுதாயத்தில் என்னவாக இருந்தது?

2. அர்த்தசாஸ்திரத்தில் இடம்பெறும் தலைமைத்துவத்தின் கோட் பாடுகள் என்னென்ன? அவை ஓர் இளவரசனுக்குச் சொல்லப்பட்ட

அறிவுரைகள் என்றாலும், பொதுவாக எல்லா அரசியல், வணிக நிறுவனங்களின் தலைவர்களுக்கும் அவை பொருத்தமானதாக இருக்கும் என நம்புகிறேன்.

3. புத்தகத்தின் ஆரம்பத்தில் டிரவுட்மன் அர்த்த, அதாவது, பொருள் சார்ந்த நல்வாழ்க்கை, வாழ்வின் மூன்று அல்லது நான்கு இலக்குகளில் ஒன்று என்றும் தர்ம எனப்படும் அறம்சார்ந்த நல்வாழ்க்கைக்கு கீழே தான் இது அமைந்துள்ளது என்று குறிப்பிடுகிறார். பொருளைவிட அறம் ஏன் சிறந்தது என்பதுபற்றி ஆராயவிருக்கிறேன்.

அர்த்தசாஸ்திரத்தின் ஆட்சிமுறை, தனியார் நிறுவனங்களையும் அரசின் கட்டுப்பாடுகளையும் உள்ளடக்கிய ஒரு கலவையாக இருந்தது. இந்தக் கலவையின் சரியான விகிதம் என்ன என்பதுபற்றிய விவாதம் நடப்பு அரசியலில் இடது, வலது சாரிக் குழுக்களுக்கிடையே நடந்துவருகிறது. இந்த விவாதத்தில் யார் எந்த இடத்தில் இருந்தாலும், ஒரு சமுதாயத்தில் பாதுகாப்பு உணர்வு என்பது நன்மை தரக்கூடியது மட்டுமல்லாமல், அச்சமூகத்தை செல்வவளம் மிக்கதாகச் செய்வதில் முக்கியப்பங்கு வகிக்கிறது என்று பலரும் நம்புகின்றனர். தனிமனிதர்கள் பாதுகாப்பாக உணரும்போது, அவர்களின் சொத்துக்களை தன்னிச்சையாக யாரும் பறிமுதல் செய்ய முடியாது என்ற சூழ்நிலையில் முதலீடு செய்கின்றனர். அரசின் முதற்கடமை குடிமக்களை பாதுகாப்பாக உணரச்செய்வது. ஆனால், பெரும்பாலும், பாதுகாப்பற்ற தன்மைக்கு அரசே காரணமாக அமைகிறது. சொத்துரிமைகளை முறைப்படுத்தாமலும், தனியார் நிலங்களைக் காரணமில்லாமலும், சரியான இழப்பீடு தராமலும் கையகப்படுத்தும்போது மக்களிடையே பாதுகாப்பற்ற தன்மையை அரசு உருவாக்குகிறது. சில சமூகங்களில் நிலங்கள் அனைத்தும் அரசருக்குச் சொந்தமானவை என்று கருதப்பட்டு, நில உடைமையைப்பற்றிய குழப்பம் ஏற்பட்டது. எனவே சொத்துக்கள், குறிப்பாக நிலங்கள், எவ்வளவு பாதுகாப்பாக இருந்தன என்பதுபற்றிய கேள்வி எழுகிறது. வலுவான சாட்சிகள் இல்லாததால், அறநூல்களில் குறிக்கப்பட்டுள்ள விதிமுறைகளின் அடிப்படையில் இதற்கான விடைகளைத் தேடமுடியும்.

பேராசிரியர் டிரவுட்மன் அர்த்தசாஸ்திரத்தில் அரசருடைய பாகம், அதாவது பங்கைப்பற்றிப் பேசும்போது, இதற்கான ஒரு அருமையான தரவை அளிக்கிறார். பங்கு என்ற கருத்து அரசர் மக்களோடு தானும் ஒரு பங்குதாரராக இருப்பதையும், தனி மனிதர்களுடைய சொத்துக்கள் அரசருடைய சொத்துக்களிலிருந்து மாறுபட்டது என்பதையும் குறிக்கிறது. அரசரே எல்லா சொத்துக்களுக்கும் உரிமையாளராக இருக்கும் சமூகங்களிலிருந்து இது முற்றிலும் வேறுபட்டிருக்கிறது. பாகா எனப்படும்

பங்கு, மற்றவர்களுடைய சொத்துக்களில் அரசருடைய அதிகாரத்தை மட்டுப்படுத்துகிறது. இது அறநூல்களிலும் உறுதிசெய்யப்பட்டிருக்கிறது. பொதுவாக அரசருக்கு ஆறில் ஒரு பங்கு தரப்படும். இந்த விகிதம் வரி விதிப்பில் மட்டுமல்லாது இதரப் பொருளாதார நடவடிக்கைகளுக்கும் அளவுகோலாக இருந்தது.

பங்கு என்ற இந்தக் கருத்தை டிரவுட்மன் தொழிலூக்கம் கொண்டது என்கிறார். ஏனெனில், இதன் நோக்கம் ஒரு வளத்தின் மீது உரிமை கொண்டாடுவதல்ல, மாறாக உற்பத்தி செய்வதைப் பங்கிட்டுக் கொள்வது. மேலும், இந்தக் கருத்தின் இதயமாக விளங்குவது, பங்குதாரர்களிடையே உற்பத்தியைப் பெருக்குவதில் உள்ள, அதன் காரணமாக அவர்கள் பங்குகளின் மதிப்பு உயரும் என்பதால் இருக்கும், கூட்டு உந்துதலே. மேலும் அவர் ‘இந்த அம்சம், விவசாய நிலங்களில் வேலை செய்யும் தந்தை-மகன்களிடமிருந்தோ வர்த்தக - வணிகர்களிடையே நிலவிய கூட்டு வியாபாரத்திலிருந்தோ வந்திருக்கவேண்டும்’ என்று கூறுகிறார். பாகா என்பதின் மையம் உடைமையில் இருக்கிறது, உரிமையில் அல்ல. உரிமை இருந்தால் ஒருவர் தன்னுடைய சொத்துகளை விற்க முடியும், ஆனால் உடமையிருப்பவர் அவ்வாறு செய்ய இயலாது. பாகா என்பது இருப்பையும், சொத்தைப் பயன்படுத்தலையுமே குறிக்கிறது. அப்போது வீட்டுடைமையாளர் பாதுகாப்பை உணர, அரசர் தலையிடக்கூடாது என்று நாரதஸ்மிருதி கூறுகிறது. ‘குடியிருப்பவரின் வீடும், நிலமும் அவருடைய வாழ்வின் இரு அடிப்படைகளாகும். எனவே, அரசர் இவையிரண்டிலும் தலையிடாமல் இருக்கவேண்டும்.’

அரசருடைய பங்கு என்பதும், தனிப்பட்டவர்களுடைய சொத்துகள் பாதுகாப்பாக இருக்கவேண்டும் என்ற கருத்தும் எவ்வாறு பண்டைய இந்தியாவில் உருவானது என்பதைச் சொல்வது கடினம். அர்த்த சாஸ்திரத்தின் முக்கியப் பதிப்பின் ஆசிரியரான பேராசிரியர் ஆர். பி. காங்ளே, இது சமூகங்கள் உருவான ஆரம்ப காலங்களில், நிலம் மொத்தச் சமூகத்துக்கும் பொதுவானதாக இருந்தபோது ஏற்பட்டிருக்க வேண்டும் என்று கருதுகிறார். ‘தலைமுறை தலைமுறையாகக் குடும்பங்கள் நிலங்களின் குறிப்பிட்ட பகுதிகளை உடைமையாக்கி உழுது கொண்டிருந்திருக்கவேண்டும், காலப்போக்கில் தனிமனிதர்களின் குறுக்கீடுகளால் அந்தப் பகுதிகள் அவரவர்க்கே சொந்தமாக்கப் பட்டிருக்கவேண்டும். அதிலிருந்து தனிப்பட்ட உரிமைகள் அங்கீகரிக்கப்பட்டிருக்கவேண்டும்.’[1] அற நூல்களில் நில விற்பனையைப்பற்றி சில குறிப்புகளே காணப்பட்டாலும் இதுதான் நிலங்கள் வாங்கி விற்கப் படுவதற்கு மூலகாரணமாக இருந்திருக்கவேண்டும். சொத்துகளின் பாதுகாப்பைப்பற்றி நமக்கு நன்கு தெரிந்தாலும் உரிமையைப்பற்றிய தெளிவு இல்லை.

அர்த்தசாஸ்திரம் நான்கு வகையான நிலங்களைப்பற்றி பேசுகிறது. அரசரின் நிலம், குடிகளின் நிலங்கள், பொது நிலம், மக்கள் நடமாட்ட மில்லாத வனங்களிலுள்ள நிலம். நாம் முதல் இரண்டையும்பற்றிப் பார்த்தோம். மூன்றாவது வகை நிலமானது, கிராமங்களுக்கு வெளியே மக்களின் கொண்டாட்டங்களுக்காக ஒதுக்கப்பட்ட பொது நிலங்கள்.[2] நான்காவது, யாரும் வசிக்காத காடுகளில் உள்ள நிலங்கள். பண்டைக் காலத்தின் தனியார் சொத்துக்களைப்பற்றிய குழப்பங்கள் அர்த்தசாஸ் திரமும் மற்றைய நூல்களும் இவ்வகை நிலங்களின் ஒதுக்கீட்டைப் பற்றிப் பேசுவதாலேயே ஏற்பட்டன. அரசர் காலி நிலங்களை குடிகளுக்கு, அவர்கள் அந்நிலங்களை சுத்தம் செய்து உழுது, அதற்கான வரி செலுத்தி வருவார்களேயானால், சாசனம் செய்து தந்தார்கள் என்று கூறுகிறது. அவர்கள் நிலத்தை வளப்படுத்தத் தவறினால், அவர்களிட மிருந்து நிலங்கள் பெறப்பட்டு மற்றவர்களுக்கு ஒதுக்கப்படும் என்றும் கூறப்பட்டுள்ளது.[3] இது போன்று சாசனம் செய்து தரும் உரிமை, பண்டைக்காலத்தில் அரசருக்கு எல்லா நிலங்களிலும் உரிமை உண்டு என்ற தவறான கருத்து பரவக் காரணமானது.

மௌரிய அரசுக்குத் தூதராக வந்த மெகஸ்தனீஸ்தான் இந்திய அரசர்கள் நிலங்கள் முழுவதற்கும் உரிமையானவர்கள் என்பதை முதலில் கூறியவர். ஆனால், மெகஸ்தனீஸ் ஒரு நம்பிக்கையான செய்தியாள ரல்ல. அவர் நம்பத்தகாத, நரிகளைப் போல உயரமுள்ள, பொன்னைத் தோண்டும் எறும்புகளைக் கண்டது போன்ற குறிப்புகளையும் தந்திருக் கிறார். மதிப்புக்குரிய ஆங்கிலக் கல்வியாளர் ஏ.எல். பாஷம், ஒன்றுக்கு மேற்பட்ட நூல்கள், நிலங்களுக்கும் நீருக்கும் அரசரே உரிமையானவர் என்று குறிப்பிட்டிருப்பதாகக் கூறியிருக்கிறார். ஆனால் அதே சமயம், சில நூல்கள் இந்தக் கருத்தை முற்றிலும் நிராகரிப்பதாகவும் சொல்கிறார். அரசுடைமையைப்பற்றி பேசுகிறவர்களின் அடிப்படைத் தவறு, அரசரைப்பற்றி பதி, ஸ்வாமி என்றெல்லாம் குறிப்பிடுகிற அற நூல்களை அவர்கள் தவறாகப் புரிந்து கொண்டது. பதி, ஸ்வாமி போன்ற சொற்கள் உரிமையாளரைக் குறிக்கிறது என்று தவறாக அவர்கள் எண்ணிவிட்டனர். உண்மையில் அது அரசைக் காப்பவர் என்ற பொருளில்தான் குறிப்பிடப்படிருக்கிறது.[4]

மற்ற அறநூல்களும் சட்ட நிபுணர்களும் அரசில் உள்ள நிலங்களுக் கான உரிமைகள் அரசருக்கு இல்லை என்று ஆணித்தரமாக எடுத்துரைக் கின்றனர். பூர்வ மீமாம்ச நூலின் உரையாசிரியரான ஷபரசுவாமி ‘அரசருக்கு புவியில் சொத்துக்கள் ஏதும் இல்லை. அவருடைய அரசதி காரம், ஆட்சிசெய்யவும் குற்றங்களைத் தண்டிப்பதற்காகவும் தரப்பட்டி ருக்கிறது; அதற்காகவே குடிகளிடமிருந்து வரிகளையும், குற்றவாளி களிடமிருந்து அபராதங்களையும் அரசர் வசூலிக்கிறார்; ஆனால்

சொத்துரிமை அவரிடம் கொடுக்கப்படவில்லை' என்று கூறுகிறார். பின்னால் வந்த உரையாசிரியர்களும் அதே கருத்தைத் தெரிவிக் கின்றனர். பதினாறாம் நூற்றாண்டில் வாழ்ந்த சட்ட நிபுணரான நீலகந்தா, மற்ற நிலவுடைமையாளர்களுடைய தனியார் சொத்து களைப்பற்றிக் குறிப்பிடுகிறார். 'கிராமங்கள், வயல்வெளிகள் போன்ற நிலங்கள் அனைத்துக்குமான சொத்துரிமை அந்தந்த நிலவுடைமை யாளர்களிடமே இருந்தது. அதிலிருந்து வரி வசூலிக்கும் உரிமை மட்டுமே அரசரிடம் இருந்தது.' நிறைவாக, மாதவா என்ற புகழ்பெற்ற சட்ட வல்லுநர், அரசருக்குத் தனியார் சொத்துக்களின் மீது இருந்த அதிகாரத்தைப்பற்றிக் கூறுகிறார். 'அரசரின் அதிகாரம் தீயவர்களைத் திருத்துவதற்கும் நல்லவர்களை ஊக்குவிப்பதற்கும் கொடுக்கப் பட்டுள்ளது. எனவே, நிலங்கள் அரசரின் சொத்துக்களல்ல. (அது) எல்லா ஜீவராசிகளும் தங்கள் உழைப்பின் பயனை அனுபவிப்பதற்காக உள்ள பொதுச் செல்வம்.'[5]

நமது லட்சியவாத அறநூல்களிலிருந்து நமக்குத் தெரியவருகின்ற பண்டைய இந்தியா, அக்கால கிரேக்கர்கள், ஆசிய நாடுகளை, குறிப் பாக அதன் எதிரி நாடான பாரசீக நாட்டை குறிக்கப் பயன்படுத்திய கீழ்த்திசை எதேச்சாதிகாரம் என்பதற்கு மாறுபட்ட ஒரு உலகத்தைக் காட்டுகிறது. அந்நாடுகளில் அரசருக்கே எல்லாம் சொந்தமென்றும் மற்றவர்கள் அவருக்கு அடிமைகளாக வாழ்ந்தனர் என்றும் கூறி, கிரேக் கர்கள் தம்முடைய வாழ்க்கை நிலையை உயர்த்திப்பிடித்தனர். அவர்கள் சுதந்திர நாட்டில் இருக்கின்றனர் என்றும் அதற்கு நேரெதிராக ஆசியர்கள் அடிமைகள் என்றும் கூறிக்கொண்டனர். மார்க்ஸ் ஒரு படி மேலே சென்று கீழ்த்திசை சர்வாதிகாரம் என்ற ஒரு கருத்தை உருவாக் கினார். அதுதான் ஆசியநாடுகள் பொருட்களைத் தயாரிக்கும் வழி முறை என்று கூறி அதுவே ஆசிய நாடுகள் 'உறங்குவதற்குக்' காரணம் என்றும் வாதிட்டார். இந்த வழிமுறை விவசாயம் சார்ந்த பொருளா தாரங்களான எகிப்தையும் சீனாவையும் குறித்தது. அங்கே அரசர், விவசாயிகளிடமிருந்து வரிவசூலிக்கும் உரிமையை சாதாரண அதிகாரி களுக்கு அளித்திருந்தார். அங்கெல்லாம், கிராம சமுதாய மக்களிட மிருந்து மிரட்டலின் மூலம் பணம் வசூலித்து ஆளும் வர்க்கத்தை செல் வந்தர்களாக்கும் முறை வழக்கத்தில் இருந்தது.

பிரிட்டிஷார் இந்தியாவுக்கு வந்தபோது அவர்கள் இந்தியாவும் கீழ்த் திசை எதேச்சாதிகாரத்தின் அடிப்படையில் இயங்குகிறது என்று தவறாக முடிவு செய்தனர். இது இங்குள்ள நிலவுரிமையைப்பற்றிய அவர்களது சிந்தனையை வடிவமைத்தது. வரலாற்றாசிரியர்களின் அண்மைக்கால ஆராய்ச்சிகள் நிலங்களின் சொத்துரிமை இந்தியா விலும் மற்ற பெரிய யூராசிய நாடுகளிலும் -எகிப்து, சீனா, ஓட்டோ

மான் பேரரசு மற்றும் ஐரோப்பாவிலும் - முன்பு கருதியதைவிடப் பாது காப்பாக இருந்தது என்று காட்டுகின்றன. இந்தக் கருத்தின் அடிப் படையில் தான் அரசர்களைப்பற்றிய நூலான அர்த்தசாஸ்திரத்தில் உள்ள அரசர்களின் நிலங்கள், பொது நிலங்களிலிருந்தும், தனியார் நிலங்களிலிருந்தும் வேறுபட்டது என்ற குறிப்பை அணுகவேண்டும்.

ஒரு தனிமனிதர் எவ்வளவு சொத்துக்கு உரிமைகொள்ளலாம் என்பது வேறு விஷயம். அதைப்பற்றி பண்டைய இந்தியாவோ மற்ற நாடு களோ அதிகம் கவலை கொள்ளவில்லை. நிலங்கள் அதிகமாக இருந்தது இதற்கான காரணமாக இருந்திருக்கலாம். ஆனால், காலப் போக்கில் மக்கள்தொகை பெருக ஆரம்பித்த பிறகு, மனிதனின் மனத்தில் இதைப்பற்றிய கேள்வி எழுந்திருக்கவேண்டும்.

பதினேழாம் நூற்றாண்டு இங்கிலாந்தில் அரசியல் தத்துவ நிபுணரும் நவீனகால தாராளமயமாக்கலின் தந்தை என்ற புகழ்பெற்றவருமான ஜான் லாக்கி ஒரு நல்ல பதிலை அளிக்கிறார். தனியார் சொத்து என்பது மனித உழைப்பினாலே பெறப்படுகிறது என்கிறார் அவர். அவரது செகண்ட் ட்ரீடைஸ் என்ற புத்தகத்தில், ‘எவ்வளவு நிலத்தை மனிதன் உழ முடியுமோ, அதிலிருந்து வரும் பொருட்களைப் பயன்படுத்த முடியுமோ, அவ்வளவும் அவனுக்குச் சொந்தம்’ என்கிறார். ‘அவனு டைய உழைப்பினால், அதை (நிலத்தை) தனதாக்கி பொதுவிலிருந்து பிரித்தெடுக்கிறான்’ என்றும் கூறினார். இது உழைப்பாளியின் மதிப்புக் கோட்பாடாக (labour theory of value) பிரபலமானது. பின்னால் கார்ல் மார்க்ஸால் விமரிசனமும் செய்யப்பட்டது. சொத்துக்கள் அரசைவிட மேலானது என்றும் அரசு குடிகளின் நிலங்களை தன்னிச்சையாகக் கையாளமுடியாது என்றும் லாக்கி கூறினார். சொத்துரிமை என்பது ஒரு இயற்கை உரிமை என்று கருதினார் அவர். இது தற்காலத்தில் பெரும் பாலான நாடுகளின் அரசியல் சட்டத்தின் ஒரு பகுதியாக விளங்குகிறது. இந்த உரிமைக்கான காரணமாகக் கூறப்படுபவை, தனிப்பட்ட ஒரு வரின் வளர்ச்சியும், மக்கள் சுதந்திரமாகவும் பொறுப்பாகவும் இயங்கக் கூடிய சமுதாயத்தை உருவாக்குவதுமாகும்.

நல்ல தலைவரை உருவாக்குவது எது?

வணிகத்திலும் அரசியலிலும் தலைமைப் பண்பு முக்கியமானது. அர்த்தசாஸ்திரம் ஒரு நல்ல தலைவருக்கான பண்புகளை நுணுக்கமாக விவரிக்கிறது. முதலாம் அத்தியாயத்தின் இறுதியில் டிரவுட்மன் ஒரு லட்சிய அரசன் எப்படி இருக்கவேண்டும் என்பதை, ‘ஒரு ரிஷியைப் போலவோ அல்லது துறவியைப் போலவோ இருக்கும் அரசன்’ என்று விளக்குகிறார். அரசரின் ஒவ்வொரு நாள் அட்டவணையைப் படிக்கும் போதும், அவர் அதிக ஆற்றல் மிக்கவராக இருக்கவேண்டும் என்பது

தெளிவாகிறது. இரவும் பகலும் எட்டு பகுதிகளாகப் பிரிக்கப்பட்டு, எல்லா மணித்துளிகளும் நடவடிக்கைகளால் நிரப்பப்பட்டுள்ளன. அன்றைய தினத்தில் நடைபெற வேண்டிய அலுவல்களின் மீது கவனம் இருந்துகொண்டேயிருக்கிறது. அரசர் நாலரை மணி நேரம் மட்டுமே உறங்கவேண்டும் என்று எதிர்பார்க்கப்படுகிறது. பகல் நேர அட்ட வணையில் வாசிப்புக்கும், வேடிக்கை விளையாட்டுகளுக்கும் நேரம் ஒதுக்கப்பட்டுள்ளது. நல்லவேளையாக இந்த நூல், அரசரின் திறனுக் கேற்ப தன் அட்டவணையை அமைத்துக்கொள்ளச் சொல்லி பெரிய தொரு சலுகையையும் அரசருக்கு அளிக்கிறது.[6]

அதிக ஆற்றல் படைத்தவர்களாக இருப்பது என்பது, வரலாற்றின் பக்கங்களின் நிறைந்துள்ள வெற்றிகரமான அரசியல், வர்த்தகத் தலை வர்களின் வாழ்வில் நமக்குக் காணக்கிடைக்கிறது. நவீன கால நிறு வனங்களின் முதன்மை மேலாளர்களுக்கும் இந்தப் பண்பு அவசிய மானதாக இருக்கிறது. அரசர்களுடைய இந்த வேகமான வாழ்க்கையில் குறிப்பிடத்தக்க ஒன்றாக நாம் காண்பது, அவர்களின் எந்தச் சார்பும் அற்ற துறவுப் பண்புதான். இந்த சொற்றொடரை மாக்ஸ் வெபர் என்ற ஜெர்மனியைச் சேர்ந்த சமூகவியலாளர், ப்ரொட்டஸ்டண்ட் தொழிலதி பர்களைக் குறிக்கப் பயன்படுத்தியிருக்கிறார்.

அரசருடைய தொடர்ச்சியான பணியின் முக்கிய அம்சம் அவரைச் சுற்றியுள்ள ஆடம்பர வாழ்வை அவர் தொடர்ச்சியாக நிராகரித்துக் கொண்டே இருப்பதுதான். அது பகவத் கீதையில் அர்ஜுனனுக்கு கிருஷ்ணன் உபதேசித்த நிஷ்காம-கர்மா: பலனை எதிர்பாராது செய்யும் பணியைப் போன்றது. என்னுடைய நீண்டகால வர்த்தக உலகியல் வாழ்வில், நான் சந்தித்த தொழிலதிபர்களிலும் முதன்மை மேலாளர் களிலும் இதுபோன்று சார்பில்லாமல் துறவிபோல வாழும் தன்மையைக் கண்டிருக்கிறேன். ஆதித்ய பிர்லா, ரத்தன் டாடா, அஸிம் ப்ரேம்ஜி, நாராயண மூர்த்தி போன்றோர் இன்றைய வணிக உலகிலுள்ள சில உதாரணங்கள். அவர்கள் மென்மேலும் வெற்றியடையும் போது, அவர்கள் வாழ்வு எளிமையாகிக்கொண்டேபோகிறது. நான் சிலசமயம் உலகம் உற்பத்தி செய்வோராலும் நுகர்வோராலும் பிரிக்கப்பட்டி ருக்கிறது என்று எண்ணிக்கொள்வேன். செயற்கரிய செயல்களைச் செய்பவர்களுக்கு அவற்றின் பலனை அனுபவிக்க நேரம் இருப்ப தில்லை.

இந்தத் துறவுத்தன்மையை அடைய அரசன் தன்னுடைய புலன்களை அடக்கவேண்டும் என்று அர்த்தசாஸ்திரம் எடுத்துரைக்கிறது. சுய கட்டுப்பாட்டுடன், மனிதனை உணர்ச்சிவசப்படச்செய்யும் காமம், கோபம், ஆசை, கர்வம், முரட்டுத்தனம் ஆகியவற்றை அரசர் அடக்

கியாளவேண்டும். குறிப்பாக, பிறன்மனை விழையாமை; அடுத்தவர் சொத்துகளைக் கவர நினையாமை; எல்லா உயிரினங்கள் மீதும் அகிம்சையைப் பின்பற்றுதல்; தீயவர் சேர்க்கையைத் தவிர்த்தல் ஆகியவையும் இதில் அடங்கும்.

அவர் சுயகட்டுப்பாட்டை இழக்கச் செய்யும் சூது, மது அருந்துதல், பெண்ணாசை, வேட்டையாடுதல் ஆகிய நான்கு தீய குணங்களை அறவே ஒழிக்கவேண்டும். மாறாக, அறிவை வளர்க்கும் பல்வேறு துறைகளைப்பற்றிய கல்வியைக் கற்று, அறிவுடைய வாழ்க்கையை அமைத்துக்கொள்ளவேண்டும். நல்லோரின் சேர்க்கையை தேடிச் செல்லவேண்டும்; நேர்மையாகவும் நியாயமாகவும் நடந்துகொள்ள வேண்டும். நிறைவாக, அரசர் தான் மேற்கொள்ளும் செயல்களில் உறுதியாகவும் நிலையாகவும் நிற்கவேண்டும். தடுமாற்றமும் குழப்பமும் கூடாது. இந்த வழிமுறைகளைப் பின்பற்றினால் சுய ஒழுங்கு மேலோங்கும், அதிலிருந்து தன்னம்பிக்கை, ஒரு தலைவருக்கு வேண்டிய முக்கியப் பண்பு, வளரும்.

தலைமைப் பண்பில், பணியாளர்களிடையே தாக்கத்தை ஏற்படுத்துவதும் ஊக்குவிப்பதும் அடங்கும். இதுகுறித்து, அர்த்தசாஸ்திரம் வணிக மற்றும் அரசியல் தலைவர்களுக்கு அறிமுகமான பல்வேறு வழிமுறைகளை எடுத்துரைக்கிறது. ஒரு தலைவர் பயத்தின்மூலமும், தண்டனையின் மூலமும் (தண்ட) பணிகளை நிறைவேற்றிக் கொள்ளலாம் அல்லது பரிசளிப்பதன் மூலமும் நம்பிக்கையின் மூலமும் ஊக்குவிக்கலாம்.

எல்லாத் தலைவர்களும் இவையிரண்டின் சரியான விகிதம் (கேரட்டும் கம்பும்) எது என்ற குழப்பத்தை எதிர்கொண்டிருப்பார்கள். மனிதர்களுடைய குணத்தைப்பற்றி சந்தேகம் கொண்டிருக்கும் அர்த்தசாஸ்திரம் தண்டனை வழியையே பெரும்பாலும் தேர்ந்தெடுத்து, தண்டநீதியைப்பற்றிய விவரமான அறிவுரைகளை வழங்குகிறது. ஆயினும் தண்டனை என்பது இழைத்த தவறுக்கு சரியான ஈடாக இருக்கவேண்டுமென்பதை அர்த்தசாஸ்திரம் உறுதியாகக் கூறி, மக்களிடையே அது சரியான தண்டனைதான் என்ற அபிப்பிராயம் ஏற்படவேண்டும், இல்லையெனில் அரசர் தன் மதிப்பை மக்கள் மத்தியில் இழப்பார் என்று எச்சரிக்கிறது.[7] அதனுடைய சந்தேக குணத்தின் அடிப்படையில், ஏற்றுக்கொள்ள முடியாத நடைமுறைகளான பிரித்தாளும் சூழ்ச்சி (பேத), ஏமாற்றுதல் (மாயா) போன்றவற்றைப் பரிந்துரைக்கிறது. சர்வாதிகாரிகளும் எதேச்சாதிகார அரசுகளின் அதிபர்களும் இதுபோன்ற செயல்களுக்கு நன்கு அறிமுகமானவர்களாவே இருப்பார்கள்.

அறத்தின் இலக்கு பொருளை எவ்வாறு வெல்கிறது

இந்தப் புத்தகத்தின் ஆரம்பத்தில் பேராசிரியர் டிரவுட்மன் வாழ்வின் நான்கு இலக்குகள்பற்றிய பண்டைய கோட்பாட்டை அறிமுகம் செய்து வைக்கிறார். அக்கால நூல்கள் பலவும் அர்த்தசாஸ்திரத்தைப் போலவே இந்த இலக்குகளின் சரியான இடத்தைப்பற்றி அலசுகின்றன. குறிப் பாக, பொருளைத் தேடுவது என்பது அறம் சார்ந்ததாக இருக்க வேண்டுமா என்ற கேள்வியை எழுப்புகின்றன. சந்தைப் பரிமாற்றங் களில் பின்பற்றப்படும் ஒழுங்குமுறைகளின் வரிசையின் முக்கியத்து வத்தை இங்கு ஆராயப்போகிறேன்.

தர்ம (அறம்) என்பது குழப்பத்தை ஏற்படுத்தக்கூடிய, எளிதில் மொழி பெயர்க்கவியலாத சொல். கடமை, நற்பண்பு, நீதி, சட்டம், மதம் என்ற விளக்கமெல்லாம் அதன் அருகில் வந்தாலும், அச்சொல்லை முழுமையாக விளக்குவதில்லை. நம்முடைய தனிப்பட்ட வாழ் விலும் பொது வாழ்விலும் சரியான செயல்களைச் செய்யவைக்க வேண்டிய ஒன்று என்று அதைக் கருதுகிறேன். ஐந்தாம் அத்தியாயத் தின் இறுதியில், டிரவுட்மன் சட்டத்தின் அடிப்படையில், குறிப்பாக வணிகச்சட்டத்தின் அடிப்படையில் (வ்யவஹாரா) அறத்தைப்பற்றி விவாதிக்கிறார். பொருளாதாரப் பரிமாற்றங்களிலும் தனியார் வணிக ஒப்பந்தங்களிலும் தகராறுகள் ஏற்படுவது சகஜம். அவை சுமுகமாகத் தீர்க்கப்பட வேண்டியவையும் கூட. அர்த்தசாஸ்திரம் மூன்று நீதி பதிகள் அடங்கிய குழுவான தர்மஸ்தாவை (தர்மத்தை மேலோங் கச்செய்பவர்கள்) அத்தகைய தகராறுகளைத் தீர்ப்பதற்காகப் பரிந் துரைக்கிறது.

சந்தைப் பொருளாதாரத்தில் சட்டமும் நீதியும் ஆற்றும் பங்கை, பொருளாதார நிபுணர்களும், வணிகர்களும் மறந்துவிடும் அவற்றின் பங்கை, டிரவுட்மன் நினைவூட்டுகிறார். 'சந்தைப் பரிமாற்றங்கள் ஒரு சட்ட வரைவின் அடிப்படையில்தான் நடைபெறவேண்டும். அப் போதுதான் அது சரியான முறையில் இயங்கமுடியும். அச்சட்டம் பரி மாற்றங்களில் ஈடுபடுவோருக்கிடையேயான தகராறுகளை சுமுக மாகத் தீர்க்கும்விதத்திலும், சந்தையில் சட்டத்துக்குப் புறம்பான செயல் களைச் செய்வோரை தண்டிக்கும்விதத்திலும் அமைய வேண்டும்' என்கிறார் அவர். இன்று பெரும்பாலான பன்னாட்டு நிறுவனங்கள் தங்கள் பணியாளர்கள் சட்டங்களை மதித்து நடக்கவேண்டும் என்பதில் உறுதியாக இருக்கின்றன. அமெரிக்க அரசின் அயல்நாட்டு ஊழல் தடுப்புச் சட்டம் போன்ற கடுமையான தண்டனைகள் கொண்ட சட்டங்கள் இருந்தாலும், அறத்திற்கெதிரான தவறுகள் வணிக உலகில் நிகழ்த்தப்பட்டுக்கொண்டுதான் இருக்கின்றன.

தர்மத்தையும் அர்த்தத்தையும் போலவே காமம் என்பது வாழ்வின் மூன்றாவது இலக்கு. காமம், மனிதருக்கு மேலும்வேண்டும் என்ற ஆசை இருப்பது இயல்பானதே என்று போதிக்கிறது. அறம் இந்த ஆசைகளுக்கு ஒரு ஒழுங்கை ஏற்படுத்தி அதற்கான இசைவை அளிக்கிறது. எந்தச் சட்டம் இருந்தாலும் தவறு செய்பவர்கள் அனை வரையும் தண்டிக்க முடியாதல்லவா. அதனால், சந்தையில் இயங்கும் ஒவ்வொருக்கும் சுய கட்டுப்பாடு அவசியம். இது நம்பிக்கையை வளர்க்கும். ஒரு சமூகத்தின் நம்பிக்கை வளர்ந்தால் அறமும் சிறக்கும். எனவே தனிமனிதர்களின் சுய கட்டுப்பாடும் சமூகத்தின் பரஸ்பர நம்பிக் கையும் அறத்துக்கு அவசியமானவை. சந்தையின் இயக்கத்தின் இதய மாக இருப்பது சாதாரண, சுய விருப்பின் அடிப்படையில் செயல்படும் மனிதர்கள். அவர்கள் தங்களது விருப்புகளை மேலும் வளர்க்க அமை தியாக வர்த்தகத்தில் ஈடுபடுகிறார்கள் என்கிறார் டிரவுட்மன். தற்கால உலகச் சந்தைகளில் பில்லியன் டாலர் வர்த்தகங்கள் நம்பிக்கையின் அடிப்படையிலேதான் நடைபெறுகின்றன.

அறம் என்பது வர்த்தகப் பரிமாற்றங்களில் ஈடுபடுவோருக்கிடையே உள்ள விதிகளும் தன்மைகளும் கலந்த ஒரு பசை போன்றது. அது இரு தரப்பையும் ஒருவருக்கொருவர் நம்பிக்கைகொள்ளச்செய்து பாது காப்பான உணர்வுடன் வர்த்தகத்தில் ஈடுபட வழி செய்கிறது. அற உணர்வோடு கொண்ட நடத்தையை மேற்கொண்டு அதனால் அவர் களுக்கு ஒரு மதிப்பை உருவாக்கி அதன்மூலம் தகுந்த வெகுமதியையும் அவர்கள் பெறுகின்றனர். எனவே சந்தை இயக்கம், சட்டத்தை மற்றும் நம்பியிராமல், ஒருவொருக்கொருவர் நம்பிக்கைகொண்டு வர்த்த கத்தில் ஈடுபடும் தனிமனிதர்களின் சுய கட்டுப்பாட்டையும் சார்ந் திருக்கிறது. இவ்வாறுதான் அறம், பொருளோடு தொடர்புகொண்டி ருக்கிறது. ஆனால், கட்டுப்பாட்டுக்கும் நம்பிக்கைக்கும் எல்லைகள் உண்டு. இதனால்தான் அர்த்தசாஸ்திரம் ஆட்சியாளருக்கு தண்ட னையின் முக்கியத்துவத்தை எடுத்துரைத்து, அறத்திலிருந்து தவறுபவர் களைத் தண்டிக்கக் கோருகிறது.

அறத்தைப்பற்றிய அக்கறை, கடமைகளைப்பற்றிய அக்கறைதானே தவிர உரிமைகளைப்பற்றியதல்ல. துரதிருஷ்டவசமாக, இன்றைய நவீனக் குடியரசுகளில் நிகழ்த்தப்படும் அரசியல் உரைகளில் உரிமை களே முக்கியத்துவம் பெறுகின்றன. எனவே, நாம் கொஞ்சம் அதிக மாகவே இதற்கு முக்கியத்துவம் கொடுத்துவிட்டோம் என்று எனக்குத் தோன்றுகிறது. இதற்கு சரியான மாற்றுமருந்து அறத்தின் கோட்பாடு. அது நமக்கு கடமைகள்தான் உரிமைகளின் அடிப்படை என்பதை அறிவுறுத்தும். சுதந்திரத்தைப்பற்றி அறியாமல் எவ்வாறு அமெரிக் காவை அறிந்துகொள்ள முடியாதோ, அதுபோல அறத்தைப்பற்றித்

தெரிந்துகொள்ளாமல் இந்தியாவைப்பற்றித் தெரிந்துகொள்ள முடியாது. புகழ்பெற்ற சமஸ்கிருத நிபுணர் பி.வி.கனே நவீன இந்தியா வின் அரசியலமைப்புச் சட்டத்தை ஓர் அறநூல் என்று வர்ணித்தார். ஆனாலும் அவர்கூட, (உரிமைகளுக்கு அடிப்படையான) கடமைகளை விட உரிமைகளுக்கு அதிக முக்கியத்துவம் கொடுக்கப்பட்டிருப்பதால் வருத்தமடைந்தார். இந்தியக் குடியரசை உருவாக்கிய தலைவர்கள் தர்மத்தைபற்றிக் கொண்டிருந்த அக்கறை அவர்கள் இந்தியக் கொடியில் தர்மச் சக்கரத்தை இடம்பெறச்செய்ததிலிருந்து தெரிய வருகிறது. ஆனால் அதனாலும், இந்தியப் பொதுவாழ்வை சீரழிக்கும் ஊழலைத் தடுக்க இயலவில்லை.

1 நவம்பர் 2011 **குர்சரண் தாஸ்**

புதுதில்லி

முன்னுரை

குர்சரண் தாஸ் அவருடைய தொடருக்காக என்னை அர்த்தசாஸ்திரத்தைப்பற்றி ஒரு புத்தகம் எழுதச் சொன்னபோது பெருமகிழ்ச்சி அடைந்தேன். ஏனெனில் என் மனதுக்குப் பிடித்த நூலான அதைப்பற்றி ஏற்கெனவே ஒரு புத்தகம் எழுதியிருக்கிறேன், பிஹெச்.டி ஆய்வுக்காக விளக்கவுரையும் அளித்திருக்கிறேன் (டிரவுட்மன் 1971). கிரேக்கத் தத்துவ ஞானி ஹெராக்ளிடஸ் 'ஒரே நதியில் இருமுறை கால்வைத்தவர் இல்லை' என்று கூறியிருக்கிறார். ஒரே புத்தகத்தை இருமுறை வாசிக்க இயலாது என்றும் அவர் சொல்லியிருக்கலாம். புத்தகம் நதியைப்போல மாறிக்கொண்டே இருக்கும் என்பதால் அல்ல; புத்தகம் வாசிப்பவர் ஒவ்வொரு வாசிப்புக்கும் இடையே மாற்றத்துக்கு உள்ளாகிறார் என்பதால். பிடித்தமான புத்தகத்தை மீண்டும் வாசிப்பது ஆழமான வாசிப்புக்கு இட்டுச்செல்லும்.

இந்த முறை வாசிக்கும்போது கௌடில்யரின் அர்த்தசாஸ்திரம் எனக்குப் பல புதிய தகவல்களைத் தந்து ஆச்சரியப்படுத்தியது. இம்முறை நான் பொருளாதாரத்தை மட்டுமே மையமாக வைத்துக் கொண்டது அதற்கான காரணமாக இருக்கலாம். அது எனக்குப் புதிய வாசிப்புக்கான பாதையைக் காட்டியது மட்டுமல்லாமல் புதிய கேள்விகளையும் கேட்கவைத்தது. அவை சிறியதாக, அணுக ஏதுவாக அமைந்து என் ஆய்வுப்பார்வையை மேலும் கூராக்கி, வேண்டாத விஷயங்களில் என் கவனம் செல்வதைத் தடுத்தது. பொது வாசகர்களுக்காகச் செய்யத் தொடங்கிய இந்தப் பணி எதிர்பாராதவிதமாக, இன்ப அதிர்ச்சியைத் தரும் விதமாகப் புதிய கண்டறிதல்களைத் தரும் அறிவுக்களமாக மாறியது. இப்படி அருமையானதொரு வாய்ப்பைத் தந்ததற்கும் இந்தப் பணியின்போது அவர் தந்த கருத்துகளுக்கும்,

ஆதரவுக்கும் குர்சரண் தாஸுக்கு நன்றியைத் தெரிவித்துக் கொள்கிறேன்.

அறிவார்ந்த கருத்துகளை வெளிப்படையாகத் தெரிவிக்கக்கூடியவரும் என் நண்பருமான ராபின்ஸ் பர்லிங் இந்தக் கையெழுத்துப்பிரதியை முதலில் படித்துத் தன் கருத்துகளை அன்புடன் பகிர்ந்துகொண்டார். மிச்சிகன் பல்கலைக்கழகத்தில் என்னுடன் பணிபுரிந்தவரும் இந்தப் புத்தகத்தை எழுத ஊக்கம் கொடுத்தவருமான டாம் வீஸ்கோப் இந்தியப் பொருளாதாரத்தில் அவர் செய்த நீண்ட ஆய்வின் அடிப் படையில் தன்னுடைய கருத்துகளைத் தெரிவித்தார். மார்க் மெக்லிஷ் அர்த்தசாஸ்திரத்தின் தொகுப்பு மற்றும் கட்டமைப்புக்கு ஒரு நல்ல விளக்கவுரை எழுதியதால் அதில் ஆழ்ந்த புலமை பெற்றவராக இருக்கிறார். அவரிடமிருந்தும் இந்த நூல் குறித்த மதிப்பு மிகுந்த ஆலோசனைகளைப் பெற்றேன். நடியா சுல்தானா ஹாசன் ஒரு பொருளாதார மாணவரின் கோணத்தில் இந்த நூல்பற்றிக் கருத்துத் தெரி வித்தார். இந்தத் தொடரின் எழுத்தாளர்களில் ஒருவரான லக்ஷ்மி சுப்ர மணியன் விவாதப் பொருளின் பரந்து விரிந்த சித்திரத்தை அளித்தார். குர்சரண் தாஸ் ஆய்வுப்பொருள் சார்ந்த ஆலோசனைகளையும், அவரும் மற்றவர்களும் எழுதியவற்றில் இந்தப் பணிக்குத் தேவையான வற்றையும், முக்கியமாக, எப்போதும் ஊக்கப்படுத்தும் நல்வார்த்தை களையும் தொடர்ந்து அளித்து வந்தார். இவர்கள் அனைவருக்கும் எனது நன்றியைத் தெரிவித்துக்கொள்கிறேன். அவர்களது விமர்சனங் களால் இந்தப் புத்தகம் மேன்மையடைந்தது என்பதில் எனக்குச் சந்தேக மில்லை. ஆனால், மிஞ்சியிருக்கும் குறைகளுக்குக் காரணம் நான் தானேதவிர அவர்கள் இல்லை என்பதையும் வாசகர்கள் நினைவில் வைத்துக்கொள்ளவேண்டும்.

தாமஸ் ஆர். டிரவுட்மன்

1.செல்வத்தின் அறிவியல்

பாரம்பரியக் கோட்பாட்டின்படி ஒரு தனி மனிதனின் லட்சியங்களாகக் குறிப்பிடப்படும் மூன்று விஷயங்கள்: காமம் (அன்பு), அர்த்தம் (செல்வம்), தர்மம் (மதம் சார்ந்ததும் அறம் சார்ந்ததும்) ஆகியவையே. இந்த திரிவர்க்கங்களும் அதாவது மூன்று வழிகளும் தனித்தனி சாஸ் திரங்களைக்கொண்டுள்ளன. அர்த்த என்பது செல்வம். ஆகவே, அர்த்த சாஸ்திரம் என்பது செல்வத்தின் சாஸ்திரம் அதாவது செல்வத்தின் அறிவியல். இதன்படி, அறத்தைப் பின்பற்றுவது முதன்மையானது, செல் வத்தைப் பின்பற்றுவது இரண்டாவதாக வருவது. இவை இரண்டுக்கும் பின் வருவது காமத்தைத் தேடுவது. இளவரசர்களுக்குக் கற்பிப்பதற்காக எழுதப்பட்ட பஞ்சதந்திரம் என்னும் புத்தகத்தில் கூறியதுபோல், ஒருவன் செல்வத்தையும் அன்பையும் நமக்கு மரணமே கிடையாது என்பதுபோல் சாவகாசமாக விடாமுயற்சியுடன் பின்பற்றவேண்டும். ஆனால், அறத்தையோ 'காலன் தலைமுடியைப்பற்றியதுபோல்', அதாவது உடனடியாக, திட சித்தத்துடன் பின்பற்றவேண்டும்.[1]

பணம், அசையும் / அசையா சொத்துக்கள் எனப் பல பொருட்களை அர்த்த எனப்படும் செல்வம் உள்ளடக்கியது. பண்டைய நூல்களில் ஒன்றான வாத்ஸாயனர் எழுதிய காமசூத்திரத்தில் செல்வத்தில் அடங்கு வதாகக் குறித்துள்ளவை பின்வருமாறு; கல்வி போன்ற நேரடியாக உணரமுடியாதவை, நண்பர்கள் போன்று அந்தரங்கமானவை, நிலம் போன்று உறுதியானவை, பொன், கால்நடைகள், தானியங்கள், வீட்டு உபயோகப்பொருட்கள், துணிமணிகள். இதுபோன்ற அறிவு, சமூகம், பொருள் சார்ந்த மூலதனங்களைச் சேர்ப்பதும் அதிகரிப்பதும் அர்த்த என்னும் செல்வத்தில் அடங்கும் என்று அந்நூல் கூறுகிறது. 'கண் காணிப்பாளரின் கடமைகள்', என்ற அரசியல் நிர்வாகத்தைப்பற்றிய ஆராய்ச்சி நூலிலிருந்தும், வியாபாரிகளிடமிருந்தும் பொருளாதாரத்தில்

தேர்ச்சியுடைய மற்றவர்களிடமிருந்தும் செல்வத்தைப்பற்றிக் கற்றுக் கொள்ளவேண்டும் என்றும் அது அறிவுறுத்துகிறது.[2]

அர்த்தசாஸ்திரம் என்பது என்ன?

அதன் பெயரிலிருந்து, அர்த்தசாஸ்திரம் என்பது பொருளாதார நிறு வனங்களைப்பற்றிய நூல் என்று நாம் நினைக்கலாம். ஆனால், அது பாதி உண்மை மட்டுமே. அர்த்தசாஸ்திரம் ஆட்சிமுறைகளைப்பற்றிய அறிவையும் ஒரு நாட்டை எவ்வாறு வழிநடத்தலாம் என்ற ஆலோ சனைகளையும் தரக்கூடியது. குறிப்பாக முடியாட்சிபற்றி அது விரிவாக எடுத்துரைக்கிறது. செல்வத்தையும் அது அரசாட்சியுடன் அடையாளப் படுத்துகிறது. அது எப்படி என்று கொஞ்சம் விரிவான நோக்கில் பார்த் தால் செல்வம் உலகியல் வெற்றியிலிருந்து, அரசியல் அதிகாரத் திலிருந்து பெறப்படுகிறது. இந்நாளில் பொருளாதாரமும் அரசியலும் தனித்தனியாக வேறுபடுத்தப்படுகிறது. ஆனால், அர்த்த என்னும் பொருளில், பொருளாதாரமும் அரசியலும் இரண்டறக் கலந்ததாகவே கருதப்பட்டுவந்தது. அர்த்தசாஸ்திரத்தைப் படிக்கும்போது இந்த வேறு பாட்டை நினைவில்வைத்துக்கொள்ளவேண்டும். தற்கால விளக்கங் களின் அடிப்படையில், அர்த்தசாஸ்திரத்தின் சில பகுதிகள் பொருளா தாரத்தைப்பற்றியும் சில அரசியலைப்பற்றியும் அமைந்துள்ளன. ஆனால், அதன் முதல் வாசகர்களுக்கு அர்த்த என்பது செல்வத்தையும் அரசதிகாரத்தையும் ஒன்றிணைத்த சொல்தான்.

அர்த்தசாஸ்திரத்தின் ஆசிரியரான கௌடில்யர் தனிமனிதனின் செல்வத் திலிருந்து அரசுகளின் செல்வம்வரை செல்வத்தைப் பல்வேறு வகை களாகப் பிரிக்கிறார். இதன் அடிப்படை, வர்த்த என்று சமஸ்கிருதத்தில் அழைக்கப்படும் பொருளாதாரமேயாகும் (வர்த்தகம்). இன்னும் தெளி வாக அந்த வார்த்தையின் பொருள், வாழ்க்கையை விரிவுபடுத்துவது (விருத்தி) அல்லது விவசாயம், மேய்த்தல், பண்டமாற்று என்ற முறைகளின்மூலம் பொருட்களை உற்பத்தி செய்தல் என்பதாகும். இந்தப் பொருளாதார நடவடிக்கைகள் தானியங்கள், கால்நடை, பணம், மூலப் பொருட்கள், பணியாட்கள் (1.4.1) ஆகியவற்றை உற்பத்தி செய்கின்றன.

அர்த்தசாஸ்திரம் அர்த்த என்னும் சொல்லின் விளக்கத்தை வாழ்க் கையிலிருந்து தொடங்குகிறது:

ஒரு மனிதரின் வாழ்க்கையின் மூலாதாரம் செல்வமே (அர்த்த). அதாவது மனிதர்கள் வாழும் இந்த பூமியே. அந்த பூமியைக் கையகப்படுத்தலும் காத்தலுமே அர்த்தசாஸ்திரம் (15.1.1-2)

இப்படி இரு கச்சிதமான சூத்திரங்களில் அர்த்த என்பது மூன்று நிலை களாக விளக்கப்படுகிறது. முதலாவது மனிதன் வாழ்வாதாரத்துக்காக உற்பத்தியில் ஈடுபடுவது. அடுத்து, மனிதர்கள் வாழும் பூமி அந்த உற்பத்திக்காகப் பயன்படுவது. கடைசியாக அவ்வாறு உற்பத்திக்காகப் பயன்படும் பூமியை ஒரு அரசன் கைப்பற்றுவதும் அதனைக் காப்பதும். ஆக, செல்வத்தின் உச்சபட்ச விளக்கம் அரசுரிமையின்மூலம் தரப் படுகிறது. ஏனெனில், வாழ்விடங்களையும் உற்பத்தியைத் தரக்கூடிய பகுதிகளையும் கைப்பற்றுவதும் காப்பதும் அரசரது கடமையில் அடங்கும். இதன் உட்கருத்து, அரசரின் முக்கியத்துவம் அவர் ஆட்சி செய்யும் பகுதிகளில் உள்ள மக்களிடம் வரிவிதிப்பதற்கான அவருடைய அதிகாரத்தில் அடங்கியுள்ளது.

செல்வத்தை உற்பத்தி செய்வது எப்படி ஓர் அரசியல் முகம் கொண்ட தாக இருக்கிறதோ, அதுபோலவே அரசு ஒரு பொருளாதார முகம் கொண்டதாக, செல்வத்தை உற்பத்தி செய்யும் ஒரு வடிவமாக கருதப் படுகிறது. அர்த்தசாஸ்திரம் எழுதப்பட்ட காலம் பணம் படைத்த வர்த்த கர்களும், இந்தியாவை சீனா, ரோம் போன்ற இடங்களுடன் இணைத்த ஆடம்பரப் பொருட்களின் பன்னாட்டு வணிகமும் இருந்த காலம். ஆயினும் செல்வத்தைப்பற்றிய இந்தப் பழமையான இந்திய நூல் அரசுரிமையைப் பொருளாதார நடவடிக்கைகளின் உச்சமாகக் கருதுகிறது. இது போன்று பொருளாதாரத்தை அரசியல் சார்ந்து கருதக் காரணம் அரசுக்கு இருந்த வரிவசூல் செய்யும் அதிகாரம்தான். அந்த அதிகாரத்தைக்கொண்டுதான் மூலதனத்தை அரசால் திரட்டமுடிந்தது. இதன்மூலமே பெரிய கட்டடங்களை எழுப்புதல், போர்களின்மூலம் பேரரசுகளை நிறுவுதல், ராஜதந்திர நிலைப்பாடுகள், நாட்டின் அமைதியைப் பேணுதல் போன்ற பல்வேறு நடவடிக்கைகளில் அரசு ஈடுபட முடிந்தது. ஒரு சமூகத்தின் சிகரமாக அரசு இருப்பதால் செல் வத்தைப் பெருக்குதலின் உச்சமாக அதுவே விளங்குகிறது. இதன் மூலம் செல்வத்துக்கு ஓர் அரசியல் பரிணாமம் கிடைக்கிறது. அதே சமயத்தில் அரசுகள் பொருளாதார நிறுவனத்தை அதன் மையமாகக் கொண்டிருக்கின்றன. செல்வத்தின் அறிவியல் அரசியலின் அறிவியலும்கூட. அதேபோன்று அரசியலின் அறிவியல் செல்வத்தின் அறிவியலும் ஆகும். அர்த்த என்பது அரசு. அர்த்தசாஸ்திரம் என்பது அதன் அறிவியல். இவ்வாறு பொருளாதார அதிகாரத்தை அரசியல் அதிகாரத்தோடு அடையாளப்படுத்துவது இரண்டும் பிரிக்கமுடியா தவை என்பதாலும் இவ்விரண்டும் ஒரு நாணயத்தின் இரு பக்கங்கள் போன்றது என்பதாலும்தான்.

நாம் இந்தப் புத்தகத்தில் பார்க்கப் போவதைப்போல, அர்த்தசாஸ்திரம் தனிநபர்களாலும் அரசனாலும் நடத்தப்படும் பொருளாதார நிறுவனங்

களைப்பற்றியது. குறிப்பாக, அரசர்களின் செல்வத்தைப் பெருக்கும் நடவடிக்கைகளான புதிய பகுதிகளைக் கைப்பற்றுதல், அதன் மக்களிட மிருந்து வரிவசூலித்தல் போன்றவற்றை அர்த்தசாஸ்திரம் விளக்கு கிறது. அரசரே அதிகமாகச் செயலாற்றும் பொருளாதார நிறுவன மொன்றை நடத்துபவர். விவசாயிகளிடமிருந்து வரிவசூல் செய் தாலும் அரசரும் ஒரு விவசாயிக்குச் சமமாகக் கருதப்படுகிறார். அவரிடம் விளைநிலம் இருக்கிறது. ஆடுமாடுகள், குதிரைகள், யானைகள் போன்றவற்றைக் கையகப்படுத்துதல், சுரங்கத்தொழில், காடு தரும் பொருட்களை சேகரித்தல், படைக்கலன்களை உற்பத்தி செய்தல், அரசர்களின் குடும்பத்துக்கும், சேவகர்களுக்கும், சந்தையில் விற்பதற்குமான துணிகளை உற்பத்திசெய்தல் போன்ற தொழில்களில் அரசர் ஈடுபட்டார். இவ்வாறு முடியரசுகள் பிறருடன் கூட்டு வைத்து கொண்டு தனியார் நிறுவனங்களைப்போல, ஏன் அவற்றுக்குப் போட்டி யாகக்கூட, ஒரு பொருளாதார நிறுவனமாகச் செயல்பட்டன. ஆனால் தனியார் நிறுவனங்களைப்போல் அல்லாமல், அரசர் சட்டம் ஒழுங்கைப் பாதுகாப்பவராகவும், வரிவசூலித்தல் மற்றும் விவ சாயிகள், கால்நடை மேய்ப்பவர்கள், கலைஞர்கள், வணிகர்கள், வங்கி யாளர்கள் போன்றவர்களால் நடத்தப்படும் பொருளாதார நடவடிக் கைகளை ஒழுங்குசெய்பவராகவும் இருந்தார். இந்தவிதத்தில் அவர் தனியார் நிறுவனங்களிலிருந்து மேம்பட்டவராகவும் இருந்தார். அரசுக்கும் செல்வத்துக்கும் உள்ள தொடர்பு சிக்கலானது. தொழில் முனைவோர், வரிவசூலிக்கும் அதிகாரம் படைத்தவர், கலகங்களைத் தீர்ப்பவர், பொது ஒழுங்கைப் பரமாரிப்பவர் போன்ற பல்வேறு பொறுப்புகளை அரசர் வகித்தார்.

கௌடில்யரின் அர்த்தசாஸ்திரம்

கௌடில்யரின் அர்த்தசாஸ்திரம் செல்வத்தின் அறிவியலைப்பற்றிச் சொல்லும் சிறந்த, விரிவான, மிகப் பழமையான நூல். ஏறத்தாழ இரண்டாயிரம் ஆண்டுகளுக்கு முற்பட்டது. நான் எழுதும் இந்தப் புத்த கத்தைப் பொறுத்தமட்டில் என்னுடைய இலக்கு அர்த்தசாஸ்திரம் எழுதப்பட்ட காலத்தின், காரணத்தின் பொருளாதாரச் சூழ்நிலையை ஆய்வுசெய்வது. அது இக்காலத்திலும் நமக்கு அதிக படிப்பினைகளைக் கற்றுத்தரும் என்பது என் நம்பிக்கை.

அர்த்தசாஸ்திரத்தின் பொருளாதார தத்துவத்தைப்பற்றி அறிமுகம் செய்வது இந்தப் புத்தகத்தின் நோக்கம். அந்நூலில் உள்ள பொருளாதார நடவடிக்கையின் அடிப்படைக் காரணிகளை அறிவது இதன் குறிக்கோளாதலால், அதற்கேற்றவாறு சில நல்ல உதாரணங்களையும் முடிவில் கொடுக்க உள்ளேன். இன்றைய உலகத்துக்குத் தேவையான

மையக்கருத்துகளை வலியுறுத்தும் என் நோக்கத்துக்கு ஏதுவாக நூலை அப்படியே இங்கு தராமல், முக்கியமான பகுதிகளை மட்டும் மேற் கோள் காட்டியுள்ளேன்.

பார்வைக்கு எளிதுபோலத் தோன்றும் இது அவ்வளவு சுலபமான தல்ல. இப்போது நாம் பயன்படுத்தும் பல சொற்கூறுகள் அர்த்தசாஸ் திரம் எழுதப்பட்ட காலத்தில் நிலவிய பொருளாதார, அரசியல் கருத்து களுக்குப் பொருந்தாது. உதாரணமாக, நாம் ஏற்கனவே பார்த்ததுபோல், அக்காலத்தில் பொருளாதாரம் இப்போது உள்ளதைப்போல் அரசியலி லிருந்து வேறுபட்டு இல்லை. அர்த்தசாஸ்திரம் அறுதியிட்டுக்கூறுவ தைப்போல் அரசியலும் பொருளாதாரமும் ஒன்றுபட்டு இருந்தது. இந்த நூலில் உள்ள பொருளாதாரக் கருத்துகளை மட்டும் எடுத்துக் கொண்டு பிறவற்றை விட்டுவிடுவோமானால், அர்த்தசாஸ்திரம் அளிக்கும் மெய்யறிவைப் புரிந்துகொள்ளாதவர்களாவோம். இதை இன்னும் தெளிவாக்குவதற்கு, அர்த்தசாஸ்திரத்தை இரண்டாகப் பிரிப் போம். முதல் ஐந்து புத்தகங்கள் உள்நாட்டு நிர்வாகத்தைப் (தந்த்ரா) பற்றியது, மற்றவை வெளிநாட்டு விவகாரங்களுக்காக (அவபா) ஒதுக் கப்பட்டுள்ளது. இது பொருளாதாரத்தையும் அரசியலையும் தனித் தனியே குறிப்பிடுவதுபோன்ற தோற்றத்தை அளிக்கலாம். முதல் ஐந்து புத்தகங்கள் பொருளாதாரத்தைப்பற்றிக் கற்பதற்கு உதவியாக இருப்பது, அதாவது வாழ்வாதரம், உற்பத்தி முதலியன இப்பகுதியில் அடங்கும். ஆனால், மீதி உள்ள பகுதியான வெளிநாட்டு விவகாரங் களைப்பற்றிய பகுதிகளும் பொருளாதாரம் சார்ந்ததே. ஏனெனில், வெளிவிவகாரத்துறையின் முக்கிய அம்சங்களான போரைப்பற்றிய முடிவுகள், சமாதானம் பேசுதல், கூட்டரசுகளுடனான தொடர்பு போன்ற நடவடிக்கைகளின்போது ஒரு அரசனின் சொத்துகளை (கிரா மங்கள்,வேளாண் நிலங்கள், வணிகப் பாதைகள், நிலச்சுரங்கங்கள், காடுகள்) மதிப்பீடு செய்வதுபற்றி இந்தப் பகுதி விவரிக்கிறது. ராஜ தந்திர நடவடிக்கைகள் பயனளிக்காமல் போர் தொடங்கும்போது, அரசனுடைய கருவூலம் (கோஷா) ஒரு பெட்டகத்தில் வைக்கப்பட்டு படைகளின் நடுவே வைத்துப் பாதுகாக்கப்படும்.

எனவே, வெளிவிவகாரக் கொள்கை முழுவதும் செல்வம் சார்ந்த அறிவியலின் ஒரு பகுதிக்குச் சமமே. இது முடியரசுக்கும் குடியரசுக்கும் இடையே உள்ள வேறுபாடுகளை ஆராயும்போது இன்னும் தெளி வாகும். இரண்டாம் அத்தியாயத்தில் இதுபற்றி நாம் பார்க்க விருக்கிறோம்.

பொருளாதாரத்தின் விளக்கத்தைப்பற்றியும் அதன் மையக்கருத்தைப் பற்றியும் பொருளாதார நிபுணர்களுக்கே ஒருமித்த முடிவு

ஏற்படவில்லை. ‘ஒதுக்கீடு செய்வது’ (provisioning) மற்றும் ‘அறி வார்ந்த தேர்ந்தெடுப்பு’ (rational choice making) என்ற இரு முக்கிய கருத்துகளுமே பொருளாதாரத்தை அவரவரின் பார்வையில் விளக்க முற்படுகின்றன. ஒருபுறம் பொருளாதாரம் என்பது பொருட்களை உற்பத்தி செய்வது, மனிதர்களின் தேவைகளுக்கும் விருப்பங்களுக்கும் ஏற்ப பொருட்களைப் பகிர்ந்தளிப்பது. இத்தகைய பொருட்களுக்கு உதாரணமாக வீடு அல்லது நாட்டைச் சொல்லலாம். பொருளா தாரத்தின் ஆங்கில வார்த்தையான எகனாமிக்ஸ் என்பது வீடு (கிரேக்க ‘oikos’) என்பதிலிருந்து பெறப்பட்டது. இந்தக் கருத்தின் அடிப் படையிலேயே பொருளாதாரம் என்ற துறை உருவாக்கப்பட்டது. இதை விரிவுபடுத்தினால், அரசியல் பொருளாதாரம் என்பது நாட்டைச் சார்ந்து அமைகிறது. மற்றொருபுறம், பொருளாதாரம் நம்முன் இருக்கும் எண்ணிலடங்காத விருப்பங்களிலிருந்து நாம் எதைத் தேர்வு செய்கிறோம் என்பதைக் குறிப்பதாகவும் இருக்கிறது. ஏனெனில் அத்தனை விருப்பங்களையும் திருப்திப்படுத்தக்கூடிய சக்தி நமக்கு இருப்பதில்லை அல்லவா. எனவே, சிக்கனப்படுத்துவது என்பது பற்றாக்குறை நிலையின்போது சரியான விருப்பங்களை ஆராய்ந்து தேர்வு செய்வதாகும்.

அர்த்தசாஸ்திரம் ஒதுக்கீடு செய்வது, அறிவார்ந்த தேர்ந்தெடுத்தல் என்ற இரண்டு கருத்துகளையும் பயன்படுத்துகிறது. அரசுக்குத் தேவை யானவற்றுக்கு ஒதுக்கீடு செய்வதைப்பற்றிய குறிப்புகள் இந்நூலில் அதிகமாக உள்ளன. ஒருவகையில் அரசனுடைய அரண்மனையும் அரசு இயந்திரமும் ஒரு குடும்பம் போன்றது. எண்ணிக்கையில் பல மடங்கு அதிகமாக இருந்தாலும் ஒரு தனிப்பட்ட குடும்பத்தைப்போலவே அரசுக்கும் பொருட்கள் தேவை. இந்த விதத்தில் பொருளியல் அறிவு சார்ந்த இந்த நூல், ஒதுக்கீடு செய்யும் நடவடிக்கைகளைப்பற்றியதாக உள்ளது. மற்றொரு வகையில், அர்த்தசாஸ்திரமும் அது சார்ந்த மரபும் விருப்பு வெறுப்பில்லாமல் பலன்களை ஒப்பிட்டு ஆராய்ந்து அறிந்து தேர்வு செய்வதை மதிக்கிறது. இது சிக்கனப்படுத்தும் பண்பையும் செல வினங்களையும் பலன்களையும் அறிவார்ந்த முறையில் கணக்கிடும் தன்மையையும் பிரதிபலிக்கிறது. பொருளாதாரத்தின் இந்த இரண்டு வழிமுறைகளும் நமக்கு உபயோகமானவையே. அர்த்தசாஸ்திரம் அரசுக்காக ஒதுக்கீடு செய்வதுபற்றி உள்நாட்டு விவகாரம்பற்றிய அத்தி யாயங்களில் விளக்குகிறது. விருப்பங்களிலிருந்து ஆராய்ந்து தேர்வு செய்வதுபற்றி அயல்நாட்டு விவகாரங்கள்பற்றிய அத்தியாயங்களில் விளக்குகிறது.

இந்த ஆய்வைப் பொறுத்தவரை அர்த்தசாஸ்திரத்தை ஓர் ஒன்றிணைந்த நூலாகவே கருதுகிறேன். அதற்கு முன்புள்ள ஆய்வுநூல்களின் தொகுப்

பாகத்தான் அர்த்தசாஸ்திரமே தன்னைப்பற்றிக் கூறிக்கொள்கிறது. நானும் பல அறிஞர்களும் அதிலுள்ள சில பகுதிகளை கௌடில்யர் அல்லாத சிலரின் பிற்சேர்க்கையாகக் கருதுகிறோம்.[3] ஆனாலும் தற்போதைக்கு இது போன்ற வாதங்களை ஒத்திவைத்துவிட்டுப் பழங் கால வாசகர்கள் செய்ததுபோல அதன் முழு வடிவத்திலேயே இந்த நூலை எடுத்துக்கொள்வோம்.

இந்நூலில் இடம்பெற்ற குறிப்புகள் ஆர்.பி.கங்ளே அவர்களின் மொழி பெயர்ப்பிலிருந்து எடுக்கப்பட்டவை. ஆனாலும் வாசிப்புத்தன்மைக் காகச் சில மாறுதல்களைச் செய்துள்ளேன். சமஸ்கிருத மூலத்துக்கு ஏற்ப சில வார்த்தைகளிலும் மாறுதல்களைச் செய்துள்ளேன். கௌடில்யரின் நூலை 'அர்த்தசாஸ்திரம்' என்றும் அதன் பாரம்பரியத்தை 'அர்த்தசாஸ் திரத்தின் மரபு' என்றும் குறிப்பிட்டுள்ளேன்.

அர்த்தசாஸ்திரம்: என்ன கற்றுக்கொள்ளலாம்...

இரண்டாயிரம் ஆண்டுகளுக்குப் பின் கௌடில்யரின் அர்த்தசாஸ் திரத்தில் இருந்து நாம் கற்றுக்கொள்வது என்ன? அக்காலத்தில் பொருளாதாரம் எவ்வாறு செயல்பட்டது என்பதைத் தெரிந்து கொள்ளலாம். அதுவே ஒரு மதிப்பு மிகுந்த கல்வியை இந்நூலிலிருந்து நமக்கு அளிக்கும். ஆனால் கடந்த காலத்திய குறிப்புகள், முற்றிலும் மாறுபட்ட நிலைகளைக்கொண்ட தற்போதைய காலத்துக்கு உபயோக மாக எதையாவது கற்றுத்தருகிறதா?

அர்த்தசாஸ்திரம் இன்றைய வாழ்வுக்குத் தரும் படிப்பினைகள்பற்றி பல்வேறுவிதமான புத்தகங்களும் கட்டுரைகளும் எழுதப்பட்டுள்ளன. நாட்டுநலத்திட்டங்கள், கட்டுப்பாடற்ற சந்தை, புதிய நிர்வாகவியல் முறைகள் போன்றவற்றில் அவரவருக்குப் பிடித்தமான கருத்துகளை அர்த்தசாஸ்திரம் பிரதிபலிக்கிறது என்று பல எழுத்தாளர்கள் சொல்லி வருகின்றனர். அதுபோன்ற கருத்துகளில் நம்பிக்கை வைப்பது கடினம். நாட்டு நலத்திட்டங்கள், தடையில்லா வர்த்தகம், புதிய நிர்வாகவியல் முறைகள் போன்ற அனைத்துமே அண்மையில் ஏற்பட்டவை. அர்த்த சாஸ்திரம் எழுதப்பட்ட வரலாற்று நிலைகள் இன்றிலிருந்து முற்றிலும் மாறுபட்டவை. அதுதவிர நாம் ஏற்கெனவே நம்புவதை உறுதிசெய்ய அர்த்தசாஸ்திரத்தை அணுகுவது நமக்கு ஒருவித திருப்தியைத் தந்தாலும் அதனால் ஒரு பயனும் ஏற்படப்போவதில்லை. உண்மை யாகக் கற்றுக்கொள்வது என்பது நமக்குத் தெரியாதவற்றைக் கற்பதும் நமக்குத் தெரிந்தவற்றைக் கைவிடுவதுமாகும். சில எழுத்தாளர்கள் கௌடில்யரை ஒரு முனிவரைப்போலக் கருதி அர்த்தசாஸ்திரம் காலங் களைக்கடந்தது என்றும் அது ஆயிரம் ஆண்டுகளுக்கு முன் சொன்ன

எல்லாக் கருத்துகளும் இன்றும் பொருந்தும் என்றும் கருதுகின்றனர். இது அர்த்தசாஸ்திரத்தைப் படிக்க ஒரு நல்ல வழி அல்ல.

இதுபோன்ற அணுகுமுறைகள் பொருளாதார நடைமுறைகள் என்றும் அழியாதது, பொருளாதார நிறுவனங்கள் நூற்றாண்டுகளுக்கு மேல் செயல்படக்கூடியன என்பது போன்ற நம்பிக்கைகளின் அடித்தளத்தில் அமைந்தவை. அப்படிப்பட்ட நம்பிக்கைகள் முழுவதும் தவறு என்று சொல்லிவிடமுடியாது. மனிதனின் தேவைகள் மனித உடலின் அடிப் படையில் அமைந்தவை. மனித உடலின் தன்மைகள் அர்த்தசாஸ்திரம் எழுதப்பட்டபின் வந்த இந்த ஆயிரம் ஆண்டுகளில் பெரிதும் மாறி விடவும் இல்லை. ஆனால், வாழ்க்கையின் தேவைகள் அதிகரித்தும், புதிய கண்டுபிடிப்புகளாலும் கண்டறிதல்களாலும் மாற்றமடைந்தும் வந்திருக்கின்றன. ஆயிரக்கணக்கான ஆண்டுகளாக மனித உடல் பெரும் மாற்றங்களை அடையவில்லை என்றாலும், வாழ்க்கையின் தேவைகளைப் பூர்த்திசெய்யும்விதங்கள், தொடர்ச்சியான மாறு தல்களுக்கு உட்பட்டே வந்திருக்கின்றன.

ஒதுக்கீடு என்பது அடிப்படைத் தேவைகளைச் சார்ந்தது மட்டுமல்ல; ஒரு நல்ல வாழ்க்கையை மேற்கொள்ள நமக்கு விருப்பமானவை எவை என்பதையும் பொறுத்ததாகும். நமது தேவைகள், அவற்றைப் பூர்த்தி செய்யவல்ல நம்முடைய திறனைவிட அதிகமாகவே இருக்கும் என்பது தான் மாறாத விதி. பொதுவாக, பொருளாதாரம் நம்முடைய நிரந்தரத் தேவைகளைப் பற்றியதல்ல. நம்மால் பூர்த்திசெய்ய முடியாத எண்ணற்ற விருப்பங்களிலிருந்து நமக்குத் தேவையானவற்றைத் தேர்வு செய்வதைப்பற்றியது. நாமும் அர்த்தசாஸ்திரத்தின் ஆசிரியரும் ஒரே இனம் என்பதால் அவர் எழுதியதைப் புரிந்துகொள்ளமுடியும். ஆனால், அக்கால சமூக, அரசியல், பொருளாதாரச் சூழ்நிலைகள் முற்றிலும் மாறுபட்டவை என்பதால் நம்முடைய காலத்தைப்பற்றிய நேரடியான படிப்பினைகள் இந்நூலிலிருந்து நமக்குக் கிடைப்பது கடினம். அந்த நம்பிக்கையின் அடிப்படையில் அமைந்த அணுகுமுறை வரலாற்றைச் சுருக்கித் தொலைநோக்குப் பார்வையைக் குறுக்கிவிடும். ஆனால், தொலைதூரப்பார்வைதான் நமக்கு இன்று உபயோகமானது. அது நாம் ஏற்கெனவே அறிந்ததையோ நம்புவதையோ வெறுமனே உறுதிப் படுத்தும் செயலை மட்டும் செய்யாமல் புதிதாகச் சில விஷயங்களைக் கற்றும் தருகிறது.

நாட்டு நலத்திட்டங்களில் உள்ள பொருளாதாரக் கொள்கைகள், கட்டுப் பாடற்ற வர்த்தகம், சில புதிய நிர்வாக வழிமுறைகள் போன்றவை எல்லாக் காலத்துக்கும் பொருத்தமானவை என்றுதான் நினைத்துக் கொண்டிருக்கிறோம். ஆனால், அர்த்தசாஸ்திரம் வேறு விஷயங்கள் பற்றிப் பேசுகிறது. அன்றைய முடியாட்சிமுறையின் நீண்டகால

வெற்றிக்குக் காரணமான பொருளாதாரக் கொள்கைகள் எவை என்பதைச் சொல்கிறது. அது நமக்கு இன்றைய நிலைமைகளை ஒப்பிடுவதற்கான ஒரு தளத்தை அளிக்கிறது. பல ஆயிரக்கணக்கான வருடங்களாக நிலைத்திருந்த முடியாட்சிதான் (குறைவான, இரண்டு நூற்றாண்டுகளே ஆன பிரிட்டிஷ் காலனியாதிக்கம் அல்ல) மாறுபட்ட ஒரு கோணத்தை நமக்கு அளித்து நம்முடைய இன்றைய நிலைமையை வரலாற்றின் விரிவான பார்வையில் அளவிட வைக்கிறது. அர்த்தசாஸ்திரத்தைப் படிக்கும்போது செல்வத்தை உருவாக்கும் முடியாட்சிபற்றிப் பல செய்திகளை அறிந்துகொள்ளமுடிகிறது. முடியரசுகளைப்பற்றிய செய்திகள், உற்பத்திப் பொருட்கள், வேலைசெய்யுமிடங்கள், சந்தைகள் போன்றவற்றைப்பற்றி அறிய முடிகிறது.

முடியரசுகள் (இரண்டாம் அத்தியாயம்): அர்த்தசாஸ்திரத்தில் முடியாட்சிக்கு மாற்றாக ஒரே ஒரு ஆட்சிமுறைதான் குறிப்பிடப் பட்டிருக்கிறது. சங்க என்று அழைக்கப்பட்ட குடியரசுகள்தான் அவை. ஒரே பரம்பரை ஆட்சி செய்த முடியாட்சிமுறையில் ஆட்சி அதிகாரம் ஒற்றை ராஜ குடும்பத்திடம் குவிந்திருக்கும். குடியரசுகள்போல் அனைத்து மக்களும் ஒன்றிணைந்து செயல்படும் தன்மை குறைந்து காணப்படும். கொலைகள் மூலமோ ராணுவக் கையகப்படுத்தல் மூலமோ எளிதில் வீழ்த்தப்பட்டுவிடும். ஆனால், முடியரசுகளின் பொருளாதார நன்மைகள் குடியரசுகளைவிட அதிகமாக இருந்தன. அதனால், அவை குடியரசுகளைவிட மேம்பட்டநிலையில் பல வருடங்கள் தழைத்தோங்கி இருந்தன. வரிவசூல் மூலமும் பொருளாதார நிறுவனங்கள் மூலமும், மூலதனத்தை எளிதில் திரட்ட முடியரசுகளால் முடிந்தது. அதுவே அவற்றின் பொருளாதார பலத்துக்குக் காரணமாக அமைந்தது.

பொருட்கள் (மூன்றாம் அத்தியாயம்): அரசர் தன் நாட்டைச் சிறப்பாக ஆட்சிசெய்யப் பொருட்களையும் மூலப்பொருட்களையும் எப்படிக் கையாள்வதுஎன்பதில் நிபுணத்துவம் பெற்றிருக்கவேண்டும். முக்கியமாக அரண்மனையையும், படைகளையும் எவ்வாறு பராமரிப்பது, தானியங்களையும் மற்ற உணவுப்பொருட்களையும் பஞ்சம் ஏற்படும் காலங்களில் பொதுமக்களுக்கு எளிதில் விநியோகம் செய்யக்கூடிய அளவுக்கு எவ்வாறு பண்டகசாலைகளில் சேமிப்பது போன்றவற்றில் அரசருக்கு ஆழ்ந்த அறிவு இருக்கவேண்டும். அரசர்கள் நாட்டின் கருவூலத்துக்கு, அதாவது தங்கம், வெள்ளி மற்றும் உயர்வகைக் கற்கள் போன்றவற்றில் அதிக கவனம் செலுத்தினர். அது ராஜதந்திர நடவடிக்கைகளுக்கும், போர்களின் போதும், அரசவைக்கும் பிரபுகளுக்கும் ஒதுக்கீடுசெய்வதற்கும் உதவியாக

இருந்தது. இந்த நிலை, தற்போது இயந்திரங்கள் மூலம், நடுத்தரவர்க்கத்தைக் குறிவைத்து ஆடம்பரப் பொருட்களான வீட்டு உபயோகப் பொருட்களை அதிக அளவில் உற்பத்தி செய்யும் நிலைக்கு முற்றிலும் மாறுபட்டது.

பணியிடங்கள் (நான்காம் அத்தியாயம்): அரசர்கள் நாட்டின் பகுதிகளை அவற்றின் பயனை அடிப்படையாகக்கொண்டு பல்வேறு பொருளாதார மண்டலங்களாகப் பிரித்தனர். அதில் விவசாய நிலங்கள் அதிக முன்னுரிமை பெற்றன. மற்ற நிலங்கள் மேய்ச்சலுக்காகவும், வர்த்தக வழிகளுக்காகவும், சந்தைகளுக்காகவும், நகரங்களுக்காகவும், காடு களுக்காகவும் ஒதுக்கப்பட்டன. பணியிடங்கள் மூலப்பொருட்கள் உற்பத்தியாகும் இடங்களுக்கு அருகிலோ நகரங்களில் சந்தைகளுக்கு அருகிலோ அமைந்தன. போக்குவரத்துச் செலவுகளைக் குறைக்க இம்முறை பயன்படுத்தப்பட்டது. அடிமைகள், கொத்தடிமைகள், கடன் வாங்கியோரை அடிமைப்படுத்துதல் என்று பல்வேறு வகை களிலும் தரங்களிலும் சுதந்திரமில்லாத நிலைகளிலான பணிப்பிரிவுகள் இருந்தன. அதிக சலுகைபெற்ற பணியாட்களாகக் கைவினைக் கலைஞர்கள் இருந்தனர். அவர்கள் தமக்குள் சங்கங்கள் வைத்திருந்து, வாடிக்கையாளர்களிடம் பேரம் பேசக்கூடிய அதிகாரம் படைத் தவர்களாக இருந்தனர்.

சந்தைகள் (ஐந்தாம் அத்தியாயம்): தனியார் சொத்துக்களும் கட்டுப் பாடில்லா சந்தைகளும் இருந்தன. ஆனால் அளவுக்கு அதிகமாகவோ வெகு குறைவாகவோ விலைகள் இருப்பது சமூகத்துக்கு ஆபத்தானது என்று அர்த்தசாஸ்திரம் எச்சரிக்கிறது. விலைகளில் ஏற்படும் அளவுக் கதிகமான ஏற்றத்தாழ்வுகளை அரசு அதிகாரிகள் குறுக்கிட்டுக் கட்டுப் படுத்தவேண்டும். எல்லாப் பொருட்களுக்கும் குறிப்பிட்ட விலை உண்டு. எனவே அது திடீரென்று அதிகரிக்கவோ குறையவோ செய்யா மல் கண்காணிக்கப்படவேண்டும். வணிகர்களைப் பொறுத்தவரை அவர்கள் பொருளாதாரத்தில் ஒரு முக்கியமான பங்கை வகித்தனர். ஆயினும், வாடிக்கையாளர்களை அவர்கள் ஏமாற்றாமல் இருக்க வேண்டிய அவசியத்தை அரசரின் அதிகாரிகள் உணர்ந்திருந்தனர். வர்த்தகர்களின் லாபம் என்பது அவர்கள் பொருட்களைச் சந்தைக்குக் கொண்டுவந்து தருவதற்காக வசூலிக்கும் கட்டணம்தான். நியாயமான லாபத்தைத் தாண்டி விலைகளை உயர்த்துவது ஒரு மோசமான, தண்டனைக்குரிய செயலாகக் கருதப்பட்டது.

இம்முறை அர்த்தசாஸ்திரத்தைப் படித்ததன்மூலம் கிடைத்த முக்கிய மான கண்டறிதல் அரசருக்கும் அவருடைய நிலங்கள், மக்கள் இவற்றுக்கும் உள்ள தொடர்பைப்பற்றியது. காலனி ஆட்சியின்போது ஆங்கில எழுத்தாளர்கள், அரிஸ்டாட்டிலுடைய ‘கீழ்த்திசை எதேச்சாதி

காரம்' என்ற தத்துவத்தின்படிதான் இந்திய அரசுகள் செயல்பட்டு வந்தன என்ற கருத்தை முன்வைத்தனர். அதன்படி அரசரே நாட்டின் நிலங்கள் அனைத்துக்கும் சொந்தக்காரர். அளவில்லா அதிகாரம் படைத்தவர். நாட்டின் எல்லாக் குடிமக்களும் அவரது அடிமைகள் அல்லது அவரைச் சார்ந்தவர்கள். நிலவுடைமை என்பது அரசர் அளிக்கும் உதவிதானேதவிர நிலங்கள் அவரவர்களின் தனிப்பட்ட சொத்தல்ல. இதெல்லாம் இந்தக் கோட்பாட்டின் அடிப்படைகள்.

ஆனால், அர்த்தசாஸ்திரம் ஆட்சிமுறைபற்றி நடைமுறை ஆலோசனை களை அளிக்கும் கோட்பாட்டு நூல்தானேதவிர அரசருடைய அதிகா ரங்கள்பற்றி விளக்கும் நூலல்ல. அரசர் தன் எல்லைக்குட்பட்ட வகையில் அவர் வேண்டுவதை நிறைவேற்றிக்கொள்ளலாம் என்றாலும், இந்த நூலை உன்னிப்பாக வாசித்தால் அதன் முக்கிய கருத்து தனியுடமைக் கொள்கையை வலியுறுத்துவதல்ல என்பது தெரியவரும்.

அரசர் மற்ற பங்குதாரர்களிடையில் ஒரு பங்குக்கு உரிமையான வராகவே இருந்தார். நாட்டின் பொருளாதாரம் பெருமளவு அந் நாட்டில் வசூலிக்கப்படும் நிலவரியைச் சார்ந்தே இருந்தது. அரசர் விளைச்சலில் ஆறில் ஒரு பங்குக்கு உரிமையாளராக இருந்தார். அதனால் வசூலிக்கப்பட்ட நிலவரியிலும் அவருடைய பங்கு இருந்தது. விளைச்சலில் அரசரின் பங்கு, அரசரும் பொதுமக்களைப் போன்றே ஒரு பங்குதாரராக இருந்தது போன்றவை அர்த்தசாஸ் திரத்தில் குறிப்பிடப்பட்டுள்ளன. வரிவிதிப்பு, சுரங்கங்களைக் குத்தகைக்கு விடுதல், அரசரின் நிலங்களைக் குத்தகைக்கு விட்டு, கட்டணமாக விளைபொருட்களைப் பெறுதல் போன்ற பல இடங் களில் இவை தொடர்புபடுத்தப்பட்டுள்ளன. நிலங்கள் மற்றும் மக்களுக்கும் அரசருக்கும் இடையே ஆன தொடர்பு, கூட்டுக் குடும் பத்திலுள்ளோர் குடும்ப நிலத்திலிருந்து வரும் வருவாயில் பங்கு தாரராக இருப்பதுபோல், பொருளாதார நிறுவனங்களில் பங்குதாரர்கள் லாபத்தில் பங்கு அடைவதுபோலப் புரிந்துகொள்ளப்படவேண்டும். இவை பொருளாதார அடிப்படையில் அமைந்த ஏற்பாடுகள். இது வானளாவிய, நினைத்தபோது தன் மக்களைச் சுரண்டக்கூடிய அதிகார முடையவராக அரசர்களைச் சித்திரிக்கும் 'கீழ்த்திசை எதேச்சதி காரத்துக்கு' முற்றிலும் மாறுபட்டது.

இதுபோன்ற கருத்துகளைப் பின்வரும் அத்தியாயங்களில் விவரித்த பிறகு, அவற்றின் உதவிகொண்டு கடைசி அத்தியாயத்தில் நம்முடைய காலத்தைப்பற்றிய ஒரு தொலைநோக்குப் பார்வையை அளிக்கிறேன்.

அர்த்தசாஸ்திரத்தின் உருவாக்கம்

இரண்டாயிரம் வருடங்களுக்கு தலைமுறை தலைமுறையாக உயர்ந்த இடத்தில் வைத்துப் போற்றப்பட்டு வரும் நூல் அர்த்தசாஸ்திரம். பண்டைய இந்தியாவில், புத்தகங்கள் பனை ஓலைகளிலோ மற்ற அழியக்கூடிய பொருட்களிலோ படியெடுக்கப்பட்டு வந்தன. காலப் போக்கில் பூச்சிகளாலும் அழுகியும் அவை முழுவதுமாக அழிந்து போயின. கையெழுத்துப்பிரதிகள் மீண்டும் மீண்டும் பிரதியெடுக்கப் படாவிட்டால் நாளடைவில் அழிந்துவிடும். பழைய பிரதிகள் காலத் தால் அழிவதால், இந்தப் புத்தகத்தைப் பொறுத்தவரை இரண்டாயிரம் ஆண்டுகள் சங்கிலித்தொடர்போல் பிரதிகள் எடுக்கப்பட்டிருக்க வேண்டும். ஒருதுறையில் ஆகச்சிறந்த புத்தகமாகக் கருதப்படும் நூல் அந்தத் துறையில் உள்ள மற்ற நூல்களை முறியடித்து அழித்துவிடும். மற்ற நூல்கள் படியெடுக்கப் படாமல் பின்வரும் தலைமுறைகளில் மறைந்துவிடும். கௌடில்யரின் அர்த்தசாஸ்திரம் அவ்வாறு மற்ற நூல்களை அழித்த நூல்களில் ஒன்று. அது அரசாட்சியைப்பற்றிய பாரம் பரியமான அறிவை அளிப்பதும், பரத்வாஜர், விசாலாக்ஷர், பிஷுணர், கௌனபடந்தர், வடவ்யதி, பஹுபடந்திபுத்ரர் போன்ற நிபுணர்கள் செல்வத்தின் அறிவைப்பற்றி அளித்த மேற்கோள்களைக் கொண்ட ஒரு நூல். பர்ஹஸ்பத்யஸ், ஔஷனசஸ், மானவஸ், பராஷரஸ், அம்பியஸ் போன்ற பொருளியல் கல்வி அளிக்கும் குரு குலங்களைச் சேர்ந்த நூல். பொருளியலைப்பற்றிய பண்டைய நூல்கள் இருந்ததை நாம் அறிந்தாலும், அவற்றின் உள்ளடக்கங்களைப்பற்றி கௌடில்யரின் அர்த்தசாஸ்திரத்திலிருந்து கிடைத்ததைத்தவிர வேறெ தையும் அறியவில்லை. கௌடில்ய அர்த்தசாஸ்திரத்தின் வெற்றி அதன் அறிவார்ந்த முன்னோடிகளை அழித்துவிட்டது.

கௌடில்யரின் அர்த்தசாஸ்திரம், அதன் முதல் சூத்திரத்தில், தான் அதற்கு முன் இருந்த பொருளியல் நூல்களிலிருந்து உருவாக்கப் பட்டதை இவ்வாறு கூறுகிறது.

> இந்த ஒன்றுபட்ட அர்த்தசாஸ்திரம், பெரும்பாலும் இதற்கு முன்னிருந்த ஆசிரியர்கள் நிலத்தைக் கைப்பற்றுவது, காப்பது தொடர்பாக எழுதிய அர்த்தசாஸ்திரங்கள் (பொருளியல் நூல்கள்) அனைத்தையும் முடிந்தவரையில் தொகுத்து உருவாக்கப்பட்டது (1.1.1).

'கண்காணிப்பாளர்களின் கடமைகள்' என்ற நூலை, பொருளிய லைப்பற்றி அறிந்துகொள்ள அவசியம் படிக்கவேண்டிய நூல் என்று காமசூத்ரா குறிப்பதாக முன்னரே பார்த்தோம். அந்நூலும் பண்டைய ஆசிரியர்கள் எழுதிய பொருளியல் சார்ந்த நூலாக இருந்து

கௌடில்யரின் அர்த்தசாஸ்திரத்தால் முற்றிலும் உள்வாங்கப்பட்டிருக்க வேண்டும். ஏனெனில், அர்த்தசாஸ்திரத்தின் இரண்டாம் புத்தகம் அதே தலைப்பைக்கொண்டிருக்கிறது. செல்வத்தைப்பற்றிய அறிவின் தொகுப்பான அர்த்தசாஸ்திரத்தின் வெற்றி, அது குறிப்பிடும், அதற்கு முன்னிருந்த நூல்களை படியெடுக்கப்படாதபடிச்செய்து அழிந்து போகச்செய்துவிட்டது.

பினோய் சந்திர சென் குறிப்பிடுவதுபோல் அர்த்தசாஸ்திரத்தின் சிறப் புத்தன்மை அது தரும் யதார்த்தமான பொருளாதார, அரசியல் பார்வை யாகும். அதற்கு முன்னிருந்த அறம் சார்ந்த நூல்களில் இந்த அம்சம் கிடையாது. அரசரின் ஆளுகைக்குட்பட்ட பகுதிகள்பற்றிய கௌடில்யரின் குறிப்புகள் மதங்களின் பொருட்டோ இனங்களின் பொருட்டோ எந்தவித முக்கியத்துவத்தையும் அளிக்காதவை. புனித மான / புனிதமில்லாத பிரதேசங்கள் என்ற பிரிவை ஏற்படுத்தாதவை. உதாரணமாக, அக்குறிப்புகளின்படி தென்பகுதி வணிகப்பாதை இமயத்துக்குச் செல்லும் பாதையைவிடச் சிறப்பானது. ஏனெனில், மிகவும் விரும்பப்படும் பொருட்களான சங்குகள், வைரங்கள், உயர்வகைக் கற்கள், முத்துக்கள், தங்கம் போன்றவை தெற்கிலிருந்தும் தோல், போர்வைகள், குதிரைகள் போன்றவை வடக்கிலிருந்தும் அந்தப்பாதையில்தான் வர்த்தகம் செய்யப்பட்டன. தென்பகுதிகளுக்கு போதாயன தர்ம சூத்திரத்தில் அளிக்கப்பட்ட களங்கங்கள் ஏதும் இதில் காணப்படவில்லை. மேலும், மது விற்பனையைப்பற்றி அர்த்தசாஸ் திரம் எந்தவித மன உறுத்தலையும் வெளிக்காட்டவில்லை. மதுவகை களை விற்பனை செய்தல், ஒரு அளவுக்கு உட்பட்டு, நாட்டுக்கு நிலையான வருமானத்தை ஈட்டித்தந்தால் அதற்கு அனுமதியளித் தலையே அர்த்தசாஸ்திரம் பரிந்துரைக்கிறது. அதுபோலவே, கசாப்புக் கடைக்குக் கொண்டுவரப்படும் விலங்குகள் குறித்தும் அதன் விற்பனையில் அரசரின் பங்கைக் குறித்தும் அர்த்தசாஸ்திரம் தயக்கம் ஏதும் காட்டவில்லை. நாட்டின் பொருளாதாரத்தின் ஒரு அம்சமாக அது தழைத்தோங்கியது.[4] விலைமாதர்கள், சூதாட்டம் போன்ற வற்றிலும் அர்த்தசாஸ்திரம் இதுபோன்ற கருத்துகளையே கொண்டி ருக்கிறது. மது, கசாப்புக்கடைகள், விலைமாதர்கள், சூதாட்டம் போன்றவை ஆட்சியின் சாதாரண அம்சங்களாகவே, எந்தவித அறச் சிக்கலும் இல்லாமல், இந்நூலில் எடுத்தாளப்பட்டிருக்கிறது. அரசர் இதுபோன்ற சிலவற்றில் நேரடியாக ஈடுபட்டு, வரிவிதித்து, இவற்றால் சமூக ஒழுக்கத்துக்குக் கேடு வராமல் பாதுகாப்பவராக இருந்தார்.

கௌடில்யரின் அர்த்தசாஸ்திரத்துக்குப் பிறகு, புதிய பொருளியல் நூல்கள் பல தொகுக்கப்பட்டன. கமாந்தகரின் நீதிசாரம் என்ற நூல்

கௌடில்யரின் நூலின் கருத்துகளைச் சுருக்கமாக எடுத்து உரைத்தது. மகாபாரதத்தில் சாந்திபர்வம் ஒருவிதத்தில் பொருளியலைப்பற்றிக் குறிப்பதாகக் கொள்ளலாம். மனுவும் யாஞ்ஞவல்கியரும் எழுதிய தர்ம ஸ்மிருதிகளில், ராஜதர்மம்பற்றிய பகுதிகள் பொருளியல் பார்வையில், அரசாட்சியின் முக்கிய மரபுகள்பற்றிப் பேசுகின்றன. ஆனால், கௌடில்யரின் அர்த்தசாஸ்திரத்துக்குப் பின்வந்த எந்த நூலும் அதை முந்திச்செல்லமுடியவில்லை. எனவே, அது பிந்தைய நூல்களின் வெற்றிகளின்மூலம் அழிவுக்கு ஆளாகாமல் தொடர்ந்து படியெடுக்கப்பட்டுக்கொண்டிருந்தது. இதுபோன்ற தனித்துவம் பெற்ற நீண்டகால வரலாற்றின் மூலம், சன் சூ வின் 'போர்க்கலை (Art of War) சீன நாகரிகத்திலும், மாக்கியவல்லியின் 'இளவரசன் (The Prince) ஐரோப்பிய நாகரிகத்திலும் பெற்றது போன்ற சிறப்பானதொரு இடத்தை கௌடில்யரின் அர்த்தசாஸ்திரம் இந்திய நாகரிகத்தில் அடைந்திருக்கிறது.

அர்த்தசாஸ்திரம் மேலானதொரு மதிப்பைக் கொண்டிருந்தாலும் குறுகிய வட்டத்திலுள்ள வாசகர்களையே அது பெற்றிருந்தது. அதன் பிரதிகளும் மிகக் குறைவு. அண்மைக்காலத்தில் கிட்டத்தட்ட அது அழிந்துவிட்டது என்று கருதப்பட்ட நிலையில், பெயர்தெரியாத ஒரு பண்டிதர் மைசூர் அரசு ஓரியண்டல் நூலகத்தின் நூலகரான ஆர். சாமா சாஸ்திரியிடம் ஒரு கையெழுத்துப்பிரதியைக் கொண்டுவந்து கொடுத்தார். அதன் மொழிபெயர்ப்பு 1906-08ல் பதிப்பிக்கப்பட்டது[5]. நூலின் முக்கியத்துவம் காரணமாகவும், கருத்துகளின் அபூர்வத்தன்மை காரணமாகவும் அது அறிஞர்களிடம் உத்வேகத்தைக் கிளப்பியது. அறிஞர்கள் அதன் மற்றைய பிரதிகளைத் தேட ஆரம்பித்தனர். இன்னும் சில கையெழுத்துப் பிரதிகளும் அகப்பட்டன. பொதுவாக, இதுபோன்ற கையெழுத்துப் பிரதிகளில் ஒவ்வொரு பிரதியிலும் சில பிழைகள் இருக்கும். அதை அப்படியே பதிப்பிப்பது அந்தப் பிழைகள் காலப் போக்கில் அதிகமாக ஒரு காரணமாகும் என்பதால், பிழைகளற்ற மூலப் பிரதியை உருவாக்க, அந்தக் கையெழுத்துப்பிரதிகள் அனைத்தையும் ஒப்பிட்டு, படியெடுத்த எழுத்தாளர்கள் செய்த பிழைகளை நீக்குவதே ஒரே வழி என்று முடிவு செய்யப்பட்டது.

பேராசிரியர் ஆர்.பி.கங்ளே 1960ல் இந்நூலின் ஒரு முக்கியமான பதிப்பை வெளியிட்டார். அப்பதிப்பு அத்தனை கையெழுத்துப்பிரதிகளையும் ஒப்பீடு செய்து மூலத்தில் சொல்லப்பட்ட கருத்துகளை அறிந்துகொண்டு பிழைகளையும் இடைச்சொருகல்களையும் நீக்கி வெளியிடப்பட்டது. அதேசமயம் அவரிடத்தில் இந்தப் பணிக்காக இருந்தது ஏழு கையெழுத்துப்பிரதிகளும் எட்டு உரைகளும்தான். இந்நூலின் சமகால நூலான மனுவின் 'மனுநீதி'க்கு இருந்த

ஆயிரக்கணக்கான பிரதிகளுடன் ஒப்பிடும்போது இது அதிகமல்ல. அதிக எண்ணிக்கையில் இருந்த கையெழுத்துப்பிரதிகளிலிருந்து பாட்ரிக் ஓலிவெல் ஐம்பத்தி மூன்று ஒன்றுக்கொன்று அதிகம் சார்ந்திராத பிரதிகளையும் மனுவைப்பற்றி மற்ற ஆசிரியர்கள் எழுதிய மேற்கோள்களையும் உரைகளையும்கொண்டு மனுநீதியின் செம்பதிப்பை வெளியிட்டார்.[6]

நீதிநூல்களின் வரலாற்றில் மனுநீதியின் வெற்றி ஒரு புதிய பாதையைக் காட்டியது. முந்தைய நீதி நூல்களில் இல்லாத இரண்டு புதிய தலைப்புகளை உருவாக்கியது. 'அரசரின் கடமைகள்'(ராஜ தர்மா), 'நடைமுறை விதிகள் (வ்யவஹாரா) பதினெட்டு'[7] என்பவை அவை. இந்தப் புதிய தலைப்புகளின் உள்ளடக்கம் பொருளியல் நூல்களிலிருந்து, ஏன் கௌடில்யரின் அர்த்தசாஸ்திரத்தில் இருந்துகூடப் பெறப்பட்டிருக்கலாம். ஆனால் மனு, அரசாட்சியை யதார்த்தமாக இல்லாமல் மதம் சார்ந்தவிதத்தில் கையாண்டிருக்கிறார். மனுநீதியின் பெருவெற்றி, விவரங்கள் நிறைந்த, விரிவான அதேசமயம் நடைமுறைக்குச் சாத்தியமான வழிமுறைகளைக்கொண்ட அர்த்தசாஸ்திரத்தின் வாசிப்பை மங்கச் செய்திருக்கவேண்டும். அர்த்தசாஸ்திரத்துக்கு மனுநீதியைவிட மிகக் குறைவான கையெழுத்துப்பிரதிகள் உள்ளதற்கு இதுவே காரணமாக இருந்திருக்கவேண்டும்.

ஆசிரியரும் காலமும்

இந்தப் பெரு மதிப்புக்குரிய நூலின் ஆசிரியரைப்பற்றியும் அதன் காலத்தைப்பற்றியும் நாம் சொல்லக்கூடியது என்ன? இவை இரண்டுமே நிபுணர்களால் விவாதத்துக்குரிய விஷயங்களாகக் கருதப்படுபவை. சமூகத்தில் இந்த நூலின் இடம் என்ன என்பதைத் தொடக்கமாக வைத்துக்கொண்டு இதை ஆராயலாம். இதன் ஆசிரியரைப்பற்றிய விவரமேதும் தெரியாவிட்டால், இந்நூலின் உள்ளடக்கத்திலிருந்து கல்வியில் கரைகண்ட, மாபெரும் சாம்ராஜ்ஜியத்தில் பணிபுரிந்த அந்தணரால் தொகுக்கப்பட்டிருக்கிறது என்பதைத் தெரிந்துகொள்ளலாம். அவர் ஒரு அரசவை புரோகிதராக இல்லாமல் ஒரு அமைச்சராக (அமாத்யர்) இருந்திருக்கலாம் அல்லது அரசின் நடைமுறைகள், தினப்படி நிர்வாகம், ராஜதந்திரம், போர் இவற்றைப்பற்றிய ஆலோசனையாளராக(மந்திரி) இருக்கலாம் என்று முடிவுசெய்யலாம். இதன் ஆசிரியரின் பெயர் நமக்குத் தெரியுமென்பதால் கௌடில்யர் என்ற அந்தப் பெயர் ஓர் அந்தண கோத்திரத்தின் பெயர் என்பதை மற்ற நூல்களிலிருந்து உறுதி செய்ய முடிகிறது.

அர்த்தசாஸ்திரம் என்பது இளவரசனுக்கு அளிக்கப்படும் கல்வியின் ஒரு பகுதியாகத் தினப்படி நடத்தப்படுகிற பாடங்களின் ஒன்று (1.5.14)

எனவே, இந்நூலின் மாணவர்களாக இளவரசர்கள் இருந்திருக்க வேண்டும். ஆனால், பொருளியல் அறிவை உருவாக்கும் அந்தண அமைச்சர்கள் என்னும் சமூகப் பிரிவுக்குக் கல்வியறிவு அளிக்கவும், அவர்களின் மைந்தர்கள், மாணவர்கள் உள்ளடக்கிய வருங்கால அமைச்சர்களுக்கு கல்வி போதிக்கவும் இந்நூல் பயன்பட்டிருக்கும் என்பதையும் அறிந்துகொள்ளலாம். இந்நூலில் கௌடில்யரால் குறிப் பிடப்பட்ட முந்தைய ஆசிரியர்களும் இதே சமூகப்பிரிவைச் சேர்ந்தவர் களாகவே இருந்திருக்கவேண்டும். தொடர்ச்சியாக எழுதப்பட்ட நூல்கள் அவர்களுடைய சமூகத்தை நிலைத்திருக்கச்செய்யவும், அந்த நூல்கள் அளிக்கும் விசேஷமான அறிவு அமைச்சுப் பதவிக்கு தகுதி பெறத் தேவையான ஒன்றாகவும் கருதப்பட்டது.

அர்த்தசாஸ்திரத்தின் ஆசிரியரான இந்த கௌடில்யர் முதல் மௌரிய அரசரான சந்திரகுப்தரின் அமைச்சராகக் கருதப்படுகிறார். சந்திரகுப்தர் பொயுமு 321ல் நந்தர்கள் மீது அடைந்த வெற்றிக்குக் காரணமான வராகவும் கௌடில்யரே கருதப்படுகிறார். சந்திரகுப்தர், சாணக்கியர் ஆகிய இருவரின் சாகஸங்கள் ஹிந்து, புத்த, சமண நூல்களில் இடம் பெற்ற கதைகளில் காணப்படுகின்றன.[8] இந்தக் கதைகள் வெகுஜன கேளிக்கைக்குரியவையேதவிர வரலாற்று நிகழ்ச்சிகளின் நேரடிச் சாட்சியல்ல. உதாரணமாக ஒரு கதையில் சாணக்கியர் பிறக்கும்போதே முழுப்பற்களுடனும் இருந்தவராகச் சித்தரிக்கப்படுகிறார். அது அவர் ஓர் அரசராவதற்கான அடையாளமாகக் கருதப்படுகிறது. ஆனால் அவருடைய பெற்றோர்கள் அவர்களுடைய மைந்தன் அரசனானால், போர் போன்ற வன்முறையினால் உண்டாகும் பாவத்தை அடைவான் என்ற அச்சத்தால் அவருடைய பற்களை உடைத்துவிட்டனர். அதனால் அவர் அரசராக இல்லாவிட்டாலும் அரசரைப் போன்று வாழ்வார் என்று கூறப்பட்டது. பொம்மலாட்டக்காரரைப்போல ஆட்சியின் நூலைத் தன் கையில் பிடித்தவராக இருப்பார், மகுடத்தின் பின்னாலிருந்து இயக்குவார் என்றெல்லாம் ஆருடங்கள் கூறப்பட்டன.

மற்றொரு கதை, அரசரின் இருக்கையில் சாணக்கியர் அமர்ந்திருந் ததைக் கண்ட நந்த அரசர் வெகுண்டார் என்றும், அதன் காரணமாக அரசவையில் இருந்து வெளியேற்றப்பட்டதால் சாணக்கியர் சின மடைந்து நந்த வம்சத்தை அழிக்க சூளுரைத்தார் என்றும் கூறுகிறது. அரசரது ஆட்கள் அவரைத் துரத்தியபோது சாணக்கியர் துரிதமாக யோசித்து ஆஜீவகத் துறவிபோல் தன் ஆடைகள் அனைத்தையும் துறந்து தியானத்தில் ஆழ்ந்து தப்பித்தார். பின்னாளில் சந்திரகுப் தருடைய அமைச்சராக விளங்கிய அவரது செயல்கள் அவரை ஒரு புத்தி சாலியான அமைச்சராகவும் ராஜதந்திரியாகவும் உருவாக்கின. இவ்வாறு பலவிதமாக உலவுகிற சாணக்கியரது வாழ்க்கையைப்

பற்றிய கதைகளை வரலாறு என்று நாம் ஏற்றுக்கொள்ளாவிட்டாலும், உண்மையில் சாணக்கியர் என்று வரலாற்று முக்கியத்துவம் வாய்ந்த ஒருவர் இருந்தார் என்பதில் ஐயமில்லை.

ஆனால் நம்முன் இருக்கும் கேள்வி சந்திரகுப்தமௌரியரின் அமைச் சரான சாணக்கியரும் எழுத்தாளர் கௌடில்யரும் ஒருவர்தானா என்பது. பண்டைய குறிப்புகள் இக்கேள்விக்கு ஆம் என்ற பதிலை அளிக் கின்றன. அர்த்தசாஸ்திரத்தின் ஒரு பத்தியில் உள்ள நந்தர்களின் தோல்விபற்றிய செய்திகள் இக்கருத்தை உறுதிசெய்கின்றன:

இந்த நூல் அவரால் புனையப்பட்டது. சீற்றங்கொண்ட அவர் இந்த அறிவையும் ஆயுதங்களையும் நந்தர்களின் கட்டுப்பாட்டில் இருந்த நிலத்தையும் விரைவிலேயே புனர்நிர்மாணம் செய்தார். (15.1.73)

இதற்கு மாறுபட்ட தரவு எதுவும் இல்லாததால், மேலே குறிப்பிடப் பட்டுள்ளதையே உண்மையெனக் கொள்ளலாம்.

ஆனாலும், இந்த வாதத்தில் பல சந்தேகங்கள் எழுப்பப்பட்டு அறிஞர் களிடையே விவாதங்கள் நடைபெற்றன. முக்கியமாக, ஏன் இந்த நூலில் சந்திரகுப்தர்பற்றியோ, மௌரியப்பேரரசுபற்றியோ அல்லது அதன் தலைநகரான பாடலிபுத்திரத்தைப்பற்றியோ குறிப்பிடப்பட வில்லை என்ற கேள்வி எழுப்பப்பட்டது. இந்நூலில் குறிப்பிடப்பட்ட அரசுகள் சாதாரணமானவையே, நமக்குத் தெரிந்த மௌரியப்பேரரசு போல, அசோகரின் கல்வெட்டுகளிலிருந்தும், சந்திரகுப்தரின் அரச வைக்கு வந்த கிரேக்கத் தூதர் மெகஸ்தனீஸின் குறிப்புகளிலிருந்தும் தெரியவருவதைப்போல் பெரிய நிலப்பரப்பைக் கொண்டவை அல்ல. ஆயினும் இதை ஒரு பெரிய விடுபடலாகக் கொள்ளமுடியாது. கங்ளே குறிப்பிட்டதைப்போல அர்த்தசாஸ்திரம் ஒரு கற்பனை அரசனுக்கு ஒரு கற்பனை அரசைப்பற்றிச் சொல்லப்பட்டது, மௌரியப் பேரரசை ஆண்ட உண்மையான சந்திரகுப்தருக்கு அல்ல.[9] பொருளியல் நூல்களின் வழக்கமான கட்டமைப்பு இதுதான். அதுதவிர இந்நூலின் உள்ளடக்கம் இதற்கு முன்பிருந்த பொருளியல் நூல்களிலிருந்த மரபைப் பின்பற்றியது. சமகால உதாரணங்களையோ, வரலாற்று முன்னோடிகளிலிருந்தோ வந்தது அல்ல. இது ஒரு வலுவான வாத மாகப் பட்டாலும் சாணக்கியருடைய பேரரசை உருவாக்கும் முறைக்கும் கௌடில்யர் உருவாக்கிய நூலுக்கும் தொடர்பே இல்லை என்று இவ்வாதம் புரிந்துகொள்ளப்படலாம். அது நாம் எதிர்பார்ப் பதற்கு மாறான ஒரு கருத்து. அதுதவிர மௌரியப் பேரரசின் வரலாற்றுப் பின்னணியைப்பற்றி அறிய உதவும் அர்த்தசாஸ்திரத்தின் மதிப்பையும் இது குறைக்கிறது. ஒரு மருத்துவ முறை நோயை மட்டுமல்லாது நோயாளியையும் கொல்வது போன்றது இது.

இந்நூலில் உள்ள சில பகுதிகள் மௌரியருக்குப் பின் வந்த காலத்தைக் குறிக்கின்றன. அவை அனைத்தையும் குறிப்பிடுவது இந்தப் புத்தகத்தின் நோக்கமல்ல என்றாலும் முக்கியமான ஒரு பொதுக்கருத்தைப்பற்றிக் கூறுகிறேன். அர்த்தசாஸ்திரம் ஆடம்பரப் பொருட்களைப்பற்றி, சீனாவி லிருந்தும் ரோமிலிருந்தும் வரவழைக்கப்பட்ட பொருட்களைப்பற்றிப் பெரிய அளவில் பேசுகிறது. இந்த இடங்களில் செய்யப்பட்ட வர்த்த கத்தைப்பற்றிய குறிப்பேதும் இல்லாவிட்டாலும் அதன்மூலம் இறக்குமதி செய்யப்பட்ட உயர்வகைப் பொருட்களைப்பற்றிய குறிப்புகள் காணக் கிடைக்கின்றன. சீனாவைப்பற்றிப் பேசும்போது சீனப் பட்டுபற்றிக் கூறுகிறது. ஆனால் சீனா என்ற பெயர் பொயுமு 221க்குப் பின் வந்த சின் வம்சத்திலிருந்து அதாவது சந்திரகுப்த மௌரியருக்குப் பல வருடங்களுக்குப் பின்னால் வந்த அரசிலிருந்து வந்தது.

ரோம் நகரைப்பற்றிப் பார்த்தால், இந்தியாவுக்கும் ரோமாபுரிக்கும் இடையே நடைபெற்ற வர்த்தகம் பொயு முதலாம் நூற்றாண்டுக்குப் பிறகுதான் வேகமாக வளர்ச்சியடைந்தது. அது மௌரியப்பேரரசு முழுவதுமாக வலுவிழந்த பிறகு, அலெக்சாண்டிரியாவிலிருந்த கிரேக்க மாலுமிகள் பருவக்காற்றைப் பயன்படுத்திச் செங்கடலி லிருந்து இந்தியாவுக்குக் குறைவான நேரத்தில் வந்து திரும்பும் வண்ணம் கப்பல்களைச் செலுத்துவதை அறிந்த பின்னர் நடந்தது. இந்த வர்த்தகத்தின் அளவு மிக அதிகம். ரோமாபுரியிலிருந்து தங்கமும் பவளமும் இந்தியாவிலிருந்து ரத்தினங்களும் முத்துக்களும் இவ்வர்த்த கத்தில் இடம் பெற்றன. இவ்வர்த்தகத்தைப்பற்றி அர்த்தசாஸ்திரம் கூறும்போது, நகைகள் செய்வதற்காக விலையுயர்ந்த செம்பவழம் அலெக்சாண்டிரியாவிலிருந்து வரவழைக்கப்பட்டதாகக் கூறுகிறது.

இலங்கையைப்பற்றி அது பரசமுத்திரா, அதாவது கடலுக்கு அப்பால் என்னும் பொருள்படும் சொல்லால் குறிப்பிடுகிறது. அது பொயு முதல் நூற்றாண்டில் கிரேக்க மாலுமிகள் பயன்படுத்திய பலைசிமொண்டு என்ற சொல்லுக்கு அருகில் வருகிறது. தென்னிந்தியாவிலுள்ள முத்துக்களைப்பற்றி அதிகக் குறிப்புகளை இந்நூல் கொண்டுள்ளது. அது தென்னிந்தியாவிலிருந்தும் இலங்கையிலிருந்தும் ரோமாபுரிக்கு வர்த்தகம் செய்யப்பட்ட காலத்துக்கு இணையாக உள்ளது (பொயு முதல் மற்றும் இரண்டாவது நூற்றாண்டு). ரோமாபுரியுடனான வர்த்த கத்தில் இந்தியத் துறைமுகங்களிலிருந்து சீனப் பட்டும் இடம் பெற்றிருந்தது என்பதை அறிவோம். இவை எல்லாம் பொயுமு 321-175ல் இருந்த மௌரியப்பேரரசுக்குப் பதிலாக பொயு 150க்கு அருகில் உள்ள ஒரு காலத்தை அர்த்தசாஸ்திரத்துக்கு அளிக்கின்றன.

அறிஞர்கள், இந்தக் குறிப்புகளில்மூலம் நேரெதிர் முடிவுகளுக்கு வரவும் சாத்தியக்கூறுகள் உள்ளன. உதாரணமாக, இந்த நூலில் ஒரு

நிபுணரான கங்ளே மௌரியரின் காலமாகச் சொல்லப்படுவதை ஏற்றுக் கொள்கிறார். ஆனால், எஸ்.ஆர். கோயல், அர்த்தசாஸ்திரத்தை மெகஸ் தனீஸ் எழுதிய மௌரியப்பேரரசின் குறிப்புகளோடு ஒப்பிட்டு இது மௌரியப்பேரரசின் காலத்துக்குப் பின்னால் எழுதப்பட்டது என்று முடிவு செய்தார்.[10]

அர்த்தசாஸ்திரம் மௌரியரின் காலத்தைச் சார்ந்ததோ இல்லை அதன் பின்னால் வந்ததோ; எல்லா அறிஞர்களும் ஒப்புக்கொள்ளுவது அது பல்வேறு தரப்பட்ட சிந்தனைகளின், பல்வேறு ஆசிரியர்களின் மரபைச் சேர்ந்த ஒரு தொகுப்பு என்பதுதான். அந்த மரபுகளில் சில கூறுகள் மௌரியப் பேரரசுக்கும் முற்பட்டவை. உதாரணமாக, அரசன் நான்கு வழிகளில் அந்நிய நாடுகளுடன் தொடர்பு வைத்துக்கொள்ளவேண்டும் என்று ஒரு பண்டைய விதிமுறை கூறுகிறது. அவை சமாதானம் (சாம), பரிசுகள் (தான), பிரிவை விதைப்பது அல்லது பிரிப்பது (பேத), போர் (தண்ட). அதை அப்படியே இந்த நூலில் குறிப்பிடும் கௌடில்யர், இந்தக் கருத்து முன்பு எழுதப்பட்ட நூல்களில் இருந்ததை நிச்சயம் பார்த்திருக்கக்கூடும். அர்த்தசாஸ்திரம் சமகால அரசின் சிக்கல்களுக் கான தீர்வு அல்ல. ஆட்சியின் வழிமுறைகளைப்பற்றி அரசருக்கு ஆலோசனை சொல்லும் பணியில் இருந்த பல ஆசிரியர்கள் பல நூற்றாண்டுகளாகத் தந்துகொண்டிருந்த தீர்வுகளின் பொதுவான தொகுப்பே.

2.முடியரசுகள்

அர்த்தசாஸ்திரம் என்பது செல்வத்தைப்பற்றிய அறிவு. அதே சமயம் அரசியலின், அரசாட்சியின் அறிவும்கூட. அரசியல் அதிகாரமும் பொருளாதார அதிகாரமும் ஒன்றுக்கொன்று பிரிக்க இயலாமல் இணைந்துள்ளன. அதன் வாழும் உதாரணமாக விளங்குவது நாட்டின் அரசர்.

ஆயிரக்கணக்கான ஆண்டுகளாக இந்தியாவிலும் உலகின் பல நாடுகளிலும் ஆதிக்கம் செலுத்திவந்த அரசியல் முறையாக முடியாட்சியே இருந்தது. அதன் ஆதிக்கம் பல இடங்களிலும் இப்போதுதான் முடிவுக்கு வர ஆரம்பித்திருக்கிறது. மன்னராட்சிக்குப் பதிலாக, பண்டைக்காலக் குடியரசுகளின் தற்போதைய வடிவமான பிரதிநிதித்துவ ஜனநாயகம் அரசியல் களத்தின் புது விதியாக உருவெடுத்திருக்கிறது. இந்த மாற்றத்தின் முக்கியமான படியாக இந்திய-பாகிஸ்தான் நாடுகளின் விடுதலையைக் கருதலாம். சமஸ்தானங்களின் ஆட்சியை முடிவுக்குக் கொண்டுவந்ததன் மூலம், முடியாட்சியின் கடைசிச் சுவடுகளை அது அகற்றிவிட்டது. அதுமட்டுமல்லாமல், உலகின் பல்வேறு பகுதிகளில் காலனி ஆதிக்கத்தை முடிவுக்குக்கொண்டுவந்து, ஐரோப்பியப் பேரரசுகளிலிருந்து பல புதிய நாடுகளை இது உருவாக்கியது. நேபாளத்தில் 2009ல் நடந்த முடியாட்சி மாற்றம், உலகின் கடைசி ஹிந்து அரசையும் அகற்றிவிட்டது. இம்மாற்றங்களிலிருந்து விடுபட்ட, துணைக்கண்டத்தைச் சேர்ந்த ஒரே அரசு பூடான். முடியரசுகள் நமது கண்களுக்கு முன்னாலேயே மறைந்து வருகின்றன. அர்த்தசாஸ்திரம் ஒரே சமயத்தில் செல்வத்தைப்பற்றியும் அரசாட்சியைப் பற்றியும் பேசுவதால், அக்கால பொருளாதார முறைகளைப்பற்றி அறிந்துகொள்ள, அக்கால அரசாட்சி முறைகளை அறிந்துகொள்ளுதலும் அவசியமாகிறது. அரசாட்சியைப்பற்றிய புரிதல், அதன் பின் வந்த தற்காலக் குடியரசுகளைப்பற்றிப் புரிந்துகொள்ள உதவும்.

அர்த்தசாஸ்திரம் இரண்டு வகைகளில் அரசாட்சியைப்பற்றி நமக்குத் தெரிவிக்கிறது. முதலாவது, அரசனுக்கு நேரடியாக அறிவுரை வழங்கும் முறையில். இரண்டாவது, அரசாட்சியை ஜனநாயகத்துடன் ஒப்பிட்டு, நடைமுறையில் எதுவெல்லாம் அரசாட்சியில் சேராது என்பதைப்பற்றித் தெரிவிப்பதன் மூலம்.

பண்டைய குடியரசு

அர்த்தசாஸ்திரம் அரசியலமைப்புகளை முடியரசு (மன்னராட்சி) என்றும் குடியரசு (குடியாட்சி) என்றும் இருவகையில் வேறு படுத்துகிறது. அதனுடைய பதினோராவது புத்தகம் முழுவதும் குடியர சைப்பற்றியே எழுதப்பட்டுள்ளது. குடியரசுகளுக்கு ஒரு நீண்ட வரலாறு உண்டென்றும், அவற்றில் சில குடியரசுகள் நூற்றாண்டு களாக வெற்றிகரமாகச் செயல்பட்டு வந்தன என்பதும், தம் பெயரில் நாணயங்களைக்கூட வெளியிட்டு வந்தன என்பதும் நமக்குத் தெரியும். சில குடியரசுகள், வலிமை வாய்ந்த முடியரசுகளால் வெற்றிகொள்ளப் பட்டு அவற்றுக்குக் கப்பம் கட்டும் சிற்றரசுகளாக மாறின. மற்றவை, அதுபோன்ற முடியரசுகளின் முயற்சிகளை சமாளித்துத் தங்களைக் காப் பாற்றி வந்தன. ஒரு அரசனின் பார்வையிலிருந்து குடியரசுகளைப்பற்றி அர்த்தசாஸ்திரம் என்ன சொல்கிறது என்பதை வைத்து, ஒரு நாடாக, பொருளாதார நிறுவனமாக, முடியரசுகளின் தன்மையை உள்ளங்கை நெல்லிக்கனிபோல அறிந்துகொள்ளலாம்.

அர்த்தசாஸ்திரம் அரசனின் பார்வையிலிருந்து குடியரசுகளின் ஒட்டு மொத்த இயல்பை எவ்வாறு விவரிக்கிறது என்பதில் இருந்து தொடங் குவோம்.

ஒரு குடியரசை வெற்றி கொள்வது என்பது ஒரு படையை வெல் வதைப்போல, ஒரு நட்பைப் பெறுவதைப் போலச் சிறப்பானதாகும். ஏனெனில் தமக்குள் ஒன்றிணைந்து செயல்படும் குடியரசை வெல்வது எதிரிகளுக்குச் சாத்தியமில்லாதது. அரசன் அவற்றில் நட்புப் பாராட்டுபவற்றை சமாதானத்தினாலும் (சாம) பரிசில்களை அளித்தும் (தான) வெல்லவேண்டும். பகைமை பாராட்டும் குடியரசுகளை பிரித் தாளும் சூழ்ச்சியாலும் (பேத) வலிமையினாலும் (தண்ட) வெல்ல வேண்டும். (11.1.1-3)

ஆக, குடியரசுகள் தமக்குள் ஒன்றிணைந்து செயல்படுவதால் வலிமை மிக்க எதிரிகளாகவும், போர் வலிமை மிகுந்த படைகளைக் கொண்ட தாகவும் இருக்கின்றன. இது முடியரசுகளின் ஒன்றிணைந்து செயல் படும் தன்மை குறைவு என்பதையும் அவற்றின் வலிமை குறைவானது என்பதையும் புலப்படுத்துகிறது. ஏன் அப்படி? குடியரசுகளில்

அரசியலதிகாரம் போர்ப் பிரிவினரிடம் பரவலாகப் பகிர்ந்தளிக்கப் பட்டுள்ளது. அதன் உறுப்பினர்கள் சபையில் விவாதித்து, பொது அலுவல்களைப்பற்றி முடிவு செய்கின்றனர். இவ்வாறு முடி வெடுப்பதில் பங்கெடுத்துக் கொள்வதால், அனைவரிடமும் பலமான தொரு ஒற்றுமை உருவாகிறது. அந்தப் பிரிவின் ஒவ்வொருவரும் அனைவரின் முழுமையான நலனுக்கும் பொறுப்பேற்றுக் கொள் கின்றனர். அதிகாரத்தைப் பகிர்ந்துகொள்வதால் ஏற்படும் இந்த பலமான இணக்கமே குடியரசுகளின் மிகப்பெரிய சொத்து. அர்த்த சாஸ்திரம் உணர்த்துவதைப்போல இதன் நேரடி விளைவு குடிய ரசுகளில் போர்க்குணத்தையும் படைத்திறனையும் உருவாக்குகிறது. அதே சமயம், நாம் பார்க்கப் போகும் இதற்கு நேரெதிரான முடியரசு போல் இல்லாமல், குடியரசின் இயல்பு தாக்கும் தன்மையைவிட தற்காக்கும் தன்மையை அதிகம் கொண்டிருக்கிறது.

பிரெஞ்சு சமூகவியலாளர் எமில் துர்கைம் *(1858-1917)* இரண்டுவிதமான சமூக ஒற்றுமைகளைப்பற்றிக் குறிப்பிட்டிருக்கிறார். எளிமையான, மக்களின் செயல்பாடுகளில் அதிக உள் வேறுபாடுகள் இல்லாத ஒரு சமூகத்தில், அச் சமூகத்தைச் சேர்ந்த மக்களிடையே நிலவும் ஒத்த தன்மையே அதன் ஒற்றுமைக்குக் காரணமாக இருக்கிறது. துர்கைம் இதை இயந்திரத்தனமான ஒற்றுமை (mechanical solidarity) என்று குறிப்பிடுகிறார். நேர்மாறாக, சிக்கலான கட்டமைப்புக் கொண்ட சமூகங்களில் உள்ள வேலைப் பகிர்வு முறை (division of labour) அங்கே பல நிபுணர் குழுக்களை உருவாக்குகிறது. ஆனால் அக்குழுக்கள் தன்னிறைவு பெறாததாலும், அவை உற்பத்தி செய்யும் பொருட் களையும் வேலைகளையும் பண்டமாற்று செய்ய வேண்டிய அவசியத் தாலும் ஒன்றுக்கொன்று சார்ந்து உள்ளன. இதை இயற்கையான ஒற்றுமை (organic solidarity) என்று துர்கைம் குறிப்பிடுகிறார். துர்கைம் பயன்படுத்திய இந்த வார்த்தைகளிலிருந்து, சிக்கலான கட்டமைப்புக் கொண்ட சமூகங்கள் எளிய சமூகங்களைக் காட்டிலும் வலுவான ஒற்றுமை கொண்டதாக இருக்குமென்பதை நாம் புரிந்துகொள்ளலாம். ஆனால் கௌடில்யரின் அர்த்தசாஸ்திரம் இதற்கு மாறான கருத்தை முன்வைக்கிறது. அது துர்கைம்மின் கோட்பாட்டுக்கு மாறாக, எளிமை யான சமூகங்களுக்கு உதாரணமாக விளங்கும் குடியரசுகளின் பலத்தை எடுத்துரைக்கிறது.

'சங்க' என்று அழைக்கப்பட்ட பண்டைய குடியரசுகள் அவற்றை ஆண்ட போர்வகுப்பினரின் உறுப்பினர்களுக்கு இடையே உள்ள ஒத்த தன்மையை அடிப்படையாகக் கொண்டவை. இக்குடியரசுகளில் தொழில் அடிப்படையான நிபுணத்துவத்தில் (வேலைப்பகிர்வு முறையினால் வருவது) உள்ள வேறுபாடு, அறவே இல்லை என்று

சொல்லமுடியாவிட்டாலும் குறைவான அளவிலேயே இருந்தது. அர்த்தசாஸ்திரம் குடியரசுகளை இரண்டு வகையாகப் பிரிக்கிறது. இதில் இரண்டாவதுவகை முதலாவதைவிடச் சிக்கலான அமைப்பு கொண்டது.

> காம்போஜர்கள், சுராஷ்டிரர்கள், ஷத்திரியர்கள், ஷ்ரேணிகள் முதலா னோர் வேளாண்மையையும் போரிடுவதையும் தொழிலாகக் கொண்டவர்கள். லிச்சாவிகள், வ்ரிஜிகர்கள், மல்லகர்கள், மத்ரகர்கள், குக்குரர்கள், குருவம்சத்தினர், பாஞ்சாலர்கள் முதலானோர் 'ராஜா' என்ற சிறப்புப் பெயரோடு வாழ்பவர்கள். (11.1.4)

முதலாவது வகையினர் வேளாண்தொழில் செய்பவர்களும் போர்புரி பவர்களுமாவார். இவர்கள் சுய தேவைகளைப் பூர்த்தி செய்துகொள்ளக் கூடியவர்கள் என்றும் அதனால் குறைந்த அளவிலேயே வேலையாட் களையும் அடிமைகளையும் வைத்திருந்தவர்கள் என்பதும் நாம் புரிந்து கொள்ளக்கூடியதே. இரண்டாவது வகையினர் தங்களை அரசர்கள் என்று அழைத்துக்கொண்ட போரிடும் வகுப்பைச் சேர்ந்தவர்கள். இவர்கள் நிலச்சுவான்தாரர்களாகவும் போர்வீரர்களாகவும் இருந்தனர் என்றும் தங்கள் நிலங்களை உழுவதற்கு வேலையாட்களையும் அடிமைகளையும் வைத்திருந்தனர் என்பதையும் ஊகிக்கலாம். புத்தமத நூல் ஒன்று குடியரசுகளைப்பற்றிக் கூறும்போது, பிராமணர்கள், ஷத்தி ரியர்கள், வைசியர்கள், சூத்திரர்கள் என்ற நால்வகை வருணத்தாரையும் பற்றிக் குறிப்பிடாமல், அரசர்களையும் அடிமைகளையும் உள்ளடக் கியதாக குடியரசுகள் இருந்தன என்று கூறுவதை இதுபோன்ற இரண்டு வகைச் சமூக அமைப்பு நினைவு படுத்துகிறது. இந்தச் சமூக அமைப்பு, மாறுபட்ட தொழில்களையும் அந்தஸ்தையும்கொண்டு, சிக்கலான தாகத் தோன்றினாலும், சாதிப்பிரிவினைகள் கொண்ட முடியரசுகள் போன்ற சிக்கலான அமைப்பாக இல்லை என்பதைக் கவனத்தில் கொள்ளவேண்டும். அதுபோலவே, ஒரு குடியரசில் பல அரசர்கள் இருந்ததாக நமக்குக் குறிப்புகள் கிடைக்கின்றன. எனவே குடியரசு என்பது அரசரே இல்லாமை என்பதைவிட பன்முகத்தன்மை கொண்ட அரசாட்சியையே குறிக்கிறது என்று கொள்ளலாம். ஏகாதிபதி (Ekaraja) என்பது குடியரசின் போர்வகுப்பைச் சேர்ந்த பல்வேறு ஆட்சியாளர் களை முடியரசுகளை ஆட்சி செய்யும் ஒரே அரச பரம்பரையினருக்கு ஒப்புமைப்படுத்துவது என்று சொல்லலாம்.

அக்காலக் குடியரசு போர்வகுப்பினரிடையே ஓரளவுக்கு சமத்துவப் பங்கீட்டைக் கொண்டிருந்தாலும் தற்போதைய குடியரசுகள் போல், அரசியல் உரிமைகள் அனைவருக்கும் தரப்பட்ட ஜனநாயகமாக இருக்க வில்லை. குடியரசுகள் சமூக அளவில் ஒப்பிடும்போது, நான்கு வருணங்களை அடிப்படையாகக்கொண்ட முடியரசுகளைவிட எளிமை

யானதாக இருந்தன. இந்த சாதிப் பிரிவினை துர்கைமின் கோட்பாடு கூறுவதைப்போல வேலைப்பகிர்வினால் ஏற்பட்டது. இதன் அடிப் படையில் ஏற்பட்ட குழுக்கள் தமது தொழில்களின் அடிப்படையிலும் ஒருவருக்கொருவர் சார்ந்து இருக்கும் தன்மையினாலும் அடையாளப் படுத்தப்பட்டன. கங்ளே, குடியரசுகளின் ஆலோசனை சபை அதிலுள்ள இனங்களின் தலைவர்களைக் கொண்டதாக இருந்திருக்கலாம் என்று ஊகிக்கிறார். இது ஏற்கக்கூடிய ஒரு வாதமாகும்[1]. அந்த இனங்களுக் கிடையே ஏற்பட்ட திருமண முறையினால் அவை ஒற்றுமையாக இருந் திருக்கக்கூடும். அவ்வாறு கூட்டினமாக வாழும் மக்கள் ஒரு பொதுப் பெயரைக் கொண்டிருந்தனர்.

குடியரசுகளின் அமைப்பினைப்பற்றி நமக்கு அதிகம் தெரியவில்லை. துரதிருஷ்டவசமாக, அர்த்தசாஸ்திரம் குடியரசுகளைப்பற்றிய புறவய மான நோக்கையே நமக்கு அளிக்கிறது. பதினோறாவது புத்தகத்தின் முக்கிய நோக்கம், குடியரசுகள் எவ்வாறு செயல்பட்டது என்று விளக்கு வதல்ல. ஒரு அரசன் பகைமையுள்ள ஒரு குடியரசை அதன் போர் வகுப்பினருக்கிடையே பிளவை ஏற்படுத்தி, ஒற்றுமையைக் குலைத்து, அதன்மூலம் பலவீனத்தை ஏற்படுத்தி, எப்படி வெற்றிகொள்வது என்று ஆலோசனை சொல்வதே அதன் மையக்கருத்து. குடியரசுகளின் அரசியல், சமூகக் கட்டமைப்புகளைப்பற்றி இதன்மூலம் அறிந்துகொள்ளமுடிய வில்லை. புத்த, சமண குருமார்கள் இதுபோன்ற குடியரசுகளிலிருந்து வந்த காரணத்தாலும், அம்மதங்களில் துறவிகளுக்கு ஏற்பட்ட விதிகள், குடியரசுகளின் அரசியல் கட்டமைப்பின் கூறுகளைக் கொண்டிருப்ப தாலும், அந்த மத நூல்களிலிருந்து குடியரசுகள்பற்றிய சில விவரங்களை நாம் அறியலாம். எந்தக் குடியரசுகளிலிருந்து இம்மதங்கள் தோன் றினவோ அவற்றை நினைவுபடுத்தும் வண்ணம், இந்த மதங்களைச் சேர்ந்த மடங்களின் விதிமுறைகள் 'சங்க' என்று அழைக்கப்பட்டன.[2]

பண்டைய முடியரசுகள்

சமூகக் கட்டமைப்பிலும் ஆட்சிமுறை விதிகளிலும் குடியரசுகளுக்கும் முடியரசுகளுக்கும் உள்ள வேறுபாடுகள் அரசியல் மற்றும் பொருளா தார எதிர்விளைவுகளைக் கொண்டிருந்தன. குடியரசுகள் நாடுகளின் எல்லைகளை விரிவாக்கம் செய்யக்கூடிய திறன் உடையனவாக இருந் தாலும், ஒரு அளவுக்கு மேல் விரிவாக்கம் செய்து சாம்ராஜ்யங்களை உருவாக்கக்கூடிய தன்மை உடையனவாக இல்லை. ஏனெனில், அவை ஒத்ததன்மையின்பேரில் அமைந்த 'இயந்திரத்தனமான ஒற்றுமையைக்' கொண்டவை. இது புதிய நாடுகளை வெற்றிகொள்ளும்போது, அவற்றின் மக்களை அடிமைகளாக, தம்மை சார்ந்திருப்பவர்களாக ஏற்றுக்கொள்வதில் தடைகளை ஏற்படுத்துகிறது.

குடியரசுகள் மற்ற குடியரசுகளோடு கூட்டமைப்புகளை ஏற்படுத்தி தமது நாட்டின் பரப்பளவை அதிகரித்துக்கொண்ட போதிலும், இம் முறையிலும் குறைபாடுகள் இருந்தன. உறுப்பினர்கள் அதிகமாக அதிகமாக, கூட்டமைப்புகளை நிலைநிறுத்துவது கடினமாக இருந்தது. முடியரசுகள் குடியரசுகளை வென்று அவற்றை ஆட்சி செய்ய முடிந்தது. ஆனால் குடியரசுகளால் முடியரசுகளை வெல்லமுடிய வில்லை. புத்தர் பிறந்த வம்சமான சாக்கியக் குடியரசு, அதனை ஆக்கிர மித்த கோசல அரசிடம் தனது சுதந்தரத்தை இழந்தது. முடியரசுகள் போர்களின் மூலமாக மட்டுமின்றி சில மறைமுகமான முயற்சிகளை மேற்கொண்டும் அண்டை நாடுகளை வெற்றி கொண்டன.

புத்தர் மற்றும் மகாவீரரின் காலத்தில், அளவில் பெரிய கோசல தேசத்தை எதிர்த்து மகத அரசு தனது நாட்டை விரிவாக்கம் செய்து வந்தது. மகதத்துக்கு வடக்கே விரிஜிகளின் விதேக நாடு இருந்தது. அது மகாவீரர் பிறந்த, பழங்குடியினரின் கூட்டமைப்பாலான ஒரு குடியரசு. மகத மன்னன் அஜாதசத்ருவைப்பற்றிய கதைகள் அவரை கடுமை யானவராக, போர்க்குணம் கொண்டவராகச் சித்திரிக்கின்றன. வடக்கில் கங்கையைக் கடந்து விரிஜிக்களை வெல்ல முடியாத அஜாத சத்ரு, அவரது அந்தண அமைச்சரான வர்ஷகாரரிடம் பிணக்கு ஏற்பட்டதுபோல் பாவனை செய்தார். அமைச்சர் அவரிடமிருந்து தப்பி ஓடுவது போல் நடித்து விரிஜிக்களிடம் தஞ்சம் புகுந்தார். அங்கே அவர் பிரிவினையின் விதையை விதைத்து, மகதம் அவர்களை வெற்றி கொண்டு தம்முடன் சேர்த்துக்கொள்ள வழி செய்தார். இந்தக் கதை ஒரு நேரடி சாட்சியின் விளக்கமாக மட்டுமில்லாமல், அர்த்தசாஸ்திரம் காட்டும் ஒரு வழிமுறையாக, எப்படி உள்நாட்டுக்கலகத்தை எற் படுத்தி ஒற்றுமையைக் குலைக்கலாம் என்பதன் உருவகமாக இருக்கிறது. அர்த்தசாஸ்திர மரபின் ஆசிரியர்களும், அதை நிலை நிறுத்தியவர்களுமான சாணக்கியர் போன்ற அந்தண அமைச்சர்களின் உதாரணமாக வர்ஷகாரர் இருக்கிறார்.[3]

குடியரசுகளுக்கு மாறுபாடான நிலைமையைக் கொண்டுள்ள முடிய ரசுகள், சிக்கலான சமூக அமைப்பைக் கொண்டவையாகவும் குறை வான சமூக ஒற்றுமையைக்கொண்டும் இருந்தன. அரசியல் அதிகாரம் போர்புரியும் வகுப்பினரிடையே பகிர்ந்தளிக்கப்படாமல், ஒரே பரம் பரையில், அரசருடைய குடும்பத்தில் குவிந்திருந்தது. இவ்வகை அரசுகள், பல அடுக்குகள் கொண்ட வேலைப் பகிர்வு முறையை அடிப் படையாகக் கொண்டவை. அதனால் அவர்களின் பொருளாதார நிலை ஓங்கியே இருந்தது. முடியரசர்கள், தமது அரசுகளை விரிவாக்கி, அந்நிய மக்களை வெற்றிகொண்டு தம்முடன் சேர்த்துக்கொண்டனர். அவர்களிடமிருந்து வரிவசூல் செய்யவும், புதிய நிலப்பகுதிகளை

வெற்றிகொண்டு அவற்றில் வரிகொடுக்கும் வேளாளர்களைக் குடியேற்றவும் அளவில்லா ஆர்வம் கொண்டிருந்தனர். மையத்தில் அதிகாரம் குவிந்து கிடப்பதால், முடியரசுகள் நிதி திரட்டும் திறனை அதிகமாகக் கொண்டதாகவும், பெரும் படைகளை திரட்டும் ஆற்றல் படைத்ததாகவும், மிகப் பெரிய அரண்மனைகளையும் கோவில் களையும் கட்டும் திறன் உள்ளதாகவும், பல அடுக்குகள் கொண்ட சமூக அமைப்பை நிர்வகிக்கும் தன்மை கொண்டதாகவும் இருந்தன. தூர தேசங்களிலிருந்து கொண்டுவரப்பட்ட ஆடம்பரப் பொருட்கள் அத்தகைய சமூக அடுக்குகளை வரையறுக்கவும் கட்டிக்காக்கவும் பயன்பட்டன. அப்படிப்பட்ட பொருட்களை அச் சமூகங்களைச் சேர்ந்த மக்கள் வாங்குவது அவரவருடைய பொருளாதார நிலையைச் சார்ந்து இருந்தது. அந்தப் பொருளாதார நிலை அவர்களின் சமூக, அரசியல் அதிகாரங்களின் அடிப்படையில் இருப்பதால் சமூகத்தில் அவர்களின் நிலை அதைக்கொண்டு தீர்மானிக்கப்பட்டது. குடியரசு களைப்போலல்லாமல் முடியரசுகள் பொருளாதாரத்தில் செயலூக்கம் பெற்று, சூழ்நிலைக்கேற்பத் தம்மை மாற்றிக்கொள்ளும் தன்மை கொண்டிருந்தன.

இதுபோன்ற அனுகூலங்கள் இருந்தாலும், முடியரசுகளிடம் அவற்றின் அரசியலமைப்பைச் சார்ந்த, ஓரளவுக்கு சமாளிக்கக்கூடிய, ஆனால் நிரந்தரத் தீர்வு காண முடியாத சில பிரச்னைகளும் இருந்தன. எல்லா அதிகாரமும் அரசரிடையே குவிந்து கிடப்பதால் அரசரைக் கொலை செய்வதன்மூலம் நாடு முழுவதையும் எளிதாகக் கைப்பற்றிவிடக்கூடிய அபாயம் இருந்தது. இது குடியரசுகளுக்குப் பொருந்தாத காரணத்தால் அவற்றைத் தோற்கடிப்பது அவ்வளவு எளிதாக இல்லை.

இவ்வாறு அரசரையே கொலை செய்யும் வாய்ப்பு இருப்பதால், அவரையும் அவரைச் சேர்ந்தவர்களுடைய பாதுகாப்பையும்பற்றி அர்த்தசாஸ்திரம் பெரும் கவனம் செலுத்துகிறது. முக்கியமாக தற் காப்பு அரண்களாலும், தப்பிச் செல்லக்கூடிய சுரங்கங்களாலும் அமைக் கப்பட்ட அரண்மனையின் வடிவமைப்பு முக்கியத்துவம் பெறுகிறது. அர்த்தசாஸ்திரத்தில் பாதுகாப்பைச் சார்ந்த விஷயங்களில் பாம்புகளும் விஷமும் முன்னுரிமை பெறுகின்றன. அவற்றைக் கண்டறியும் வழி முறைகளைப்பற்றிய அறிவை அர்த்தசாஸ்திரம் அளிக்கிறது. விஷ மளிப்பது, விஷத்தைக் கண்டறியும் பறவைகள் போன்றவை அரசர் களுடனும் அரசுகளிடமும் தொடர்புபடுத்தப் படுகின்றன.

> கிளிகள், மைனாக்கள், இரட்டைவால் குருவிகள் போன்றவை பாம்பு களாலும், விஷத்தாலும் ஆபத்து இருக்கும்போது கூச்சலிடும். விஷத்துக்கு அருகில் இருக்கும்போது நாரைகள் பரபரப்படையும்,

காட்டுக்கோழிகள் மயக்கமடையும், விஷத்தின் தாக்கத்தால் குயில் இறக்கும், சக்ரவாகப் பறவையின் கண்களின் நிறம் மறையும். (1.20.7–8)

அரசர் எல்லா வகையான எதிரிகளிடமிருந்தும், ஏன் அவர் சகோதரர், மகன், மனைவி போன்றவர்களிடமிருந்துகூட, ஆபத்துக்கு இலக்கானவராக இருந்தார். இந்தக் காரணத்தால்தான் ஓர்அரச குடும்பத்தில் குவிந்திருக்கும் அதிகாரம் அந்தக் குடும்ப உறவுகளின், நெருங்கிய உறவினரிடத்தே உள்ள ஒற்றுமையைப் பெருமளவில் சார்ந்து இருந்தது. அரசர் உடலுறவு கொள்ளும் நேரங்களிலேதான் மிகுந்த ஆபத்துக்குள்ளானவராக இருக்கிறார் என்பதைப் பின்வரும் வரிகள் உணர்த்துகின்றன.

மூத்த செவிலியினால் அரசி சோதிக்கப்பட்ட பின்னரே அரசியைச் சந்திக்க அரசர் அந்தப்புரத்துக்குச் செல்லவேண்டும். ஏனெனில், அரசியின் இருப்பிடத்தில் மறைந்துதான் பத்ரசேனனின் சகோதரன் அவனைக் கொன்றான். தன் தாயின் படுக்கையில் மறைந்திருந்த அவன் மகனால், கருஷன் கொல்லப்பட்டான். காசியின் அரசனை வறுக்கப்பட்ட தானியத்தில் விஷத்தையும் தேனையும் கலந்து அரசி கொன்றாள். வைராந்த்யனை விஷம் தடவிய தண்டையினால் அவன் அரசி கொன்றாள், சௌவிராவின் அரசன் விஷம் தோயப்பட்ட வைரத்தாலும், ஜலுதன் விஷம் தடவப்பட்ட கண்ணாடியாலும் கொல்லப்பட்டனர். அரசி அவள் பின்னலில் மறைத்து வைத்திருந்த ஆயுதத்தால் விதுரதன் கொல்லப்பட்டான். (1.20.14–16)

ஆக, அரசரின் நெருங்கிய சொந்தங்கள்தான் அவர் உயிருக்கு ஆபத்தை விளைவிக்கக்கூடியவராக இருக்கின்றனர்.

குறிப்பாக, அரசருக்கும் அவருடைய மகனுக்கும் உள்ள உறவு சந்தேகமும் சச்சரவும் நிறைந்ததாக இருந்தது. அர்த்தசாஸ்திரம் ஒரு முழு அத்தியாயத்தையே ‘இளவரசனிடமிருந்து காப்பது’ என்பதற்கு ஒதுக்கியுள்ளது. இன்னொரு அத்தியாயம், இளவரசன் எப்படி நடந்து கொள்ளவேண்டும் என்றும், அரசர் அவனை எப்படி நடத்தவேண்டும் என்றும் பாரபட்சமில்லாமல் ஆலோசனை அளிக்கிறது (1.16, 17). இது போன்ற குறிப்புகளிலிருந்து, அரசர்-இளவரசன் உறவு நிரந்தரமான, கவலை அளிக்கும் ஒன்றாக இருந்திருக்கவேண்டும் என்று அறியலாம். மேலும், அரசன் எவ்வாறு இளவரசனைக் கையாளவேண்டும் என்பது பற்றிய அதற்கு முந்தைய நிபுணர்களின் போதனைகளை அர்த்தசாஸ்திரம் தொகுத்தளிக்கிறது.

கௌடில்யர் ஒவ்வொரு நிபுணரின் ஆலோசனையையும் பயனில்லாதது என்றும் ஆபத்தானது என்றும் நிராகரிக்கிறார். தவறான

வழியில் செல்லும் இளவரசனை சரிசெய்ய முந்தைய நிபுணர்கள் பரிந்துரைக்கும் சில வழிமுறைகள் பின்வருமாறு; இளவரசனுக்கு அமைதியான முறையில் தண்டனை அளிப்பது (பரத்வாஜர்), ஓரிடத்தில் இளவரசனை அடைத்துவைத்தல் (விசாலாக்ஷர்), எல்லைப்புற அரணில் அவனை வசிக்கச் செய்தல் (பராசரர்), தூரத்துச் சொந்தமான இளவரசனின் கோட்டையில் தங்கச்செய்தல் (பிஷுனர்), அவனை தாயின் உறவினரிடம் தங்கச் செய்தல் (கௌனபாதந்தர்), அவனை காம விளையாட்டுகளில் ஆழ்த்தி, அதன்மூலம் அவன் தன் தகப்பனுக்கு தீங்கு செய்யாமலிருப்பதை உறுதிசெய்தல் (வடவ்யாதி). கௌடில்யர் இந்தக் கடைசிப் பரிந்துரையை 'நடமாடும் மரணம்' என்றழைப்பதோடு மட்டுமல்லாமல், அரச குடும்பத்துக்கே ஆபத்தைத் தரக்கூடியது என்று கருதுகிறார். தவறிழைக்கும் இளவரசனை நெறிப்படுத்த அவர் தரும் ஆலோசனை இதற்கு நேர்மாறானது. மதச் சடங்குகளில் பங்கேற்பதற்கும், நடைமுறை விவகாரங்களில் வல்லுநர்களிடமிருந்து கல்வி கற்கவும் பரிந்துரைக்கிறார்.(1.17.22-27)

இளவரசனின் கல்வி போதனையின் ஒரு பகுதியாக அரசை எவ்வாறு நிர்வாகிக்கவேண்டும் என்பதுபற்றிய சிறப்புப் பயிற்சியளிப்பதை அர்த்தசாஸ்திரம் பரிந்துரைக்கிறது. அப் பயிற்சி பொருளியல் அறிவை உள்ளடக்கி இருந்தாலும், தனிப்பட்ட நல்லொழுக்கத்துக்கும், சுய கட்டுப்பாட்டுக்கும் முன்னுரிமை அளிக்கிறது. அரசரின் ரகசிய ஒற்றர்கள் இளவரசனிடம் அவன் நண்பர்களைப்போல் நடித்து அவனை நல்வழியில் இட்டுச் செல்லவேண்டும். அதேசமயம் அரசரிடம் இளவரசனைப்பற்றிய செய்திகளை தந்துகொண்டிருக்க வேண்டும். அதிகாரிகளைச் சோதிப்பதுபோல இளவரசனின் விசுவாசத்தைச் சோதிக்கக்கூடாது. அது அவனுக்கு, அதுவரையிலும் தெரியாத, நம்பிக்கையின்மையையும் எதிர்ப்பையும் ஏற்படுத்திவிடும் அளவுக்கு ஆபத்தானது.

> 'ஒற்றர்களில் ஒருவர் இளவரசனை வேட்டை, சூதாட்டம், மது, மாது போன்றவற்றால் வசப்படுத்தி 'உன் தந்தையைத் தாக்கி நாட்டை கைப்பற்று' என்று சொல்லவேண்டும். மற்றொருவர் அதிலிருந்து அவன் மனதைத் திருப்பவேண்டும்' என்கிறார் அம்பியாஸ்.
>
> உறங்குகின்ற ஒன்றை எழுப்புவது மிகவும் ஆபத்தானது என்கிறார் கௌடில்யர். ஒரு புதிய பொருள் அதன் மேல் பூசப்பட்ட எதனையும் கிரகித்துக்கொள்கிறது. அதைப்போலவே முதிர்ச்சியடையாத அறிவுடன் இருக்கும் இளவரசனும், எதைச்சொன்னாலும் அதை சாஸ்திரம் கூறுவதாகவே புரிந்துகொள்கிறான். எனவே அறத்தையும், பொருளையும்பற்றி அவனுக்கு போதிக்கவேண்டும், தீங்கு விளைவிக்கக்கூடியவற்றை அல்ல (1.17. 28–30).

கௌடில்யர், 'உறங்குகின்ற ஒன்றை எழுப்புவது', அதாவது இதற்கு முன் இல்லாத ஒரு ஆபத்தை, இது போன்ற விசுவாசத்தை பரிசோதிக்கும் செயல் உருவாக்குகிறது என்கிறார். இந்த வாதம், அரசில் ஒரு நம்பிக்கையான, அரிதான, விலைமதிப்பில்லாத பண்பைத் தேர்ந்தெடுப்பதற்காக செய்யக்கூடிய சோதனைகளால் உண்டாகும் பிரச்னைகளை விளக்குகிறது.

முடிவாக, அரசுகள் ஒன்றிணைக்கப்பட்ட, ஒரே தலைமையின் கீழ் இயங்கக்கூடிய, ஓரிடத்தில் குவிந்திருக்கிற படைத்தளவாடங்கள் உள்ள பெரும் படைகளைக் கொண்டதாக இருப்பதால், அத்தகைய படைகளினால் அரசுகள் கைப்பற்றப்படுவதற்கான வாய்ப்புகள் அதிகம். போரில்லாக் காலங்களில் குடியரசுகளில் வீரர்கள் பரவலான இடங்களில் வசிப்பார்கள். மேலும் போர் ஆயுதங்கள் தனிப்பட்ட வர்க்குச் சொந்தமாக இருக்கும். எனவே அங்கு இந்த அபாயம் எழாது.

மௌரியப் பேரரசின் கடைசி அரசர் தன் படைகளைப் பார்வையிடும் போது அவர் தளபதியான புஷ்யமித்திரரால் கொல்லப்பட்ட வரலாறு உண்டு.[4] புஷ்யமித்திரர் அடுத்த அரச வம்சமான சுங்க வம்சத்தைத் தோற்றுவித்தார். படைகளில் அதிகாரம் குவிவதால் உள்ள ஆபத்தை உணர்ந்த அர்த்தசாஸ்திரம் ஒரு கோட்டையில் உள்ள படைப்பிரிவைப் பற்றிக் குறிப்பிடும்போது, அந்தப் படைப்பிரிவு பல தளபதிகளைக் கொண்டு, புரட்சி ஏற்படாமல் காக்கக்கூடிய வகையில் அமைந்திருக்க வேண்டும் என்று கூறுகிறது (2.4.29-30). இங்கு ஒரே தலைவரிடம் அதிகாரம் குவிவதற்குப் பதிலாக பல படைத்தலைவர்களிடமும் பிரிந்து வழங்கப்படுகிறது. அர்த்தசாஸ்திரத்தின் ஓர் அத்தியாயம் முழுவதும் அரசரால் நியமிக்கப்பட்ட அதிகாரிகளின் சதிவேலைகளால் உண்டாகும் ஆபத்துக்களைப்பற்றி கூறுகிறது. (9.5)

அரசரின் உயிருக்கு ஏற்படக்கூடிய அபாயத்தைத் தவிர இன்னொரு பெரும் பிரச்னையும் அரசுகளுக்கு இருந்தன. அரசுகளின் பெரும் செல்வத்தைத் திரட்டி, குவிப்பதற்கான வல்லமை, அச்செல்வத்தைப் பாதுகாக்க ஏராளமான பணியாளர்களை நியமிக்க வேண்டிய தேவையை ஏற்படுத்தியது. அவ்வாறு நியமிக்கப்பட்ட பணியாளர்கள் செய்யும் மோசடிகளைத் தடுக்க அரசுகள் உரிய நடவடிக்கை எடுக்கவேண்டியிருந்தது. இதுபோன்ற மோசடிகளை முற்றிலும் ஒழிக்கமுடியாது என்பதற்கு அர்த்தசாஸ்திரம் சில அருமையான உவமைகளைத் தருகிறது.

நாக்கில் வைக்கப்பட்ட தேனையோ விஷத்தையோ சுவைக்காமல் இருக்க முடியாது. அதுபோல அரசனுடைய பணத்தைக் கையாளும் ஒருவனால், சிறிதளவே ஆனாலும், பணத்தைச் சுவைக்காமல்

இருக்கமுடியாது. நீரில் நீந்துகிற மீன் தண்ணீரைக் குடிக்கிறதா இல்லையா என்று எப்படி அறியமுடியாதோ அதுபோல பணிகளை நிறைவேற்ற நியமிக்கப்பட்ட அதிகாரிகள் பணமோசடி செய்வதை அறிய இயலாது. வானில் பறக்கும் பறவைகளின் வழியைக்கூட அறியமுடியும். ஆனால் தன் எண்ணங்களை மறைத்துச் செயல்படும் அதிகாரிகளின் வழிகளை அறியமுடியாது. (2.10.32–34)

ஒரு குறிப்பிட்ட பத்தியில் அர்த்தசாஸ்திரம் கையாடலின் நாற்பது வேறுபட்ட வழிகளை விவரிக்கிறது (2.8.20-21). அவற்றில் பெரும் பாலானவை தவறான கணக்குகளைக் காட்டுவதன்மூலம் செய்யப் படுபவை. 'அதிகாரிகளால் மோசடி செய்யப்பட்ட வருவாயை மீட்கும் முறைகள்' என்ற தலைப்பில் அரசின் கஜானாவுக்கு ஏற்படும் பல இழப்புகள் விவரிக்கப்பட்டுள்ளன. அதில் ஒன்று கையாடல். (2.8) அரசரால் நியமிக்கப்பட்ட பணியாளர்களின் மோசடியைக் கண்டு பிடிப்பது ஒரு முக்கிய வேலையாக இருந்திருக்கிறது. நியமிக்கப்பட்ட பணியாளர்களையும் பணிகளையும்பற்றிப் குறிப்பிடும்போதெல்லாம் எழுத்துபூர்வமான ஆவணங்களை வைத்திருப்பதுபற்றி அர்த்த சாஸ்திரம் பேசுகிறது. ஆவணப்படுத்துதல் என்பது ஒரு சிக்கலான கட்டமைப்புக் கொண்ட அரசாங்கத்துக்கு அவசியமானது என்றாலும், அது பிரச்னையைத் தீர்ப்பதற்கு மாறாக, கையாடலை மறைக்க உதவும் ஒரு சாதனமாக இருந்தது.

எல்லாப் பணியாளர்களும் அரசரின் கீழ் பணியாற்ற முடியாததால், அவர்களைக் கண்காணிக்க நம்பிக்கையான ஆட்களை அரசர் தேட வேண்டி இருந்தது. அமைச்சர்கள், தளபதிகள் போன்ற மேல்மட்ட அதிகாரிகளின் நாணயத்தை சோதிப்பதற்கு அர்த்தசாஸ்திரம் மிகுந்த முக்கியத்துவம் அளிக்கிறது. இச்சோதனைகள் அறம், பொருட்களின் மீதான ஆசை (அர்த்த), பெண்களின் மீதான ஆசை (காமம்), பயம் போன்றவற்றை உள்ளடக்கியது. (1.10). இந்தச் சோதனைகள் ஒற்றர் களைக்கொண்டு செய்யப்பட்டன. ஆசைகாட்டி, அரச விசுவா சத்துக்கு எதிராகத் தூண்டிவிட்டு, ஒரு அதிர்ச்சியடையக் கூடிய எதிர் வினையை உருவாக்குவதற்காக அவர்கள் செய்யும் இப்படிப்பட்ட சோதனைகளிலும் ஒருவித அபாயம் இருந்தது. ஒரே அரசரிடம் அதிகாரம் குவிந்திருக்கிற காரணத்தால் நம்பிக்கையானவர்களைப் பற்றிய மாறாத கவலை இருந்துவந்தது. அடிப்படையில், அதிகாரம் ஓர் ஆட்சியாளரிடத்தே குவிந்துகிடப்பது தம்மைக் கொலைசெய்து விடுவார்கள் என்ற பயத்தை அரசர்களுக்கும், கொலைசெய்யக்கூடிய தூண்டுதலை அதிகாரிகளுக்கும் அளிக்கிறது. இது உருவாக்கும் நம்பிக்கையற்ற சூழலில் அரச விசுவாசம் தாற்காலிகமானதாகவும் திடீரென்று மாறக்கூடியதாகவும் உள்ளது.

அதிகாரிகள் அரசருடைய மதிப்பைப் பெறுவதற்காக அரசன் கேட்க விரும்புவதாக தாங்கள் எண்ணும் செய்திகளையே அவரிடம் கூறுவர். எனவே, ஆட்சியாளர்களுக்கு நாட்டில் உண்மையில் என்ன நடக்கிறது என்பதை வெளிப்படையாகக்கூற ஒரு மாற்று வழிமுறை தேவையாக இருந்தது. எனவே அர்த்தசாஸ்திரம், பெரிய உளவுத்துறை உருவாக்கப்பட்டு, அதிலுள்ள ஒற்றர்கள் மாறுவேடம் பூணுவது போன்ற பல வழிகளைக்கொண்டு உளவறியவேண்டும் என்று பரிந்துரை செய்கிறது. மாணவர்கள், அடிக்கடி பயணம் செய்யும் ஆண்/பெண் துறவிகள், விவசாயிகள், மதகுருக்கள், விஷம்கொடுப்போர், போர்வீரர் என்பது போன்ற பல வேடங்களிலும் உலவிய ஒற்றர்கள் அரசனுக்கு தகவல்களைத் திரட்டுவதற்காக ஊதியம் பெற்றனர். ஒரு விதத்தில் உளவுத்துறை அரசின் செய்தி திரட்டும் நிறுவனமாக விளங்கியது. பத்தொன்பதாம் நூற்றாண்டின் முன்பகுதிவரை, குறிப்பாக முகலாய ஆட்சியில் இருந்த, ஹர்கரர்கள் (harkaras) என்ற அந்தரங்கச் செய்தி திரட்டுபவர் போன்று இவர்கள் செயல்பட்டனர். வரலாற்றாசிரியர் கிரிஸ் பேலி அரசை நிர்வகிப்பதற்குத் தேவையான செய்திகளைத் திரட்டுவதை 'தகவல் ஒழுங்கு' (Information Order) என்று குறிப்பிட்டார். அதுபோல, அரசுக்குத் தேவையான செய்திகளைத் திரட்டும் துறையாக உளவுத்துறை இருந்தது.[5] ஆனால் ஒற்றர்கள், செய்திகளைச் சேகரிப்பதோடு மட்டும் நின்றுவிடாமல், அரசருக்குச் சாதகமான கருத்துகளை குடிமக்களிடம் பரப்புவதற்கான நடவடிக்கைகளையும் மேற்கொண்டனர். சில சமயம் ரசியமாகத் தண்டனை கொடுப்பது போன்ற திரைமறைவு வேலைகளையும் அரசருக்காக அவர்கள் செய்யவேண்டியிருந்தது.

அரசரிடமிருந்த அதிகாரத்தின் விளைவாக வரும் அபாயங்களிலிருந்து தற்காத்துக்கொள்ள, அவர் தகுந்த ஏற்பாடுகளைச் செய்யவேண்டியிருந்தது, ஒரு பேராபத்து நேரும்போது தப்பி ஓடும் வழிமுறைகளும் இதில் அடங்கும்.

> நாட்டின் எல்லையில், பேராபத்துகளிலிருந்து காக்கும் வண்ணம், நிரந்தரமாக ஒரு புதையலை (துருவ நிதி) மரணதண்டனை விதிக்கப்பட்டவர்களால் புதைத்து வைக்க அவர் ஏற்பாடு செய்யவேண்டும் (2.5.4)

அவ்வாறு தண்டனை விதிக்கப்பட்டவர்களுக்கு என்ன நேர்ந்தது என்பது குறிப்பிடப்படவில்லை. அது குறிப்பிடப்படவேண்டியதும் இல்லை. அவர்கள் கொல்லப்பட்டனர். புதைக்கப்பட்ட அந்தச் செல்வத்தின் மதிப்பு அதன் ரகசியம்தான்.

ஆகவே, அரசு என்பது இதுபோன்ற பிரச்னைகளையும் கொண்டிருந்தது. செல்வத்தைத் திரட்டிப் பாதுகாக்கும் திறன் கொண்டதாக

இருந்த அதேநேரம் தப்ப முடியாத பல சங்கடங்களும் அதற்கு இருந்தன. அவற்றை ஒரு சிறு பட்டியலிட்டால் அதில் அரசருக்கு அளிக்கப்படவேண்டிய பாதுகாப்பின் விலை, அரசரின் குடும்பத்தில் உள்ள உறவுகளின், முக்கியமாக அரசி மற்றும் இளவரசருடனான உரசல், அவை அரசரின் கொலையில் முடியும் அபாயம், ராணுவப் புரட்சி, அதிகாரிகளின் மோசடிகள் காரணமாக கஜானாவுக்கு ஏற்படும் நஷ்டம், உளவுத்துறையை நடத்துவதற்கான செலவுகள் ஆகியவை அடங்கும். இதுபோன்ற எந்தச் செலவுகளும் குடியரசுகளில் இல்லை. அந்த வகையில் முடியரசுகள் அனுகூலமற்ற சூழலில் இருந்தன. அவற்றின் கஜானாவும் இதுபோன்ற தேவையற்ற செலவுகளினால் கரைந்தது. ஆனாலும் அரசரிடமிருந்த அதிகாரம் இதுபோன்ற செலவு களுக்கும் அவை ஏற்படுத்திய அபாயங்களுக்கும் மேலானதாக இருந்திருக்கவேண்டும். ஏனெனில் காலப்போக்கில் குடியரசுகள் அழிந்துவிட, முடியரசுகள்தான் தழைத்தோங்கின. வரலாற்றில் முடியரசுகள் அடைந்த வெற்றி ஒரு விஷயத்தைத் தெரிவிக்கின்றன. அதாவது குடியரசுகளைவிட மேம்பட்ட பொருளாதார ஆற்றலைக் கொண்டவையாக அவை இருந்திருக்கின்றன.

வரலாற்றிலிருந்து எடுக்கப்பட்ட ஓர் உதாரணம் மூலமாக முடியரசுகளின் அனுகூலங்களை அறிந்துகொள்ளலாம். அலெக் சாண்டருடன் வந்த கிரேக்க வரலாற்றாசிரியர்கள், பஞ்சாபிலிருந்த ஒரு குடியரசுபற்றிய உதாரணம் ஒன்றையும், கிழக்கிலுள்ளவர்கள் (Easterners) என்று அவர்கள் அழைத்த நந்தர்களுடைய பேரரசுபற்றியும் கூறுகிறார்கள். குடியரசைப்பற்றிக் கூறும்போது, அது 5000 உறுப் பினர்களை (அதாவது குடியரசின் தலைவர்கள்) கொண்டதாக இருந்தது[6] என்றும், அதில் ஒவ்வொருவரும் நாட்டைக் காக்க ஒரு யானையைக் கொண்டுவந்தனர் என்றும் கூறுகின்றனர். குடியரசின் ஆலோசனை சபையில் அங்கம் வகித்த போர்வகுப்பினர் யானைகள் உள்ளிட்ட போர்த்தளவாடங்களை தம் சொந்தப் பொறுப்பில் வைத் திருந்தனர் என்றும் நாட்டைக் காக்க அவற்றை உபயோகப்படுத்தினர் என்றும் இதன்மூலம் தெரிகிறது. மறுபுறம், நந்தர்கள் ஒரு பெரும் படையை, 2,00,000 வீரர்கள், 20,000 குதிரைப்படை, 2000 தேர்ப்படை, 3000 அல்லது 4000 யானைகள் கொண்ட படையை வைத்திருந்தனர் என்று கூறுகிறார்கள்.[7]

கிரேக்க ஆசிரியர்கள் இந்த இரண்டு குறிப்புகளிலும் கொஞ்சம் அதிகப் படியான அளவுகளைக் கூறுவதற்கு முகாந்தரம் இருக்கிறது. முக்கிய மாக, நந்தர்களின் படைபலனைக் கண்டு அலெக்சாண்டரின் வீரர்கள் கலகம் செய்த காரணத்தால் இதுபோன்று அதிகப்படுத்திக் கூறுவது அவர்களின் கோழைத்தனத்தை மறைக்க உதவலாம். மேலும், இந்த

எண்ணிக்கைகள் நம்பமுடியாத அளவுக்கு மிகவும் அதிகமானவை. உண்மை எண்ணிக்கை எதுவானாலும், முடியரசுகள் குடியரசுகளைவிட நல்ல நிலையில் இருந்ததை இது காட்டுகிறது.

இந்தக்கருத்து சந்திரகுப்த மௌரியருக்கு வந்த மெகஸ்தனிஸின் தூதால் மேலும் உறுதிசெய்யப்பட்டது. மௌரிய ராணுவ இயந்திரத் தைப்பற்றி அதிக ஆர்வம் கொண்ட அவர் ஒரு தெளிவான பார்வையை அளிக்கிறார். அவர் கூறுவதிலிருந்து, வேளாண் தொழில் புரிபவர் களுக்கு அடுத்தபடியாகப் படைவீரர்கள்தான் பெரிய பிரிவாக, மத்திய அரசிடம் சம்பளம் பெறுபவர்களாக இருந்தனர். விவசாயிகளிடம் ஆயுதம் ஏதும் இல்லை. அவர்கள் ராணுவப் பணியில் ஈடுபடுத்தப்பட வில்லை. தாக்குதல் மற்றும் தற்காப்புப் பணியில் படைகள் ஈடுபட்ட போது, விவசாயிகள் அமைதியாகத் தங்கள் நிலங்களையும் ஆடுமாடு களையும் கவனித்துக்கொண்டிருந்தனர். ஆயுதங்கள், குதிரைகள், யானைகள், தேர்கள் ஆகியவை நாட்டின் சொத்துக்களாகக் கருதப்பட்டு மத்தியில் பாதுகாக்கப்பட்டன. இந்த விதத்தில் மௌரியர்கள் நந்தர்களின் கொள்கையையே கடைப்பிடித்ததாகத் தெரிகிறது.[8]

இப்படி அளவில் பெரிய, அதிகச் செலவு பிடிக்கக்கூடிய படைகளை நிர்வகிப்பதற்கான பொருளாதார அடிப்படையாக வரிவிதிப்பு இருந்தது. இது நாட்டுப்புறக் கதைகள்வரை புகழ்பெற்று அதில் ஒரு கதை தனநந்தர் தன்னுடைய பெரும் புதையலொன்றை கங்கையில் எறிந்துவிட்டதாகக் கூறுகிறது. அது பயன்படுத்தப்படாத துருவ நிதி- அவசரகாலத்துக்காக சேமித்து வைக்கப்பட்ட நிதியாக இருக்கக்கூடும்.[9]

குடியரசு, முடியரசு என்கிற அரசியலமைப்பின் இந்த இரண்டு வகைகளும் மிகப்பழங்காலத்துக்கு முன்பே இருந்திருக்கவேண்டும். பொயுமு 1200ல் இருந்த வேதங்களின் முந்தைய நூல்களில் இவற்றைப் பற்றிய குறிப்புகள் காணப்படுகின்றன. ஆலோசனை சபைகள்பற்றிய குறிப்புகளும் பரவலாக உள்ளன. அரசியல் அதிகாரம் போர்வகுப் பினரான க்ஷத்திரியரிடம் பகிர்ந்தளிக்கப்பட்டிருந்தது. சிறிது சிறிதா கத்தான் ஒரே அரச குடும்பத்திடம் அதிகாரம் குவிக்கப்படும் முறை சில குடியினரிடம் வந்தது. மற்றவர்கள் முடிவுகள் எடுப்பதில் பங்கு கொள்ளும் முறையையே தொடர்ந்தனர்.

இக்காலகட்டத்தில், யாகங்களைக் கொண்ட, அந்தணர்களால் உருவாக் கப்பட்ட வேத மதங்கள் மன்னராட்சியின் பக்கமே இருந்தன. பட்டாபி ஷேகம் போன்ற சடங்குகள் ஏற்படுத்தப்பட்டன. அரசரை அவருக்குச் சமமானவர்களிடமிருந்தும் அவரது குடும்பத்தினரிடமிருந்தும் உயர்த்து வதற்காக, சம்பிரதாயமான சடங்குகளாக செய்யப்பட்ட பகடையாட்டம், தேர்ப்பந்தயம் போன்றவையும் நடைபெற்றன.

இவற்றில் அரசர் மற்ற வீரர்களையும் குடும்பத்தாரையும் தோற்கடித்து வெற்றி பெற்றார். அர்த்தசாஸ்திரம் அரசாட்சியை ஆதரிக்கும் வேதகாலப் பாரம்பரியத்தோடு தொடர்புடையது என்றாலும், அது சடங்குகளின்மூலம் இல்லாமல், நடைமுறையில் சாத்தியமான, சார்பற்ற ஆலோசனைகளை அளிக்கிறது. சில இடங்களில் வேதத்தைப் பின்பற்றுவதையும் அர்த்தசாஸ்திரம் குறிப்பிடுகிறது.

அர்த்தசாஸ்திரத்தைப் பொறுத்தவரை நிறைவான அரசாட்சி என்பது அரசர் ஒரு ராஜரிஷியைப்போல, அதாவது ஒரு துறவியின் வாழ்க்கையை வாழ்வது (1.7). அப்படியென்றால், புலன்களை அடக்குவது. காமம், கோபம், ஆசை, பெருமை, கர்வம், முட்டாள்தனம் போன்ற குணங்களை அகற்றுவது. ஆடம்பரங்களுக்கு நடுவே சுய கட்டுப்பாட்டுடன் வாழ்வது. அலுவல்களில் அதிகக் கவனம், தொடர்ச்சியான பணி என்ற வாழ்க்கையை வாழ்வது.

அரசருடைய தினசரி நடவடிக்கைகள் கடினமானவையாக இருந்தது. அரசருடைய பகலும் இரவும் எட்டு பாகங்களாகப் பிரிக்கப்பட்டிருந்தன (எளிமைக்காக நான் அவற்றை மணி என்று குறிப்பிட்டிருக்கிறேன். ஆனால் அவை ஒன்றொன்றும் நமது நேரத்தில் ஒன்றரை மணி அளவு இருந்தது). அவரது தினசரி அட்டவணை இது:

முதல் மணி நேரத்தில்: ராணுவ நடவடிக்கைகள், கணக்குகளைக் கேட்டறிதல்

இரண்டாவது மணி நேரம்: நகர, நாட்டு நடப்புகளைக் கவனித்தல்

மூன்றாவது மணி நேரம்: குளியல், சாப்பாடு, படித்தல்

நான்காம் மணி: வருமானங்களைப் பெறுவது, கன்காணிப்பாளர்களுக்கு வேலை வழங்குவது

ஐந்தாம் மணி: அமைச்சர்களுடன் ஆலோசனை, ஒற்றர்களிடமிருந்து வந்த தகவல்களைப் பரிசீலிப்பது

ஆறாம் மணி: பொழுதுபோக்கு அல்லது ஆலோசனைகள்

ஏழாவது மணி: யானைகள், குதிரைகள், தேர்கள், படைவீரர்களைப் பார்வையிடுவது

எட்டாவது மணி: தளபதியுடன் போர்த்திட்டங்களைக் கலந்தாலோசிப்பது

அதன்பின் மாலையில் இறைவனைத் தொழுவது. கீழே உள்ளது அரசரின் இரவுநேர அட்டவணை:

இரவின் முதலாவது மணி நேரம்: ரகசிய உளவாளிகளுடன் உரையாடல்

இரண்டாவது மணி நேரம்: குளியல், சாப்பாடு, படித்தல்

மூன்று, நான்கு, ஐந்தாவது மணி நேரங்களில்: தூக்கம்

ஆறாவது மணி: எழுந்திருந்து, சாஸ்திரங்களைப் படிப்பது, அன்றைய வேலைகளை ஆய்வு செய்வது

ஏழாவது: சபை உறுப்பினர்களுடன் ஆலோசனை, ரகசிய உளவாளிகளை அனுப்புவது

எட்டாவது மணி: அர்ச்சகர்கள், குருக்கள், புரோகிதர்களிடமிருந்து ஆசி பெறுவது, மருத்துவர், தலைமைச் சமையல்காரர், சோதிடர் போன்றவர்களைச் சந்திப்பது.

அதன் பின் ஒரு பசுவையும் கன்றையும் வலம் வந்து அரசவைக்குப் புறப்படவேண்டும் (1.19.25)

சோர்வடையச் செய்கிற இந்த அட்டவணை ஒரு நாளில் நான்கரை மணிநேரம் தூங்குவதற்கே இடமளிக்கிறது. இது நடைமுறையில் பின் பற்றப்பட்டு இருந்ததாக நாம் நம்புவது கடினம். நல்லவேளையாக, இந்தக் கடினமான நாளிலிருந்து ஓய்வெடுக்க வழி இருந்தது.

அல்லது, அவர் பகலையும் இரவையும் அவரின் திறனுக்கு ஏற்ப பல்வேறு பகுதிகளாகப் பிரித்து அவரது பணிகளை முடிக்கவேண்டும். (1.19.26)

அப்படியிருந்தாலும்கூட, அவரது பகலும் இரவும் முழுவதுமாக அட்ட வணைப்படுத்தப்பட்டு பல்வேறு வேலைகளால் நிரப்பப்பட்டிருந்தது. அரசருடைய வாழ்வு கொண்டாட்டமானதும் எளிதானதும் அல்ல. இணையற்ற செல்வத்தின் நடுவே கடின உழைப்பும் ஒருவிதத் துறவுத் தன்மையும் கொண்டது. பகவத் கீதையில் சொல்லப்பட்டபற்றில்லாத செயல்களை, பலனை எதிர்பாராமல் கடமையாற்றுவதை, உலகில் வாழ்ந்துகொண்டும் அவரவர் சமூகச் சூழலுக்கேற்ப கடமைகளைச் செய்துகொண்டும் அவற்றினால் ஏற்படும் பலன்களினால் பாதிப் படையாமல் இருப்பதை, வாழ்வென்னும் கடலில் மூழ்காமல் வாழ்வதை இது நினைவுபடுத்துகிறது.

3. பொருட்கள்

ஒரு நாட்டை ஆட்சிசெய்வதற்கு, பொருட்களைப்பற்றியும் அவை தயாரிக்கப்படுவதற்குத் தேவையான மூலப் பொருட்களைப்பற்றியும் விரிவான மற்றும் நிபுணத்துவம் வாய்ந்த அறிவு தேவை. பொருட்களை அரண்மனைக்கும் படைகளுக்கும் ஒதுக்கீடு செய்வதற்கும், பஞ்சங்களின் போது மக்களுக்கு விநியோகம் செய்வதற்கும் இது அவசியம். இந்த அத்தியாயத்தில், பண்டகசாலைகள்பற்றியும் பொருட்கள்பற்றியும் நான் தரும் பட்டியலிலிருந்து அவற்றின் அடிப்படை மதிப்பீட்டளவை ஊகித் துக்கொள்ளலாம். ஒதுக்கீட்டு முறையின் அடிப்படையாக உள்ள பொருட் களை மதிப்பீடு செய்தல் அரசரை மையமாக வைத்தே அமைந்துள்ளது. அதனால் பொதுவாகக் கிடைக்கும் பொருட்களைவிட கஜானாவுக்கே இது முக்கியத்துவம் அளிக்கிறது. அரசின் கஜானாதான் ராஜதந்தி ரத்துக்கும், போர்க்காலங்களிலும், சமூகத்தில் அரசருடைய, பிரபுக்களு டைய உயர்நிலையைப் பேணுவதற்கும் அவசியம்.

அர்த்தசாஸ்திரத்தின் இரண்டாவது புத்தகமான 'கண்காணிப்பாளர் களின் கடமைகள்' அதன் பதினைந்து புத்தகங்களில் மிக நீளமானதும் சுவாரஸ்யமானதும் ஆகும். கண்காணிப்பாளர்கள் என்போர் அரசின் பல்வேறு துறைகளின் தலைவர்கள். அவர்களைப்பற்றிய இந்தப் புத்தகம் வாசிப்பதற்கு மிகக் கடினமானதும்கூட. ஏனெனில் பல்வேறு வகையான பொருட்கள்பற்றிய விவரங்களும், அவற்றைப் பெறுவது மற்றும் பதனப்படுத்துவதுபற்றிய தொழில்நுட்ப முறைகளும் இதில் விளக்கப்பட்டுள்ளன. சுருங்கச் சொன்னால், அதிலுள்ள தகவல்கள், தொழில் சார்ந்த நிபுணர்களிடமிருந்து பெறப்பட்டதைப் போலிருக்கிற தேதவிர, ஒரு இலக்கிய எழுத்தாளரின் உருவாக்கம் போலில்லை. அதனுடைய மொழியும், இலக்கிய உரைகளைப் போல் இல்லாமல்

தொழில்நுட்பம் சார்ந்த சொற்களைக்கொண்டு இருக்கிறது. அதனால் இரண்டாவது புத்தகத்தில் உள்ள பல சொற்றொடர்கள் நமக்குப் புரியா தவையாக இருக்கின்றன. எந்த விளக்கமும் இல்லாமல் பட்டியலில் கொடுக்கப்பட்ட அந்தச் சொற்கள் மற்ற சமஸ்கிருத நூல்களில் காணப் படாததால் அவற்றின் பொருள் நமக்குத் தெரியவில்லை. (பொருள் தெரியாத பல சொற்கள் கங்ளேயால் மொழிபெயர்க்கப்படவில்லை). இதிலிருந்து இந்தப் புத்தகத்தின் எழுத்தாளர் பொருட்களைத் தயாரிப் பதில் நிபுணத்துவம் பெற்ற பலரிடமிருந்து இந்தத் தகவல்களைத் திரட்டிஇருக்கவேண்டும் என்பது தெளிவாகிறது. இங்குதான் அர்த்த சாஸ்திரத்தின் நடைமுறை அணுகுமுறை தெள்ளத்தெளிவாகிறது.

தனி நபர்களும் நாடுகளும் தமக்குத் தேவையான உணவு, உடை, இருப்பிடம், தினப்படி வாழ்வுக்குத் தேவையான மற்ற சரக்குகள் போன்றவற்றை வாங்குவதற்கும், சேமிப்பதற்கும், மீள் நிரப்புவதற்கும் ஏற்பாடுகள் செய்ய வேண்டியிருந்தது. எந்தவிதப் பொருட்களைக் கொண்டு அக்கால அரசுகள் ஜீவித்திருந்தன என்பதைப் பண்டக சாலையின் இயக்குனரின் (சம்நிதாத்ரி) பணிகள்பற்றி அர்த்தசாஸ்திரம் விவரிப்பதை ஆராய்வதிலிருந்து அறிந்துகொள்ளலாம். அவரது பணிகளில் முக்கியமானவை பல்வேறு வகையான தேர்ந்த பண்டக சாலைகளைக் கட்டுதல், பொருட்களைப் பெறுவதற்கும், மதிப்பீடு செய்வதற்கும், வழங்குவதற்கும் உரியன செய்தல் போன்றவை.

முதலானதும் முக்கியமானதுமான பண்டகசாலை கோஷ்டாகர என்பது. கங்ளே இதற்கு 'magazine' என்ற சொல்லைப் பயன்படுத்து கிறார். ஆனால் கோஷ்டா என்பது தானியம் என்ற பொருளைக் கொடுப் பதனால் தானியக்களஞ்சியம் என்பது சரியான மொழிபெயர்ப்பாகத் தெரிகிறது. ஆனால் இங்கு தானியங்கள் மட்டுமின்றிப் பல்வேறு வகையான உணவுப்பொருட்களும் சேமித்து வைக்கப்பட்டிருந்தன என்பதை நினைவில் வைத்துக்கொள்ளவேண்டும். இரண்டாவது, வனப் பொருட்களுக்கான பண்டகசாலை (குப்யக்ருஹம்), மூன்றாவது படைகலன்களுக்கானது (ஆயுதகரம்), கடைசியாக விலையுயர்ந்த பொருட்களைப் பாதுகாக்கும் கருவூலம் (கோஷ அல்லது கோஷக்ருஹம்). இவைதான் முக்கியப் பண்டகசாலைகள். ஆனால் ஆங்காங்கே பொருட்களுக்கான பண்டகசாலைகள் (பந்தகர) மற்றும் வாணிகப்பொருட்களுக்கும் மருந்துகளுக்குமான அறை (பன்யெள ஷஜ்ய-க்ருஹம்)பற்றியும், ஆடுமாடுகளுக்கான கொட்டில்கள், குதிரைகள், யானைகள் இவற்றுக்கான லாயங்கள் நகரிலும் கோட் டையிலும் இருந்ததுபற்றியும் குறிப்பிடப்பட்டுள்ளது. ஆச்சரிய கரமாக, பண்டகசாலைகளின் இயக்குனரே சிறைச்சாலையையும் (பந்தனகரம்) கட்டுவதற்குப் பணிக்கப்பட்டார். அதற்குக் காரணம்

அவர் பலமான, பாதுகாப்பான பண்டகசாலைகளைக் கட்டிய அனுபவம் மிக்கவர் என்பதோ அல்லது தானியக் களஞ்சியத்திலிருந்து கைதிகளுக்கும் ஒதுக்கீடு செய்யப்படவேண்டும் என்பதாலோ இருக்க வேண்டும்.

நாம் தானியக் களஞ்சியத்துக்கும், குப்ய (வனப்பொருள்), படைக் கலன்கள் போன்றவற்றைச் சேமிக்கும் பண்டகசாலைக்கும் கருவூலத்துக்கும் ஒரு ஆய்வுச் சுற்றுலா செல்வோம். அதன்மூலம் நாம் அரசுக்குத் தேவையான பொருட்களின் பட்டியலையும் அங்கு சேமித்துவைக்கப் பட்டுள்ள பல்வகை பண்டங்களின் ஒப்பீட்டளவிலான மதிப்பீட்டையும் தெரிந்துகொள்ளலாம். அப் பொருட்களை ஒட்டுமொத்தமாகக் கருதிப் பார்ப்பது, தனிப்பட்ட பொருட்களின் ஒப்பீட்டளவிலான மதிப்பை நமக்குத் தெளிவாக விளக்கும். இந்நூலில் மதிப்பு அதிகமான பொருட்களே முக்கியமாகக் குறிப்பிடப்பட்டிருந்தாலும், இப்பட்டியலில் இல்லாத பொருட்கள், எவையெல்லாம் அதிகமாகப் பொருட் படுத்தப்படவில்லை என்ற தகவலை நமக்கு அளிக்கிறது. இந்தப் பட்டியலிலிருந்து சில குறிப்பிட்ட பொருட்களைத் தேர்ந்தெடுத்து, அதாவது பொருளாதாரக் கட்டமைப்புபற்றிச் சிறப்பான தகவல்களை அளிக்கும் முத்துக்கள், செம்பவழம், ஆடைகள், மண்பாண்டங்கள், குதிரைகள், யானைகள் போன்றவற்றை நான் ஆய்வு செய்வேன்.

தானியக் களஞ்சியம்

தானியக் களஞ்சியத்துக்குத் தனிப்பட்ட கண்காணிப்பாளர் இருந்தார் (கோஷ்டாகர-அத்யக்ஷ). அங்கு சேமிக்கப்பட்ட தானியங்கள் அரசரின் சொந்த நிலங்களிலிருந்து, அந்த நிலங்களுக்குரிய கண்காணிப்பாளரின் (சித-அத்யக்ஷ) மேற்பார்வையில் கொண்டுவரப்பட்டவை. அதுதவிர சொந்த நிலங்களையுடைய விவசாயிகளிடமிருந்து வருவாய்த்துறை நிர்வாகியால் (சமஹாத்ரி), நிலவரிக்கு ஈடாக வசூலிக்கப்பட்ட தானியங்களும் இங்கு சேமிக்கப்பட்டன.

தானியக்கிடங்கில் உள்ள பொருட்களில் இரு வகை நெல் (ஷலி மற்றும் வ்வரிஹி) தானியங்கள் (வரகு, தினை, உத்ரக, கோதுமை, பார்லி, எள்) இரு வகையான அவரைகள் (பச்சைப்பயறு, வெள்ளைப் பயறு); வெண்ணை, எண்ணெய், மாமிசக்கொழுப்பு, மஜ்ஜை போன்ற கொழுப்பாலான பொருட்கள், சர்க்கரைப் பாகு, வெல்லம், சுத்திகரிக்கப்பட்ட / சுத்திகரிக்கப்படாத சர்க்கரை போன்ற சர்க்கரை வகைகள், பாறைகளிலிருந்தும் கடலிலிருந்தும் கிடைக்கும் உப்பு, கருமையான உப்பின் ஒரு வகை, வெடியுப்பு, வெண்காரம், மண்ணுப்பு போன்ற உப்புக்கள், தேன், திராட்சை ரசம் போன்ற இனிப்புத் திரவங்கள் ஆகியவை அடங்கும்.

இவற்றைத்தவிர நொதிக்கப்பட்ட சர்க்கரைத் திரவங்கள் அல்லது பழச் சாறுகள், களஞ்சியத்தின் பணியாளர்களால் செய்யப்பட்ட வாசனைப் பொருட்கள், தயிர், அரிசிக்கஞ்சி போன்ற புளித்த திரவங்கள், திப்பிலி, மிளகு, இஞ்சி, சீரகம், கள்ளி, கடுகு, வெந்தயம், இன்னும் அடை யாளம் தெரியாத பின்வரும் பெயர்களைக் கொண்ட வாசனைப் பொருட்கள்; சோரக, தமனக, மருவக, ஷிக்ரவின் தண்டு (இது அமெரிக்காவிலிருந்து பின்னாளில் இறக்குமதி செய்யப்பட்ட குடை மிளகாய் அல்ல), உலரவைக்கப்பட்ட மீன்கள், இறைச்சி, வேர்கள், பழங்கள், காய்கறிகள் போன்றவையும் அங்கு சேமிக்கப்பட்டன. இவ்வாறு தானியக் களஞ்சியத்தில் பல்வேறு வகையிலான உணவுப் பொருட்கள் அதிகமான அளவில் சேர்த்துவைக்கப்பட்டிருந்தன.

கிராமப்புற மக்களுக்கு ஆபத்துவரும் காலங்களின் தேவைக்காக அரசர் களஞ்சியத்திலிருந்து சரிபாதியை ஒதுக்கிவைத்துவிட்டு, மற்றொரு பகுதியைத் தமக்குப் பயன்படுத்திக்கொள்ளலாம். பழையன வற்றை மாற்றிவிட்டு புதிய சரக்குகளைக் கொண்டுவரவேண்டும். (2.15.22–23)

இங்கே 'ஆபத்து' என்று குறிக்கப்படுவது எதிர்பாராத நிகழ்வுகளுக்கு அரசு தயாராக இருக்கவேண்டும் என்பதைத் தெளிவுபடுத்துகிறது. சாதாரணமாக அரசரது தானியக்கிடங்கு பொதுமக்களுக்கு விநியோகம் செய்யவோ அல்லது தற்போதைய மக்கள்நல அரசுகள் செய்வது போல், உணவுப்பொருட்களைக் குறைந்த விலையில் விற்பனை செய்யவோ பயன்பட்டதில்லை என்பதையும் இது விளக்குகிறது. தானியக்கிடங்கின் இரு முக்கியமான பயன்கள் அரசுக்கு, அதாவது அரண்மனைக்கும் படைகளுக்கும் தானியங்களை வழங்குவது, பஞ்சம் ஏற்படும் காலங்களில் உள்ள துன்பத்தை நீக்குவது ஆகியவை. அர்த்த சாஸ்திரம் இதற்கு மேல் தெளிவான விவரங்கள் அளிக்கவில்லை. பஞ்சம் ஏற்படும் காலங்களில் உணவுப்பொருட்கள் இலவசமாக வழங் கப்பட்டதா அல்லது விற்பனை செய்யப்பட்டதா என்பதுபற்றித் தகவல்கள் இல்லை. கடுமையான உணவுப் பஞ்சங்களின்போது மக்களின் துன்பத்தைப் போக்குவதற்கு அரசு எவ்வளவு முக்கியத்துவம் கொடுத்தது என்பதுபற்றியும் தெரியவில்லை. இங்கே கவனிக்க வேண்டிய இன்னொரு செய்தி, முடியரசுகளின் இவ்வாறான ஆபத்துக் காலங்களில் கைகொடுக்கும் திறன் குடியரசுகளிடத்தில் இல்லை என்பது.

களஞ்சியத்தின் கண்காணிப்பாளர் பல்வேறு உணவுப் பொருட்களின் வகைகளைப்பற்றியும் தரங்களைப்பற்றியும், அவற்றின் மீது விதிக்கப் படும் வரிகள், சந்தைப்படுத்துதல், எடைகள், அளவுகள், கணக்குப் பதிவு செய்யும் முறைகள்பற்றியும் அறிந்திருக்கவேண்டும்.

சரக்குகளைக் காத்தல், அவற்றின் இடமாற்றம், பதப்படுத்துதல் போன்றவற்றில் ஈடுபடும் பணியாளர்களை அவர் மேற்பார்வையிட வேண்டும். சுத்தப்படுத்துபவர், காவலாளி, அளவிடுபவர், அளவிடு பவரின் மேற்பார்வையாளர், கலவையாளர், விநியோகத்தை மேற்பார் வையிடுபவர், கணக்கீடுகளைச் சரிபார்ப்பவர், அடிமைகள், வேலை யாட்கள் ஆகியோர் அங்குள்ள பணியாளர்களில் அடங்குவர். தானியங்கள் பெரிய குடுவைகளில் சேமிக்கப்பட்டுத் தேவையான சமயங்களில் அந்த இடங்களில் அரைக்கப்பட்டன. தானியங்களைச் சுத்திகரிக்கும் மற்ற வேலைகளும் செய்யப்பட்டன. இதற்காகத் தானியக்கிடங்கில் எடைபோடும், அளவிடும் கருவிகள், ஆட்டுரல், உரல் / உலக்கை, இடிக்கும் இயந்திரம், செக்கு, விசிறி, புடைக்கும் கூடை, சல்லடை, பிரம்புக்கூடை, பெட்டி, விளக்குமாறு போன்றவை இருந்தன. *(2.16.62–63)*

அரைத்தல், எண்ணெய் எடுத்தல் போன்ற வேலைகள் உணவுப் பொருட்களின் கொள்ளளவில் மாற்றங்களை ஏற்படுத்தும். அதனால் கண்காணிப்பாளர், எந்த விகிதத்தில் அவை மாறுகின்றன என்பதுபற்றி அறிந்து வைத்திருக்கவேண்டும். அப்போதுதான் பொருட்களின் விவரப்பட்டியலை அவர் கட்டுப்பாட்டில் வைத்திருக்கமுடியும்.

> இடிப்பது, தேய்ப்பது, அரைப்பது, எரிப்பது, ஈரப்படுத்துவது, உலர்த்து வது, சமைப்பது போன்றவற்றால் எந்த அளவுக்கு தானியங்கள் அதிக மாகிறது அல்லது குறைகிறது என்பதை அவர் நேரடியாகக் கண் காணிக்கவேண்டும் (2.15.24)

இதுபோன்ற சுத்திகரிப்பு முறைகளினால் மாறும் அளவுகள்பற்றிய உதாரணங்கள் அடுத்ததாகக் கொடுக்கப்பட்டிருக்கின்றன. இரண்டு வகை நெல்லையும் அரைத்தால் முன்னிருந்த அளவுக்குப் பாதிதான் மிஞ் சியிருக்கும். தினையில் அரைத்தபின் கிடைப்பது பாதியும் ஒன்பதில் ஒரு பங்கும், உத்ரகாவில் அதே அளவும் கிடைக்கும். கோதுமை, பார்லி போன்றவற்றை இடித்தாலும், எள், பார்லி, பச்சைப்பயிறு, வெள்ளைப் பயிறு போன்றவற்றை வறுத்தாலும் அதே அளவுதான் கிடைக்கும். அவரையில் பாதியும், பருப்பு வகைகளில் மூன்றுக்கு ஒரு பங்கு குறை வாகவும் கிடைக்கும். எண்ணெய் எடுக்கும்போது ஆளி விதையிலிருந்து ஆறில் ஒரு பகுதியும், எள்ளில் கால் பாகமும் கிடைக்கும். இது போன்ற அளவு மாறுதல்கள் புரிந்துகொள்ளப்பட்டுக் கண்காணிக்கப்பட வேண்டும். அப்போதுதான் கையிருப்புப் பொருட்களின் சரியான அளவுகளை எந்த நேரத்திலும் தெரிந்துகொள்ளமுடியும்.

அடுத்ததாக உணவுப்பொருட்களை அரண்மனைக்கும் படைகளுக்கும் விநியோகம் செய்வதைப்பற்றிப் பார்ப்போம்.

உணவு தானியங்களைச் சுத்திகரிக்கும்போது நயமான அல்லது கரகரப் பான தரமுடைய உணவு கிடைக்கும். பொருட்களைப் பங்கீடு செய்யும் போது இரண்டு எழுதப்படாத கட்டளைகளைப் பின்பற்றவேண்டும். நயமான தரத்தை விலங்குகளுக்கும், மனிதர்களில் மேலானவர் களுக்கும் தரவேண்டும். பொருட்களின் அளவு ஆட்களின் அளவுக்கு ஏற்ப இருத்தல்வேண்டும் (பெரிய உருவமாக இருந்தால் அதிக அளவு). எனவே கண்காணிப்பாளர் இதுபோன்ற வழிமுறைகளில் வல்லவராக இருக்கவேண்டும்.

பங்கீடுகளின் தரத்தைப் பொறுத்தவரையில், ஒரு குறிப்பிட்ட அளவு நெல்லை நன்றாக அரைப்பது குறைவான அளவைத் தந்தாலும் நல்ல தரமான அரிசியைத் தரக்கூடியது. உதாரணமாக ஐந்து துரோண (அக் காலத்திய அளவு) அளவுடைய நெல்லை அரைக்கும்போது பன்னி ரண்டு ஆதக (அக்காலத்திய அளவு) அளவுள்ள குறைந்த தரமுள்ள உமியுடன் சேர்ந்த அரிசி கிடைத்தால் ஒரு யானைக்குட்டிக்குப் போது மான அளவு உணவாக இருக்கும், அவ்வாறு அரைக்கும்போது பதினொன்று ஆதக அளவு கிடைத்தால் வளர்ந்த யானைக்குப் போது மானதாக இருக்கும், பத்து ஆதக அளவு சவாரி செய்யப்பயன்படும் யானைகளுக்கும், ஒன்பது ஆதக அளவு போர் யானைகளுக்கும் போது மானதாக இருக்கும். வீரர்களுக்கு எட்டு ஆதக அளவும், தலை வர்களுக்கு ஏழு ஆதக அளவும், அரசிகளுக்கும் இளவரசர்களுக்கும் ஆறு ஆதக அளவும், அரசர்களுக்கு ஐந்து ஆதக அதாவது ஒரு ப்ரஸ்த அளவுமான உடையாத, சுத்தமான அரிசி போதுமானது. (2.15.42).

உடைந்த தானியங்கள் அடிமைகளுக்கும், வேலையாட்களுக்கும், சமையல் செய்பவரின் உதவியாளர்களுக்கும், வாத்துகள், வெள்ளாடுகள், செம்மறியாடுகள் மற்ற கால்நடைகள் போன்ற கீழ் நிலையிலுள்ள விலங்குகளுக்குத் தரப்படவேண்டும் (2.15.62, 52–56). (கங்ளே இந்த அளவீடுகளின் மொழிபெயர்ப்பைத் தராததால், அவற்றின் சரியான அளவை நிர்ணயிப்பது கடினம். மேலும் நமது தற்போதைய நோக்கம் ஒதுக்கீடு செய்யப்படும் முறையை அறிந்து கொள்வது தானேதவிர, அளவீடுகள் அல்ல).

அரசரின் இருப்பிடத்தில் உள்ளவர்களுக்கு அளிக்கப்படும் பங்கீட்டைப் பொறுத்தவரையில், உயர் வகுப்பு (ஆர்ய) ஆண்களுக்கு ஒரு ப்ரஸ்த அளவு சோறும், கால்பங்கு குழம்பும், குழம்பின் ஆறில் ஒரு பங்கு உப்பும், வெண்ணை அல்லது எண்ணெய் குழம்பில் கால் பங்கும் தரப் படவேண்டும். கீழ் வகுப்பினருக்கு அளவுகள் குறைந்தன. ஆறில் ஒரு பங்கு ப்ரஸ்த அளவு குழம்பும், பாதி அளவு வெண்ணை அல்லது எண்ணெய்தான் தரப்பட்டது. இது பெண்களுக்கு கால் பங்கு குறை வாகவும் சிறுவர்களுக்கு அரைப்பங்கு குறைவாகவும் வழங்கப்

பட்டது. இதுபோன்று அவரவரின் நிலைகளுக்கும் உடல் அளவுக்கும் தகுந்தவாறு உணவுப்பொருட்கள் பங்கீடு செய்யப்பட்டன.

காய்கறிகளையும்,இறைச்சியையும் பயன்படுத்திக் குழம்புகளைத் தயாரிக்க வேண்டிய அளவுகள்பற்றியும் குறிப்பிடப்பட்டிருக்கிறது. இருபது பலம் இறைச்சிக்கான கொழுப்பு, உப்பு, சர்க்கரை, வாசனைப் பொருட்கள், தயிர் ஆகியவற்றின் அளவுகள் தரப்பட்டிருக்கின்றன காய்கறிக்குழம்பிற்கு இறைச்சிக்கு ஆனது போல் ஒன்றரைப் பங்கு அதிகமாகவும், உலர் இறைச்சிக்கு இரண்டு மடங்கு அதிகமாகவும் பொருட்களை இடவேண்டும். தானியக்கிடங்கின் பணியாட்கள் இந்த உணவுகளைச் சமைப்பார்கள் என்று நாம் எதிர்பார்க்கமுடியாது. ஆனால் இந்நூலில் கொடுக்கப்பட்டிருக்கும் அளவீட்டு விகிதங்கள், பங்கீடு முறைகளைப் பயன்படுத்தி, படைகளுக்கும், அரண்மனையின் சமையலறைக்கும், யானைகளுக்கும், விலங்குகளின் லாயங்களுக்கும் விநியோகம் செய்யப்படவேண்டிய மளிகைப் பொருட்களின் மொத்த அளவைக் கணக்கிட்டனர். உதாரணமாக

> குதிரைக் காவலர் கருவூலத்திலிருந்தும் தானியக் கிடங்கிலிருந்தும் ஒரு மாதத்துக்கான படிகளைப் (குதிரைக்காக) பெற்றுக்கொண்டு கவனமாகப் பாதுகாத்து வரவேண்டும். (2.30.3)

குதிரைக் காவலரும் தானியக் களஞ்சியத்தின் கண்காணிப்பாளரும் ஒரு குறிப்பிட்ட காலத்துக்குத் தேவையான ஒவ்வொரு பொருளின் அளவையும் கணக்கிட இந்த தினப் பங்கீட்டு அளவின் மாதிரியை மனதில் வைத்திருக்கவேண்டும்.

யானைகளுக்கான உணவுப்பொருட்களின் ஒதுக்கீட்டைப் பொறுத்த வரை, அப்பொருட்களின் அளவுகள் மிக அதிகமாக இருந்தன. அதனு டைய உடமையாளரையே அழிக்கும் அளவுக்கு அதன் பராமரிப்புச் செலவுகள் அதிகமாக இருந்தன. யானையைக் கொட்டிலிலோ, கோட்டையிலோ அல்லது நகரிலோ வைத்துக் கட்டிக்காப்பது பெரும் செலவுபிடிக்கும் விஷயமாக இருந்தது. கிராமப்புறங்களில் மேய்ச் சலின்மூலம் அதன் உணவைத் தேடிக்கொள்ளச்செய்வது செலவில்லா முறையாகும். கோட்டையில் இருக்கும் யானையின் உணவின் அளவு அதன் உயரத்தை முழம் போட்டு, அதன்மூலம் கணக்கிடப்பட்டது. அதன் பங்கு, ஒரு துரோண அளவு சோறு, அரை ஆதக அளவு எண்ணெய், மூன்று ப்ரஸ்த அளவு வெண்ணை, பத்து பலம் உப்பு, ஐம்பது பலம் இறைச்சி, உலர்ந்த மூட்டுக்களை ஈரப்படுத்த ஒன்று அல்லது இரண்டு ஆதக அளவு பழச்சாறு, உற்சாகப்படுத்துவதற்காகப் பத்து பலம் சர்க்கரை அல்லது இருபது பலம் பால் சேர்த்த ஒரு ஆதக அளவு மது, கை கால்களில் தடவுவதற்கு ஒரு ப்ரஸ்த அளவு எண்ணெய்,

அதன் எட்டின் ஒரு பங்கு தலைக்கும் யானைக்கொட்டிலில் உள்ள விளக்குக்கும் ஒதுக்கீடு செய்யப்பட்டது. இரண்டேகால் பாரம் புல், இரண்டரை பாரம் வைக்கோல், பின் இலைதழைகள் இதுபோல் அதன் உணவு அளவில்லாமல் இருந்தது. (2.31.13)

கோட்டையிலும் நகரிலும் உள்ள லாயங்களில் இருந்த குதிரை களுக்கான உணவுப் பங்கீடும் அதிகம். உயர்வகைக் குதிரைகளுக்கு இரண்டு துரோண அளவு அரிசி அல்லது பார்லி அல்லது தினை, அரை வேக்காட்டிலோ, பாதி உலர்ந்ததாகவோ கொடுக்கப்படவேண்டும். இல்லையெனில், அரை வேக்காட்டில் அவரையும் (பச்சைப்பயிறு அல்லது வெள்ளை) ஒரு ப்ரஸ்த அளவு கொழுப்பு, ஐந்து பலம் உப்பு, ஐம்பது பலம் இறைச்சி, அதன் மூட்டுக்களை ஈரப்படுத்த ஒன்று அல்லது இரண்டு ஆதக அளவு பழச்சாறு, குதிரையின் உற்சாக பானமாக ஐந்து பலம் சர்க்கரை அல்லது பத்து பலம் பால் அத்துடன் ஒரு ப்ரஸ்த அளவு மது. (2-30-18). இவ்வாறு குதிரைகளுக்கும் யானைகளுக்கும் வழங்கப்படும் உணவுப்பங்கீடு அடிப்படை அமைப்பில் ஒன்றாக இருப்பதை நாம் பார்க்கலாம்.

நடுத்தரவகைக் குதிரைகளுக்கு இந்தப் பங்கீட்டின் அளவு கால் பங்கு குறைத்தும், தாழ்ந்தவகைக் குதிரைகளுக்கு அரைப்பங்கு குறைத்தும் வழங்கப்பட்டது. இதேபோல் காளைகளுக்கும் உணவு வழங்கப் பட்டது. அவற்றுக்கு ஒரு துரோண அளவு வெள்ளைப் பயிறு அல்லது ஒரு புலக அளவு பார்லியும், சிறப்பு உணவாக ஒரு துலா அளவு செக்கிலிருந்து எடுக்கப்பட்ட எண்ணெய்தவிர பத்து ஆதக அளவு உடைந்த தானியங்களும் உமியும் வழங்கப்பட்டன. எருமைகளுக்கும் ஒட்டகங்களுக்கும் காளைகளுக்குக் கொடுக்கப்பட்டதைப்போன்று இருமடங்கு உணவு வழங்கப்பட்டது. குரங்குகளுக்கும், புள்ளிமான் களுக்கும், செம்மான்களுக்கும் அரை துரோண அளவு உணவு வழங் கப்பட்டது. இருவகை மான்களுக்கும், ஆடுகளுக்கும், பன்றிகளுக்கும், நாய்களுக்கும், அன்னங்களுக்கும், நாரைகளுக்கும், மயில்களுக்கு மான உணவுப்பங்கீடு குறிப்பிடப்பட்டுள்ளது (2.25. 51-59).

மான்களுக்கும், கொடிய மிருகங்களுக்கும், பறவைகளுக்கும் இதுதவிர மற்ற வன விலங்குகளுக்கும் அவை சாப்பிடும் உணவைப் பொறுத்துக் கண்காணிப்பாளர் பங்கீட்டைத் திட்டமிடவேண்டும் (2.15.59).

இந்த விலங்குகள் அரண்மனைத் தோட்டங்களிலும் வன விலங்குச் சரணாலயங்களிலும் அரசரால் பாதுகாக்கப்பட்டிருந்தன.

ஆக, யானையின் உணவுப்பங்கீட்டை மாதிரியாக வைத்து, குதிரைகள், மற்ற கால்நடைகள், விலங்குகள் போன்றவற்றின் உருவ அளவு, வகை

இவற்றின் அடிப்படையில் உணவின் அளவில் மாற்றம் செய்யப்பட்டது. மனிதர்களுக்கும் இதுபோன்ற ஒரு மாதிரிப் பங்கீடு இருந்தது. அது அவரவர்களின் அந்தஸ்துக்கு ஏற்ப மாறுதல் செய்யப்பட்டது. ஒரு மாதிரிப் பங்கீட்டை அடிப்படையாகக்கொண்டு அதை வகைக்கேற்ற வாறு மாறுதலுக்கு உட்படுத்தும்முறை அர்த்தசாஸ்திரத்தின் விரிவான விளக்கும் தன்மைக்கு ஒரு சான்றாகும். அதே சமயம், தானியக்களஞ் சியத்தின் கண்காணிப்பாளர் ஒவ்வொரு வேலைநாளிலும் பொருட் களைப் பங்கீடு செய்து விநியோகித்துக்கொண்டும், அவற்றின் கையி ருப்பைக் கவனித்துக்கொண்டும், பல வகைப்பொருட்களின் புதுச்சரக்கு களைப் பெற்றுக்கொண்டும் எவ்வாறு பொருட்களின் அளவுகளைக் கணக்கீடு செய்கிறார் என்பதையும் இது சுட்டிக்காட்டுகிறது.

வனப்பொருட்களின் பண்டகசாலை

நாம் இப்போது 'குப்ய' என்று அழைக்கப்பட்ட வனப்பொருட்களைக் கண்காணிப்பவரின் (குப்ய அத்யக்ஷ) பணிகளையும் கடமைகளையும் பார்ப்போம். 'குப்ய' என்ற சொல்லை கங்ளே வனப்பொருட்கள் என்று மொழிமாற்றம் செய்தார். ஏனெனில், இந்தப் பகுதியில் கூறப் பட்டிருக்கும் கண்காணிப்பாளர்பற்றிய கடமைகளின் முதல் சூத்திரம் அவர் வனத்திலிருந்து (திரவிய வனங்கள்) இப்பொருட்களைக் கொண்டுவருவதற்குக் காவலாளர்களை வைத்திருக்கவேண்டும் என்று கூறுகிறது. இந்த மொழிமாற்றம், இரும்பு, தாமிரம், எஃகு, வெண் கலம், ஈயம், தகரம், வைக்ரிந்தக (ஒரு உலோகக்கலவை - பாதரசமாக இருக்கலாம்) வெண்கலம் (2.27.14) போன்ற உலோகங்களைத்தவிர மற்ற பொருட்களுக்கு சரியாகப் பொருந்துகிறது.

உலோகங்கள் சுரங்கத்திலிருந்து பெறப்படுபவை. சுரங்கங்களுக்கு தனியாகக் கண்காணிப்பாளர்கள் இருந்தனர். இங்கே விலைமதிப்புள்ள உலோகங்களான தங்கமும் வெள்ளியும் இடம்பெறவில்லை என்பதைக் கவனிக்கவேண்டும். குப்ய என்பதற்கு அகராதி தரும் விளக்கம் அடிப்படை உலோகம் என்பது. எனவே குப்ய என்பதில் வனப்பொருட் களோடு மற்ற பொருட்களும் இருந்தது. எவ்வாறு கோஸ்த என்பது தானியங்களை மட்டும் குறிப்பதில்லையோ, அதுபோல குப்ய என்பது கட்டுமானப் பொருட்கள் அல்லது மூலப் பொருட்கள் என்று பொருள் படும். அதன் பொருளைச் சரியாக விளக்கும் வார்த்தை இல்லாததால், இந்த இடத்திலிருந்து குப்ய என்னும் சமஸ்கிருத வார்த்தையையே பயன்படுத்தலாம். வாசகர்கள் குப்ய என்னும் சொல் வனப்பொருட் களையும், தங்கம், வெள்ளிதவிர இதர உலோகங்களையும், அதிக மதிப் பில்லாத மற்ற பொருட்களையும் குறிக்கிறது என்பதை நினைவில் வைத்துக்கொள்ளவேண்டும்.

அதிக மதிப்பில்லாத உலோகங்களைத்தவிர இந்தப் பண்டகசாலையில் இருந்த, வனத்திலிருந்து பெறப்பட்ட மற்ற பொருட்களின் விவரம் வருமாறு: வலுவான மரங்கள் (இருபத்தோரு வகைகள் இந்நூலில் குறிக்கப்பட்டுள்ளன); நாணல் (ஏழு வகைகள்); கொடிகள் (ஐந்து வகைகள்); நார்த்தாவரங்கள் (ஏழு வகைகள்); இழை நார்கள் (இரண்டு வகைகள்); இலைகள் (மூன்று வகைகள்); மலர்கள் (மூன்று வகைகள்); மருத்துவத் தாவரங்கள் (மூலிகைகள் - நான்கு வகைகள்); விஷங்கள் (பதினாறு வகைகள்); தவிர விஷப்பாம்புகள், பூச்சிகள் (இவை எல்லாம் விஷங்கள் என்னும் பிரிவில் அடங்கும்); பின்வரும் விலங்குகளின் உடற்பாகங்கள்:

பல்லி, செரகா என்னும் விலங்கு, சிறுத்தை, கரடி, சுறாமீன், சிங்கம், புலி, யானை, எருமை, கவுரி எருமை, ஸ்ரீமறா, காண்டாமிருகம், காட்டெருமை, காட்டுப்பசு, பல வகை மான்கள், கொடியமிருகங்கள், பறவைகள், வனவிலங்குகள் ஆகியவற்றின் தோல், எலும்பு, பித்த நீர், தசைநார், கண்கள், பற்கள், கொம்புகள், குளம்புகள். (2.17.13)

இந்த உடற்பாகங்கள் எதற்காக உபயோகப்படுத்தப்படுகின்றன என்று பின்னால் பார்ப்போம். இந்தப் பட்டியல் அதிக மதிப்பில்லாத உலோ கங்களுடனும், மூங்கிலாலும் களிமண்ணாலும் செய்யப்பட்ட பானைகள், கூடைகள் (அதாவது கூடைகளும் பானைகளும், இதைக் குறித்துவைத்துக்கொள்ளுங்கள்), கரி, மட்டைகள், சாம்பல் மற்றும் மான்கள், மிருகங்கள், பறவைகள், காட்டு விலங்குகள் போன்றவற்றை அடைத்துவைக்க வேலிகள், எரிபொருளுக்கும் புற்களுக்கும் சேமிப்பு அறைகள் ஆகியவற்றுடன் தொடர்கிறது.

ஆயுத சாலை

ஆயுதசாலையின் கண்காணிப்பாளரின் கடமைகள் (ஆயுதக்ருஹ அத்யக்ஷ 2.18) வனப்பொருட்களின் கண்காணிப்பாளரின் கடமை களுக்கு அடுத்த பகுதியிலேயே இடம்பெறுவது வனப்பொருட் களுக்கும் ஆயுதங்களுக்கும் உள்ள நெருங்கிய தொடர்பை விளக்கும் முதல் அம்சமாகும். உதாரணமாக, கோட்டைகளில் இவ்விரண்டையும் சேமித்துவைப்பதற்கு ஏற்ற இடம் இருந்தது. ஆயுதசாலையில் போர்களுக்கும் அதில் பயன்படும் ஆயுதங்களுக்கும் தேவையானவை இருந்த காரணத்தால் குப்ய என்பது மூலப்பொருளாகவும் ஆயுதசாலை அப்பொருட்களிலிருந்து தயாரிக்கப்பட்ட போருக்குத் தேவையான கருவிகளைக் கொண்டதாகவும் இருந்தது என்று அனுமானிக்கலாம். விலங்குகளின் தோலிலிருந்தும் மேற்குறிப்பிட்ட மற்ற உறுப்புகளி லிருந்தும் தயாரிக்கப்பட்ட கவசங்கள் ஆயுதசாலைகளில் இருந்தன.

ஆயுதசாலையின் கண்காணிப்பாளர் ஆயுதங்கள், கவசங்கள், போருக்குத் தேவையான மற்ற உபகரணங்கள் ஆகியவற்றின் தயாரிப்பையும் அவற்றின் பாதுகாப்பான சேமிப்பையும் மேற்பார்வையிட வேண்டும். ஆயுதங்களின் விவரப்பட்டியல் நிலையான இயந்திரங்களின் பத்து வகைகளோடு தொடங்குகிறது. அவற்றின் பெயர்கள் வித்தியாசமாகவும் நமக்குப் புரியாமலும் உள்ளன. உதாரணமாக, 'பல தலை உள்ள', 'அனைவரையும் கொல்', 'கை', 'அரைக்கை' என்ற பெயரிலுள்ளவை. இவற்றை அடுத்து, இயங்கும் ஆயுதங்களான சம்மட்டி, கதை, வேல், திரிசூலம், வட்டு ஆகிய பதினாறு மாறுபட்ட வகைகள். அடுத்ததாகக் கூரான ஆயுதங்கள் (11 வகைகள்); விற்கள் (மரத்தினாலும் தந்தத்தினாலும் செய்யப்பட்ட 7 வகைகள்); நாண்கள் (தசைகளால் செய்யப்பட்டவை உட்பட 6 வகைகள்); அம்புகள் (இரும்பு, எலும்பு, மரம் ஆகியவற்றால் செய்யப்பட்ட முனைகளுடன் கூடிய 5 வகைகள்); வாட்கள் (மூன்று வகைகள்); வாட்களின் கைப்பிடி (காண்டாமிருகம் அல்லது எருமையின் கொம்பினாலோ, யானைத்தந்தத்தாலோ, மரம் அல்லது மூங்கிலாலோ செய்யப்பட்டவை); கத்தி வகை ஆயுதங்கள் (ஏழு வகைகள்); கற்கள் (நான்கு வகை); கவசங்கள் (உலோக வளையங்கள் அல்லது தட்டுக்களால் ஆனவை); துணிக்கவசங்கள், காண்டாமிருகம், கழுதை, யானை, காளை ஆகியவற்றின் தோல், குளம்பு, கொம்புகள் ஆகியவற்றால் செய்யப்பட்ட கவசங்கள்; கைகளுக்கும் உடலின் மற்ற பாகங்களுக்கும் கவசங்கள் (பதினாறு வகைகள்).

படைகளுக்குத் தேவைப்படும் மூலப்பொருட்களுக்காகவே வனப் பொருட்கள் திரட்டப்பட்டன என்பது தெளிவு. ஆனாலும் படைகளுக்கு மட்டும்தான் இப்பொருட்கள் பயன்பட்டன என்று முடிவுகட்டி விட இயலாது. அவற்றுக்கு வேறு பயன்களும் இருந்தன. உதாரணமாக இரும்பு, போர் தொடர்பில்லாத மற்ற விஷயங்களுக்கும் பயன்பட்டது. அது ஒரு முக்கியமான உலோகமாகக் கருதப்பட்ட போதிலும், கொல்லர்கள் தங்கத்திலும் வெள்ளியிலும் வேலைசெய்வதையும் வெள்ளி, தாமிர நாணயங்கள் அச்சடிக்கப்பட்டதைப்பற்றியும்தான் அர்த்தசாஸ்திரம் பெரும்பாலும் பேசுகிறது.

அர்த்தசாஸ்திரம் குறிப்பிட்ட பயனுக்காக ஒரு முன்மாதிரியை வரையறுத்து, மற்ற பயன்களுக்காக அதில் தேவையான மாறுதல்களைச் செய்து உபயோகப்படுத்தும் வடிவமைப்பைக் கொண்டது என்பதை நாம் முன்பே பார்த்தோம். இந்த வடிவமைப்பு சுருக்கமாக, சூத்திரங்களின்மூலம் கருத்துக்களை விளக்கும் முறைக்குப் பொருந்தும். அதேசமயம், பொருட்களைப் பங்கீடு செய்யும்போது அளவுகளைக் கணக்கிடுவதற்கு நிபுணர்கள் பயன்படுத்திய உள்ள யதார்த்தமான

அணுகுமுறையையும் இது விளக்குகிறது. சிலநேரங்களில் மற்ற பயன்கள்பற்றி ஏதும் குறிப்பிடப்படுவதில்லை.

கருவூலம்

கருவூலத்தின் கண்காணிப்பாளர் (கோஷ அத்தியட்சக), ரத்தினங் களையும் அதிக மதிப்புள்ள பொருட்களையும், குறைந்த மதிப்புள்ள குப்ய போன்ற பொருட்களை கையாள்வது ('ரத்னம் சரம் ஃபல்கு குப்யம் வ'), பலதுறைகளைச் சேர்ந்த நிபுணர்களுக்கு தலைமை தாங்குவது போன்ற பொறுப்புகளை மேற்கொண்டார். இங்கே 'ரத்ன' என்று குறிப்பிடப்படுவது விரிவான நோக்கில் நிதியையும், ஒரு குறிப்பிட்ட நோக்கில் ரத்தினங்களையும் குறிக்கிறது. மேலும், நிதி என்று பொருள்படும் 'ரத்ன' என்ற சொல்லில் ரத்தினங்களும் அடங்கும் என்பதை நினைவில் வைத்துக்கொள்ளவேண்டும். கண்காணிப் பாளரின் கடமைகள் என்ற இந்த அத்தியாயம் அதிக மதிப்புள்ள பொருட்களை அல்லது நிதியைப் (ரத்ன) பெறுவதைப்பற்றியது. ரத் தினங்கள், அதிக மதிப்புள்ள பொருட்கள், மிகக்குறைவான மதிப்புள்ள பொருட்கள் என்ற நிதியின் மூன்று வகைகளையும் இப்பகுதி விவரிக்கிறது. 'குப்ய' என்ற வனப்பொருட்களைப்பற்றிய குறிப்புகள் வனப்பொருட்களின் கண்காணிப்பாளர் என்ற அத்தியாயத்தில் கொடுக் கப்பட்டுள்ளன. இது ஆடம்பரப் பொருட்கள்பற்றிய பகுதியாகும். இந்தப் பட்டியலில் அடங்கும் பொருட்கள் :

ரத்தினங்கள்: முத்து, மாணிக்கம், கோமேதகம், நீலம், வைரம், செம்பவழம்

சர (அதிக மதிப்புள்ளவை): சந்தனம், கற்றாழை, தூபங்கள்

ஃபல்கு (குறைந்த மதிப்புள்ளவை): உரோமங்கள் மற்றும் தோல்கள், கம்பளித் துணி, பட்டுத் துணி, பருத்தித் துணி

இந்தப் பொருட்கள் குறித்து அர்த்தசாஸ்திரம் தரும் எல்லா விவரங் களையும் நான் இங்கே தரப்போவதில்லை. ஆனாலும் முத்துக் களையும் பவழங்களையும்பற்றிக் கொஞ்சம் விரிவாகப் பின்னால் ஆராய்வோம். மற்ற எல்லாப் பொருட்களையும்விட அதிகம் விவரிக் கப்படுவதால், முத்துக்கள் இங்கே முதலிடம் பெறுகின்றன. அர்த்த சாஸ்திரத்தில் முத்துக்களின் தோற்றம், நிறை குறைகள் போன்ற வற்றைப்பற்றிக் குறிப்புகள் உள்ளன. இந்நூலில் முத்துக்களுக்கு இருக்கும் முதலிடம், கழுத்தாரங்களில் முத்துக்கள் மிக அதிகமாக இடம்பெற்றதை இந்த நூல் கூறும் விதம் ஆகியவை முத்துக்களுக்கு பண்டைய இந்திய வாழ்வில் இருந்த குறிப்பிடத்தக்க இடத்தைப்

பற்றியும், இந்திய, இலங்கை முத்துக்களுக்கு ரோமில் இருந்த முக்கியத் துவம்பற்றியும் தெரிவிக்கின்றன. அர்த்தசாஸ்திரம் ஐந்து வகையான முத்துமாலைகளின் பெயர்களைப் பட்டியலிடுகிறது. பல இழைகளால் ஆன கழுத்து ஆரங்களைப்பற்றியும் தெரிவிக்கிறது. இவ்வரிசையின் முதலில் இருப்பது, அதிசயிக்கத்தக்க வகையில் 1008 இழைகளால் ஆன இந்திரசந்தா, அதன்பின் 504, அறுபத்து நாலு, ஐம்பத்து நாலு, முப்பத் தியிரண்டு, இருபத்து எழு, இருபத்து நாலு, இருபது மற்றும் பத்து இழைகளால் ஆன, வித்தியாசமான பெயர்கள் கொண்ட கழுத்து ஆரங்கள், நிறைவாக ஏகவாலி என்று அழைக்கப்பட்ட ஓர் இழையால் ஆன ஆரம். 1008 இழைகள் கூடிய ஆரம் இருந்திருக்குமா என்று நாம் ஆச்சரியப்படலாம். அப்படி ஒன்று இல்லாவிட்டாலும் இப்படி ஒரு ஆகப்பெரிய கழுத்து ஆரத்தை மற்ற ஆரங்களை அளவிடுவதற்கான அடிப்படையாக வைத்த கருத்துருவாக்கம் குறிப்பிடத்தக்கது.

அடுத்ததாக இந்த நூல் மற்ற ரத்தினங்களாலும் பொன்னாலும் செய்யப் பட்ட, பலதரப்பட்ட இழைகளால் ஆன, கழுத்து ஆரங்களைப்பற்றி விவரிக்கிறது. இந்த விளக்கங்கள் தலை, கைகள், கால், இடுப்பு போன்ற உறுப்புகளில் அணியப்படும் மாலைகளுக்கும் மற்ற ஆபரணங் களுக்கும் பொருந்தும். இந்தப் பகுதியில் குறிப்பிடப்பட்டுள்ள முத்துக்களின் அளவுகள் ஆச்சரியப்படத்தக்க வகையில் அதிகமாக உள்ளன. ரத்தினங்களைப்பற்றிய இந்தப் பகுதி, மத்தியதரைகடலில் உள்ள அலெக்சாண்டிரியாவிலிருந்து இறக்குமதி செய்யப்பட்ட செம் பவழத்துடன் முடிவடைகிறது. இவ்வாறு முத்துக்களையும் பவழத் தையும்பற்றி இந்த நூல் அதிக கவனத்துடன் விளக்குவதற்கு பொயு முதலாம் / இரண்டாம் நூற்றாண்டுகளில் ரோமுடன் நடத்தப்பட்ட, பின்னல் நாம் பார்க்கப்போகும், ஆடம்பரப் பொருட்களின் வர்த்தகமே முக்கியக் காரணமாக இருந்திருக்கக்கூடும்.

இந்த விலைமதிப்புள்ள பொருட்களின் பட்டியலில் உயர்வகை உலோ கங்களான பொன், வெள்ளி போன்றவையும் நாணயங்களும் இல்லை என்பதைக் கவனித்திருப்பீர்கள். அதற்கான காரணம் அவை கருவூ லத்தில் சேர்த்துவைக்கப்படுவதில்லை என்பதல்ல. மற்ற அத்தியாயங் களில் இப் பொருட்களைப் பற்றி விரிவான விளக்கங்கள் தரப்படுவ தால் இங்கு அவற்றைப்பற்றிய குறிப்புகள் இடம்பெறவில்லை. பொன் னைப்பற்றிய தகவல்கள் இதன் அடுத்த பகுதிகளான சுரங்கங்களைப் பற்றிய பகுதியிலும், பொன்னின் கண்காணிப்பாளரைப்பற்றிய தகவல்கள் அரசரின் தொழிற்சாலை என்ற பகுதியிலும், அரசுப் பொற் கொல்லரைப்பற்றிய தகவல்கள் சந்தை நெடுஞ்சாலை என்ற பகுதியிலும் (2.12–14) இடம்பெற்றுள்ளன. நாணயங்களும் நாணயச்

சாலைகளும், எடைகளையும் அளவுகளையும் முறைப்படுத்துதல் என்ற தலைப்பில் குறிப்பிடப்பட்டுள்ளன.(2.29)

இத்துடன் அர்த்தசாஸ்திரத்தில் கண்டுள்ள பொருட்களின் விவரப் பட்டியல் நிறைவடைகிறது. இந்தப் பட்டியலின்மூலம் ஒரு முழுமை யான பார்வை நமக்குக் கிடைக்கிறது. இது முழுக்க சாதாரணக் குடிமகனின் பார்வையில் இல்லாமல் அரசரின் பார்வையிலிருந்து தயாரிக்கப்பட்டது என்பதை நாம் பார்க்கலாம். அதனால், இந்தப் பட்டியல் சமையலறைக் கத்திகள், கலப்பையின் முனைகள், மட்பாண் டங்கள் போன்ற சில உபயோகமான பொருட்களை விட்டுவிட்டு, அரசரின் முக்கியத்துவத்தையும் அதிகாரத்தையும் காண்பிக்கக் கூடியதும், இருநாட்டு உறவுகளைச் செம்மைப்படுத்தக் கூடியதும், ராணுவத்துக்குத் தேவையானதுமான உயர்வகைப் பொருட்களில் கவனம் செலுத்துகிறது.

பொருளாதாரத்தைப்பற்றிய கூறுகளைத் தரும் சில பொருட்களை மட்டும் ஆராய்ச்சிக்காக நான் இப்போது எடுத்துக்கொள்கிறேன். நாம் பரிசீலிக்கப்போவது மூன்று வகையான பொருட்கள், முத்துக்களும் பவழங்களும்; ஆடைகளும் மட்பாண்டங்களும்; குதிரைகளும் யானை களும். இதில் ஒவ்வொரு இணையும் மாறுபட்ட வகையைச் சேர்ந்தது. ஒவ்வொன்றும் ஒரு வித்தியாசமான கதையை நமக்குச் சொல்லும். முதலாவது ஆடம்பரப் பொருட்கள், இரண்டாவது அத்தியாவசியமான பொருட்கள் மூன்றாவது போர்களில் பயன்படக்கூடியது.

ஆடம்பரப் பொருட்கள்: முத்துக்களும் செம்பவழமும்

தனிப்பட்ட அம்சங்களால் மனிதர்களை ஈர்ப்பதன்மூலம் மட்டும் சில பொருட்கள் ஆடம்பரப் பொருட்கள் என்ற அந்தஸ்தை அடைவ தில்லை. சமூகத்தில் அப்பொருட்களின் உரிமையாளர்களை அவற்றை அடையும் வாய்ப்பில்லாதவர்களிடமிருந்து வேறுபடுத்திக் காண் பிக்கும் ஒரு முக்கியமான பணியையும் அவை செய்கின்றன. இப்படி ஆடம்பரப் பொருட்களைப் பயன்படுத்தி வேறுபடுத்தும் தன்மை, எழுத்துபூர்வமான ஆவணங்கள் தோன்றுவதற்குப் பல காலம் முன்பே வழக்கத்தில் இருந்தது. வரலாறுக்கு முந்தைய காலங்களிலிருந்தே மணிகளையும் மற்ற ஆபரணங்களையும் தயாரித்து வர்த்தகம் செய்யும் முறை இருந்தது. அரசாட்சி முறை இப் பொருட்களின் தேவைகளைப் பல மடங்கு அதிகரித்ததோடு மட்டுமில்லாமல் சமூகக் கட்டமைப்பில் இவற்றுக்குப் புதியதொரு பங்கையும் அளித்தது. அரசியலமைப்பின் உச்சமாக அரசர் இருப்பதன் அடையாளம் யாராலும் அடையமுடியாத உயர்வகைப் பொருட்களை வைத்திருப்பதுதான். இது அவரை மற்ற

பணம் படைத்தவர்களிடமிருந்து வேறுபடுத்திக் காண்பித்தது. அரசர் ஒரு முன்மாதிரியை இவ்வாறு ஏற்படுத்தியவுடன் அரசின் உயர் அதிகாரிகளும் பிரபுக்களும் அவரை ஒரு குறைந்த அளவாவது பின்பற்றுவார்கள்.

ஆடம்பரப் பொருட்களின் தேவை நீண்ட தூர வர்த்தகத்துக்குக் காரண மாக அமைகிறது. ஏனெனில் அபூர்வமானதும் கண்களைக் கவர்வது மான அப்பொருட்களுக்கு அதிக விலை கொடுப்பதையும், போக்கு வரத்துக்கு அதிகமாகச் செலவு செய்வதையும் அதை வாங்குவோர் ஒரு பொருட்டாக நினைக்கமாட்டார்கள். போக்குவரத்துச் செலவுகளைக் கணிசமாகக் குறைத்த நீராவி என்ஜின்களும் இயற்கை எரிபொருட் களைப் பயன்படுத்தக்கூடிய புதிய தொழில்நுட்பங்களும் பத்தொன்ப தாம் நூற்றாண்டில் கண்டுபிடிக்கப்படும் வரை, ஆடம்பரப் பொருட் களை அடிப்படையாகக் கொண்டே நீண்ட தூர வர்த்தகங்கள் நடை பெற்றன. அர்த்தசாஸ்திரத்தின் காலத்திலிருந்து, நீராவியைப் பயன் படுத்தித் தயாரிப்புகளும் போக்குவரத்தும் செய்யப்படும் காலம்வரை, அதாவது, சுமார் இரண்டாயிரம் வருடங்கள், இந்தியாவுக்கும் ஏனைய உலக நாடுகளுக்கும் இடையேயான வர்த்தகம் உறுதியாகவே இருந்தது.

சில பொருட்கள் அதிகமாக விரும்பப்படுவதால் ஆடம்பரத்தன்மையை அடைகின்றன. அவை அப்படி விரும்பப்படுவதற்கான காரணம், அவற்றின் அபூர்வத்தன்மையாலும் அதிக விலையாலும் உரிமையாளர் களுக்கு அப்பொருட்கள் அளிக்கும் மேன்மைதான். இவற்றில் சில பொருட்கள் நீண்டதூரத்திலிருந்து வருபவை. இதன் காரணமாகத்தான் தானியக் களஞ்சியத்திலும், வனப்பொருட்களின் பண்டகசாலையிலும் இல்லாத அயல் நாட்டுப்பொருட்கள், ஆடம்பரப் பொருட்களின் பட்டியலில் இருக்கின்றன. செம்பவழம் இதன் தலைசிறந்த உதாரணமாகும்

இந்தியாவில் இருக்கும் பவழம் பண்டைக்காலத்தில் சுண்ணாம்புக் காகப் பயன்படுத்தப்பட்டுவந்தது. ஆனால் கருவூலத்தில் இருந்த செம்ப வழம் மத்தியதரைக்கடலில் இருந்து பெறப்பட்டது. ஏனெனில் இது இந்தியாவிலும் அதன் அண்டை நாடுகளிலும் கிடைப்பதில்லை. அர்த்தசாஸ்திரம் இதை அலகந்தாவிலிருந்து (ரோமாபுரி சாம்ராஜ்யத் தின் ஆட்சிக்குட்பட்ட எகிப்திலிருந்த அலெக்சாண்டிரியாவிலிருந்து) கிடைப்பது என்று குறிப்பிடுகிறது (2.11.42). செம்பவழம் கிடைப்ப தாகக் குறிப்பிடப்படும் விவர்ணா என்ற இன்னொரு நாட்டைப்பற்றிய விவரங்கள் தெரியவில்லை. ஆனால் அதுவும் மத்தியதரைக்கடல் பகுதியில்தான் இருந்திருக்கவேண்டும்.

செம்பவழம் இந்தியாவில் அதிக விலை உடையது. இன்றும் இறக்குமதி செய்யப்படுவது. அது நவரத்தினங்களில் ஒன்றாகவும், ஜோதிடத் துறையில் முக்கியமானதாகவும், அதன் உரிமையாளருக்கும் அணிந்திருப்பவருக்கும் ஆரோக்கியத்தையும் அதிர்ஷ்டத்தையும் அளிக்கக் கூடியதாகவும் கருதப்படுகிறது. எனவே ஆயிரக்கணக்கான ஆண்டுகளாக உள்நாட்டில் கிடைக்காத, பவழப் பாறைகளிலிருந்து தயாரிக்கப்படும் இப்பொருளை இந்தியா இறக்குமதி செய்துகொண்டிருக்கிறது. உலகின் எந்த நாட்டிலும் இதுபோன்று பவழத்தில் பற்று வைத்தோர் இல்லை.

செம்பவழத்தின் இரட்டைப் பிறவியாகக் கருதப்படுவது முத்துக்கள். தென்னிந்தியாவும் இலங்கையும், குறிப்பாக மன்னார் வளைகுடாப்பகுதி முத்துக்களுக்கு பெயர் போனது. அர்த்தசாஸ்திரம் சொல்வதைப் போல் மிகப் பழங்காலத்திலிருந்து முத்துக்கள் இங்கே எடுக்கப்படுகின்றன. ஒரு வடஇந்தியரின் பார்வையில் தென் இந்தியாவிலிருந்து கிடைக்கும் முத்துக்கள் அயல் நாட்டிலிருந்து இறக்குமதி செய்யப்படும் பொருளைப் போன்றது. ஆதலால் தென் இந்தியாவுடனான வர்த்தகப் பாதை இமயத்துடனான வர்த்தகப்பாதையைவிட முக்கியத்துவம் பெறுகிறது. அதுதவிர முத்துச்சிப்பி தென்னிந்தியாவில் கிடைக்கும் பொருள். மத்திய தரைக்கடல் ஐரோப்பாவில் கிடைப்பதல்ல. எனவே இந்திய முத்துக்கள் இந்தியாவிற்கும் ரோமாபுரிக்கும் நடைபெற்ற தூரதேச ஆடம்பரப் பொருட்களுக்கான வர்த்தகத்தில் ஒரு முக்கிய அம்சமாக விளங்கியது.[1] அவ்வாறு எற்றுமதி செய்யப்பட்ட முத்துக்களின் அளவு, பொது யுகத்துக்கு முற்பட்ட சில தசாப்தங்கள்வரை இடைத்தரகர்களான வர்த்தகர்கள் மூலமே ரோமாபுரியைச் சென்றடைந்தது. அதனால் வர்த்தகத்தின் அளவும் மிகக் குறைந்த அளவே இருந்தது.

அதன்பின் வந்த காலகட்டங்களில், இந்தியாவுக்கும் ரோமுக்கும் இடையேயான இந்த ஆடம்பரப் பொருட்களின் வர்த்தகம் இரண்டு காரணங்களால் பெருவளர்ச்சி அடைந்தது. முதலாவது, ரோம சாம்ராஜ்யம் அகஸ்டஸ்ஸின் காலத்திலிருந்து விரிவடைந்து கிரேக்கர்களால் ஆளப்பட்ட சிரியாவையும் எகிப்தையும் தன்னுடன் சேர்த்துக் கொண்டது. இரண்டாவதாக அலெக்சாண்டிரியாவிலும் எகிப்தின் மற்ற துறைமுகங்களிலும் இருந்த கிரேக்க மாலுமிகள் பருவக் காற்றைப் பயன்படுத்தி இந்தியாவுக்கு கடல்மூலம் செல்லும் வழியைக் கண்டறிந்தனர். இந்த வழியிலான பயணத்தின் காலம், கடற்கரையோரமாக இந்தியாவுக்குச் செல்லும் நாட்களைவிட நாற்பது நாட்கள் குறைவாக இருந்தது. இந்தியாவும் ரோமாபுரியும் ரோமாபுரி ஆட்சியில் இருந்த எகிப்துமூலம் மிக நெருங்கின. இதனால் ஆடம்பரப்

பொருட்களின் வர்த்தகத்தின் அளவும் கணிசமாக அதிகரித்தது. அப்போது பயன்படுத்தப்பட்ட பெரிய அளவிலான கப்பல்களும் இந்த வர்த்தகத்தை அதிகரிக்க உதவின. லியோனல் காஸொன் ரோமாபுரி எகிப்தில் கட்டப்பட்ட கப்பல்கள் அதற்கு முந்தைய கப்பல்களைவிட அளவில் பெரியதாகவும் வலுவானதாகவும், கிட்டத்தட்ட 180 அடி நீள மானதாகவும் இருந்தன என்று குறிப்பிடுகிறார். அக்கப்பல்கள் கடலின் குறுக்கே செலுத்தப்படும்போது, வேகமாக வீசும் தென்மேற்குப் பருவக்காற்றால் ஏற்படும் அபாயங்களைத் தாங்கும் சக்தி கொண்டி ருந்தன. அதே சமயம் கடல் பிரயாணம் வேகமாகவும், அக்கப்பல்கள் அதிகமான அளவில் விலை உயர்ந்த பொருட்களை எடுத்துச்செல்லும் வசதி படைத்ததாகவும் இருந்தது.[2]

இந்த வர்த்தகத்தில் முத்துக்களும் செம்பவழமும் நேரெதிரான பாதை களில் வர்த்தகம் செய்யப்பட்டு முன்னிலை வகித்தன. இரண்டுக்கும் உள்ள ஆச்சரியப்படத்தக்க ஒற்றுமைகள், இரண்டும் கடல்உயிரினங் களால் உற்பத்தி செய்யப்படுபவை. செயற்கை சுவாசம் தேவைப்படாத ஆழ்கடலின் பகுதிகளில் மூழ்கி எடுத்துவரப்படுபவை, இவை கிடைக்கும் பகுதிகள் நீண்ட தூர இடைவெளியில் உள்ளவை, ஆயினும் கடலில் செலுத்தப்படும் கப்பல்களைக்கொண்டு வர்த்தகர்களால் இணைக்கப்படுபவை.

முத்துக்களும் பவழமும் அர்த்தசாஸ்திரத்தில் ரத்தினங்கள்பற்றிய பகுதியில் குறிப்பிடப்பட்டுள்ளன. இவையிரண்டையும் பிளினியின் லத்தீன் மொழியில் எழுதப்பட்ட இயற்கை வரலாறு என்ற புத்த கத்திலும் காணலாம்.[3] (23-79 பொ.யு.) பிளினி தரும் சான்றுரையும் ரோமாபுரியின் பவழத்தை இந்தியாவின் முத்துகளுடன் தொடர்பு படுத்துகிறது. பவழத்தின் விலை இந்திய ஆண்களாலும் முத்துக்களின் விலை ரோமாபுரிப் பெண்களாலும் நிர்ணயம் செய்யப்படுகின்றன என்கிறார் அவர். இந்தியர்களுக்கு பவழத்தின் மீதுள்ள காதலை ரோமா புரியினர் கண்டறிவதற்கு முன்னரே கௌல் நாட்டு (இப்போது ஃபிரான்ஸ்) மக்கள் அவர்களின் வாட்கள், கேடயங்கள், தலைக்கவ சங்கள் போன்றவற்றை பவழத்தால் அலங்கரித்தனர். பிளினியின் நாட்களில் இந்தியாவில் பவழத்துக்குக் கிடைத்த அதிக விலையால் அதன் சொந்த பூமியில் பற்றாக்குறை ஏற்பட்டு அது அரிதாகவே காணக்கிடைத்தது.

பிளினி மேலும் கூறுவதாவது: இந்திய ஆருடக்காரர்களும் மதகுருக் களும் பவழத்தை ஆபத்துகளிலிருந்து காக்கும் சக்திவாய்ந்த தாயத் தாகக் கருதினர். அதனால் அது அழகுப் பொருளாகவும் மத சம்பந்த மான சக்திவாய்ந்ததாகவும் கருதப்பட்டது. நன்மையளிக்கக்கூடியது,

ஜோதிட ரீதியாக முக்கியத்துவம் வாய்ந்தது என்றெல்லாம் இப்போதும் நம்பப்படும் நவரத்தினங்களில் செம்பவழமும் ஒன்று என்பது நம் நினைவுக்கு வரலாம். பத்தொன்பதாம் நூற்றாண்டின்போது சென்னையில் தெலுங்கு மொழிபேசும் பலிஜா வகுப்பினர் பவழ வர்த்தகர்களாக, நகரின் நடவடிக்கைகளில் முக்கியத்துவம் பெற்றவர்களாக இருந்தனர். அவர்கள் செம்பவழத்திலும் முத்துக்களிலும் வாணிபம் செய்தனர். இந்தியாவுக்கும் ரோமுக்குமான பழங்கால வர்த்தகத்தின் முக்கியமான இரண்டு ஆடம்பரப்பொருட்களை நவீன காலத்தில் அவர்கள் இணைத்தனர்.[4] பவழத்தைப் பொறுத்தவரை, தொலைவிலுள்ள ஐரோப்பாவிலிருந்து கொண்டுவரப்பட்ட இந்தக் கவர்ச்சியான பொருள், இந்திய வாழ்வோடும் கலாசாரத்தோடும் இரண்டாயிரம் ஆண்டுகளாக ஒன்றிவிட்டது.

முத்துகளைப்பற்றிக் கூறும்போது, இந்தியாவிலிருந்து ரோமுக்கு முத்துக்கள் அதிக அளவில் இறக்குமதி செய்யப்பட்டது என்றும் செல்வத்துக்கான முக்கியக் குறியீடாக அது விளங்கியது என்றும் பிளினி குறிப்பிடுகிறார். இந்திய முத்துக்கள் மீதும் மற்ற ஆடம்பரப்பொருட்கள் மீதும் மக்களுக்கு உள்ள வெறியை அதிகப்படியானது என்று கூறும் அவர், பேரரசின் செல்வத்தையும் சமூக மதிப்பீடுகளையும் இது நாசப்படுத்தக்கூடியது என்றும் கருதுகிறார். பாம்பே அவரது படத்தை முத்துக்களால் அலங்கரித்தார். கேயஸ் அரசர் முத்துக்களால் ஆன பாதுகைகளை அணிந்தார், அரசர் நீரோ முத்துக்களால் அலங்கரிக்கப்பட்ட அரசின் சின்னம், நடிகர்களின் முகமூடிகள், பல்லக்குகள் ஆகியவற்றை வைத்திருந்தார்.[5] இந்திய வர்த்தகத்தோடு தொடர்புடைய ஆடம்பரப்பொருட்களின் அபரிமிதமான பயன்பாடு பற்றிய குறிப்புகள் பிளினியின் புத்தகத்தில் உள்ளன.

இந்த வர்த்தகத்தைச் சுருக்கமாக விளக்கும் வார்மிங்டன், இந்திய முத்துக்களுக்கு ஈடாக ரோம் நகரவாசிகள் அம்பர், தாமிரம், ஈயம், பவழம், அச்சடிக்கப்பட்ட நாணயங்கள் ஆகியவற்றை வழங்கினர் என்று கூறுகிறார்.[6] இந்த வர்த்தகத்தினால் இந்தியாவுக்குச் சென்ற நாணயங்களின் அளவு அதிகமாக இருந்தது. இந்தியா, சேரஸ் (தென்னிந்தியாவின் சேரர்களாக இருக்கலாம்), அரேபியா ஆகிய நாடுகளுக்கு குறைந்தபட்சம் 100 மில்லியன் செஸ்டர்செஸ் (ஒரு மிக அதிகமான அளவு) சென்றது என்று பிளினி கூறுகிறார். நம் பெண்களுக்கும் ஆடம்பரத்துக்கும் இவ்வளவு செலவு செய்ய வேண்டுமா என்று கேட்கிறார் பிளினி.[7] ரோம் நாட்டின் தங்க, வெள்ளி நாணயங்கள் தென்னிந்தியாவிலும் இலங்கையிலும் அதிக அளவில் கடந்த இரண்டு நூற்றாண்டுகளாகக் கண்டுபிடிக்கப்பட்டது இதன் காரணமாகத்தான். இந்தியச்சந்தையில் ரோம் நாட்டு நாணயங்கள் புழக்கத்தில் இருந்தது

இதன்மூலம் தெளிவாகிறது. இந்தியர்கள் முதலில் வெள்ளியாலும் தாமிரத்தாலுமான நாணயங்களையே அச்சடித்துவந்தனர். பின் வந்த ரோமாபுரி அரசர்கள் மலிவான உலோகங்களில் நாணயங்களை அச்சடிக்க ஆரம்பித்ததால் அதன் மதிப்புக்குறையவே இந்திய அரசர்களும் பொன் நாணயங்களை அச்சடிக்க ஆரம்பித்தனர். அர்த்தசாஸ்திரத்தில் இடம்பெறும் நாணயங்கள் வெள்ளியாலும் தாமிரத்தாலும் ஆனவை. பொன்னால் ஆனவை அல்ல. இது பொயு 150க்கு இணையான இதன் கால அளவை உறுதி செய்கிறது.

இந்தக் காரணங்களால், அர்த்தசாஸ்திரத்தின் காலம் இந்திய- ரோமாபுரி வர்த்தகத்தின் காலமான பொயு முதலிரண்டு நூற்றாண்டுகளைச் சேர்ந்தது என்று முடிவு செய்யலாம். பவழத்துக்குத் தரப்பட்ட வார்த்தைகளும் (ப்ரவள, வித்ரும) பட்டுத்துணிக்குத் தரப்பட்ட வார்த்தைகளும் (கௌஷ்ய, சீன பட்ட) முந்தைய நூல்களில் அதாவது வேதங்களிலும், பாணிணி, பதஞ்சலி போன்றோரின் இலக்கண நூல்களிலும் காணப்படவில்லை. இவை பயன்படுத்தப்பட்ட சமஸ்கிருத நூல்கள் பொது யுகத்தின் முதல் இரண்டு நூற்றாண்டுகளை அதாவது ரோம-இந்திய வர்த்தகத்தின் காலத்தைச் சேர்ந்தவை.[8]

அத்தியாவசியத் தேவைகள்: ஆடைகள், மண்பாண்டங்கள்

ஆடைகளும் மண்பாண்டங்களும் ஒரு வித்தியாசமான ஜோடியாகும். ஒருவகையான எதிரெதிர் ஜோடி. அர்த்தசாஸ்திரத்தில் காணப்படும் பொருட்களைப் பட்டியலிடுவதால் ஏற்படும் ஒரு நன்மை, அதிலிருந்து விடுபட்ட பொருட்களையும் அதிகமாகக் குறிப்பிடப்படாத பொருட்களையும் கண்டறிய நமக்கு உதவும். பொதுவாக அதிக அளவில் பயன்படுத்தப்படும் மட்பாண்டங்கள் குறித்து அர்த்தசாஸ்திரம் மிகக் குறைவான செய்திகளையே கொண்டிருக்கிறது. இதைப்பற்றி அறிஞர்கள் எவரும் குறிப்பிடவில்லை. நேர்மாறாக இதே போன்ற பயன்பாடு கொண்ட ஆடைகள் அதிகமான குறிப்புகளைக்கொண்டுள்ளன. ஏன் அப்படி? அர்த்தசாஸ்திரத்தின் ஆசிரியர் அத்தியாவசியத் தேவைகளை ஏன் இவ்வாறு மாறுபட்டு மதிப்பீடு செய்கிறார்? இந்த வினா முன்பு எழுப்பப்படவில்லை. இதற்கு முழுமையான பதிலை நாம் சொல்ல முடியாவிட்டாலும், ஓரளவிலான விடையையாவது அளிக்கமுடியும்.

ஆடைகளும் மண்ணால் செய்யப்பட்ட பாத்திரங்களும் மனிதனால் பல்லாண்டுகளுக்கு முன்பே கண்டுபிடிக்கப்பட்டு, வாழ்க்கையின் முக்கியமான தேவைகளாகிவிட்டன. இந்தவகையில் இவ்விரண்டு பொருட்களும் மற்றவற்றிலிருந்து வேறுபட்டவை. மக்கள் முத்துகள் இல்லாமலோ பவழம் இல்லாமலோ வாழ்ந்துவிடமுடியும். ஆனால்

ஆடைகள் இல்லாமலோ களிமண்ணினாலும் மற்ற பொருட்களாலும் செய்யப்பட்ட பாண்டங்கள் இல்லாமலோ வாழமுடியாது. ஆயினும் அத்தியாவசியத் தேவைகள் என்று வகைப்படுத்தப்படும் பொருட் களைக்கூட, உயர்ந்தவகை மூலப்பொருட்களைக்கொண்டோ நேர்த்தி யான வேலைப்பாடுகளைக் கொண்டோ உருவாக்குவதன்மூலம் ஆடம் பரப் பொருட்கள் என்ற நிலைக்கு உயர்த்தமுடியும். அர்த்தசாஸ் திரத்தில் ஆடைகள் அத்தியாவசியத் தேவையாகவும் அதேசமயம் ஆடம்பரப் பொருளாகவும் கருதப்படுகிறது. ஆனால் மட்பாண்டங்கள் ஆடம்பரப் பொருட்களின் பட்டியலில் இடம்பெறவில்லை. ஏன் மற்ற இடங்களிலும்கூட மிகக் குறைவான அளவிலேதான் இடம் பெற்றிருக்கிறது.

அர்த்தசாஸ்திரம் மட்பண்டங்களை வனப்பொருட்களின் பட்டியலில், அதிக மதிப்பில்லா மூலப்பொருட்களில், கூடைகளோடு இணைத் துள்ளது. இதை ஒரு சிறிய சூத்திரத்தில்

'பாண்டங்கள் மூங்கில் பிரம்புகளாலும் களிமண்ணாலும் (ம்ரித்திகா) செய்யப்பட்டன' (2.17.15)

என்று அது குறிப்பிடுகிறது. இதுபோன்று சொற்பமான அளவில் குறிப்பிடப்படுவதால் கூடைகளும் மட்பாண்டங்களும் அபூர்வ மானவை என்று எண்ணிவிடவேண்டாம். மாறாக இவை எல்லா இடங்களிலும் மலிவான விலையில் கிடைத்த காரணத்தால் அதிக முக்கியத்துவம் பெறவில்லை. பண்டைய இந்தியாவின் கைவினைப் பொருட்களில் அதிகமாகத் தயாரிக்கப்பட்டவை மட்பாண்டங்கள் தான். அதன் சான்றாக எந்தப் பகுதிகளில் எல்லாம் நீண்ட குடியேற்ற வரலாறு உள்ளதோ, அங்கெல்லாம் நிலத்தின் மேல் மட்பாண்டங் களின் எண்ணற்ற உடைந்த பகுதிகள் நிறைந்திருப்பதைக் காணலாம். அவை ஏராளமாகக் கிடைப்பதாலும், அவற்றின் நீடித்துழைக்கக்கூடிய தன்மையினாலும் தொல்பொருள் ஆராய்ச்சியாளர்களுக்கு மட் பாண்டங்கள் மிக முக்கியமான பொருட்களாக விளங்குகின்றன. மட்பாண்ட வகைகளின் வரிசையைக் கண்டறிந்து அதன்மூலம் ஒரு இடத்தின் வரலாற்றுக் காலகட்டத்தை நிர்ணயிக்கிறார்கள். இருப் பினும் இந்தத் தேவையான, பயன்படக்கூடிய பொருள், ஒரே ஒரு நேரடிக் குறிப்பையே அர்த்தசாஸ்திரத்தின் பொருட்களின் பட்டியலில் கொண்டுள்ளது. அது எந்த மூலப்பொருளிலிருந்து இவை செய்யப்படு கின்றனவோ அந்தப் பட்டியலில், வனப் பொருட்களில் ஒன்றான களிமண்ணின் கீழ் இடம்பெற்றுள்ளது. குறைவான மதிப்புள்ள இந்தப் பொருள் அர்த்தசாஸ்திரத்தின் மற்றொரு பத்தியிலும் இடம் பெற்றுள்ளது.

வாரிசுரிமை சட்டத்தைப்பற்றிக் கூறும்போது, சொத்து இல்லாதவர்கள் தண்ணீர்ப் பானைகளைக்கூடப் பிரித்துக்கொள்ளவேண்டும் என்று மிகக் குறைந்த விலையுடைய பொருளாக மட்பாண்டத்தை உருவகப் படுத்திக் கூறப்பட்டுள்ளது (3.5.23). சந்தையில் குறைந்த விலைக்குக் கிடைத்தாலும் தண்ணீர்ப் பானை அதற்குள் சேமிக்கப்படும் தண்ணீ ரைப்போலவே வாழ்க்கைக்கு அவசியமானது. பொருட்களின் விலையும் நாம் அவற்றுக்கு அளிக்கும் மதிப்பும் நமது உண்மைத் தேவைகளுக்கு ஈடாக இருப்பதில்லை.

மட்பாண்டங்கள் அர்த்தசாஸ்திரத்தில் ஏன் இவ்வளவு குறைத்து மதிப் பிடப்பட்டது என்று தெரியவில்லை. கலைத்திறனோடு உருவாக்கப் படும் பாண்டங்களுக்கு பெரும் செல்வந்தர்களான ரசிகர்கள் எப் போதும் இருந்துவருகிறார்கள். இத்தகைய நிலை சீனா, ஜப்பான், கொரியா போன்ற நாடுகளில் இருந்தது. சீனாவில், அரசுக்குச் சொந்த மான மட்பாண்டங்களும், மட்பாண்டங்களுக்கு பெரிய ஏற்றுமதி வர்த் தகமும் இருந்தது. கடலுள் மூழ்கிய சீனக் கப்பல்களை ஆராய்ந்ததில் தூர தேசங்களுக்கு வர்த்தகத்துக்காக அனுப்பப்பட்ட ஏராளமான அளவு மட்பாண்டங்கள் காணப்பட்டன. இடைக்காலத்தில் இந்தியாவே சீனாவிலிருந்து மட்பாண்டங்களை இறக்குமதி செய்திருக்கிறது. இந்தி யாவிலிருந்து இவை ஏற்றுமதி செய்யப்பட்டதாகத் தகவல் இல்லை.

இந்தியாவில் விலையுயர்ந்த மட்பாண்டங்கள் சில காலகட்டங்களில் தயாரிக்கப்பட்டன. சிந்து சமவெளி நாகரிக காலத்தில் பிரகாசமான வண்ணம் தீட்டப்பட்ட, வசீகரமான பானைகள் இருந்தன. பிரபலமான, வடபகுதியைச் சேர்ந்த கருமையான, பளபளப்பான பாத்திர வகைகள் பொயுமு 500ல் வட இந்தியா முழுவதும், ஏன் தென்னிந்தியாவின் சில பகுதிகளில்கூட வர்த்தகம் செய்யப்பட்டன[9]. உலோகங்கள் கண்டறியப் பட்டவுடன் மட்பாண்டங்களின் மதிப்புக் குறைந்து உலோகங் களினால் செய்யப்பட்ட பாத்திரங்களின் தேவை அதிகரித்திருக்க வேண்டும். சுத்தம் தொடர்பாக அதிகரித்துவந்த விதிமுறைகள், களிமண் சுத்தமில்லாதது என்ற கருத்து ஆகியவை களிமண்ணால் ஆன பாண்டங்களில் உணவு உட்கொள்ளும் முறையை அகற்றி வாழை இலைக்கு மாற்றியது. காரணம் எதுவாக இருந்தாலும் அர்த்தசாஸ் திரத்தில் அதற்கு முந்தைய காலத்தைவிட மட்பாண்டங்களின் மதிப்பு குறைவாக இருந்தது. இது மேலும் ஆராய்ச்சி செய்யவேண்டிய விஷயம்.

இதற்கு நேர்மாறாக, அர்த்தசாஸ்திரத்தில் ஆடைகள் இரண்டு கோணங் களில் முக்கியத்துவம் பெறுகின்றன. கருவூலத்தில் உள்ள ஆடம்பரப் பொருட்களின் பட்டியலில் சீனப்பட்டு உட்படப் பல ஆடைகள் குறிப்பிடப்பட்டுள்ளன. அரசின் அதிகாரிகள் அரண்மனைத்

தேவைக்காகவும் வெளியில் விற்பனை செய்வதற்கும் நிர்வகித்து நடத்திய நூற்புத்தொழில், நெசவுத்தொழில் போன்றவற்றின் விவ ரணையிலும் இவை இடம்பெறுகின்றன. விதவைகளுக்கும் அநாதை களுக்கும் ஆதரவு தரவேண்டிய அரசரின் கடமையை முன்னிட்டு இந்தத் தொழில்களில் அவர்களுக்கு வேலை தரப்பட்டது. இப்படி வெளிப் படையாகத் தெரியக்கூடிய மட்பாண்டங்கள் மற்றும் ஆடைகளின் மதிப்பீடுகளில் உண்டான வேற்றுமையைப்பற்றி அடுத்த அத்தியாயத் தில் பார்ப்போம்.

போர்க்கருவிகள் – யானைகளும் குதிரைகளும்

அரசர் காட்டு விலங்குகளிலும் நாட்டு விலங்குகளிலும் அதிக ஆர்வம் செலுத்துபவராக இருந்தார். அவற்றிலிருந்து ரோமங்களும் தோலும் (ஆடம்பரப் பொருட்களாக கருதப்படுபவை) மற்ற உறுப்புகளும் (வனப் பொருட்களின் அதிக மதிப்பில்லா மூலப் பொருட்களின் வகையைச் சேர்ந்தது; கவசங்களும் ஆயுதங்களும் செய்யப் பயன் பட்டன) எடுக்கப்பட்டு முன்பு நாம் பார்த்தபடி சேமிக்கப்பட்டன.

குதிரைகளும் யானைகளும் போர்களில் முக்கியப் பங்காற்றுவதால் அரசரின் பார்வையில் அதிக மதிப்புள்ளவை. பண்டைய ராணுவம் சதுரங்கமாக, அதாவது நான்கு கால்களையுடைய விலங்காகக் கருதப் பட்டது. காலாட்படை, குதிரைப்படை, தேர்ப்படை, யானைப்படை ஆகியவை அதன் கால்களாக விளங்கின. செஸ் விளையாட்டு இந்தியா வில்தான் கண்டுபிடிக்கப்பட்டது. அது சதுரங்கம் என்று அழைக்கப் பட்டது. அரசரையும் அரசியையும்தவிர அதில் நான்கு முக்கியமான காய்கள் இருந்தன (அதிலொன்று கிறிஸ்துவ ஐரோப்பாவுக்குச் சென்ற பின்னர் பிஷப் ஆக மாறிவிட்டது!). இவ்வாறு பண்டைய இந்தியாவில் குதிரைகளுக்கும் யானைகளுக்கும் அளிக்கப்பட்ட முக்கியத்துவம் இன்றைய செஸ் விளையாட்டிலும் தொடர்கிறது.

பயன்பாட்டினாலும் அதிக மதிப்பினாலும் யானைகளும் குதிரைகளும் இணையாக விளங்குகின்றன. ஆயினும் அவற்றைப் பெறுவதில் உள்ள மாறுபட்ட சிக்கல்களை அரசர் தீர்க்கவேண்டிய அவசியம் இருந்தது. காட்டு யானைகள் இந்தியாவில் அதிகம் கிடைத்தாலும் காட்டுக் குதிரைகள் கிடைப்பதில்லை என்பது ஒரு முக்கியமான பிரச்னை. எனவே, ஒரு விலங்கைப் பெறுவதில் உள்ள பிரச்னைகள் இன்னொரு விலங்கைப் பெறுவதிலுள்ள பிரச்னைகளிலிருந்து மாறுபட்டிருந்தது. ஏறத்தாழ, மத்திய ஆசியாவிலிருந்தும் இந்தியாவுக்கு மேற்கிலிருந்த நாடுகளிலிருந்தும்தான் குதிரைகள் அதிக அளவில் இறக்குமதி செய்யப்பட்டன. யானைகள் இந்தியாவின் கிழக்கு, மத்திய, தெற்குப்

பகுதிகளில் அதிகமாகக் காணப்பட்டன. அதாவது குதிரைகளும் யானைகளும் பகிர்மானத்தில் ஒன்றின் குறைகளை மற்றொன்று நிரப்பின. இந்தியாவுக்குள் குதிரைகள் பசுமை நிறைந்த செழிப்பான பகுதிகளில் வளர்ந்தன. யானைகள் காடுகளில், அதாவது கிழக்கிலும், தெற்கிலும், மத்தியிலும் உள்ள வனப்பகுதிகளிலும், ஒரிசா (அதன் அரசர் அவரை கஜபதி, யானைகளின் தலைவன் என்று அழைத்துக் கொண்டார்), வங்காளம், வடகிழக்கு மாநிலங்கள் போன்றவற்றில் உள்ள காடுகளிலும் வசித்தன.

அர்த்தசாஸ்திரத்தில் குறிப்பிடப்பட்டுள்ள மூன்றுவகைக் குதிரை களுடைய பெயர்களும் எந்தப் பகுதியிலிருந்து அவை கொண்டுவரப் பட்டன என்பதைத் தெள்ளத்தெளிவாக விளக்குகின்றன. அவற்றில் சிறந்தவகைக் குதிரைகள் காம்போஜம் (பாகிஸ்தான் - ஆப்கானிஸ்தான் எல்லையில், சிந்துவின் மேல் பகுதியில்) சிந்து (கீழ் சிந்து), அராட்டா (பஞ்சாப்) மற்றும் வனயு (ஈரான் அல்லது அரேபியா) போன்ற நாடுகளி லிருந்து வந்தன. இடைப்பட்ட வகைகள் பஹிகா (பால்க், வடக்கு ஆப்கானிஸ்தானில் உள்ள பண்டைய பாக்டீரியா), பாப்பியா (இடம் சரியாகத் தெரியவில்லை), சௌவிர (சிந்து நதியின் அருகில்), திடாலா (இடம் சரியாகத் தெரியவில்லை) ஆகியவற்றிலிருந்து இறக்குமதி செய்யப்பட்டன. மற்றவை தாழ்ந்த வகைக் குதிரைகளாகும் (2.30.29). எந்தெந்தவிதத்தில் அரசர் குதிரைகளைச் சேர்க்கிறார் என்பது குதிரைக் கண்காணிப்பாளரின் (அஸ்வ அத்யக்ஷ) கடமைகள் என்ற அத்தியா யத்தின் முதல் சூத்திரத்தில் விளக்கப்பட்டுள்ளது.

> பரிசுகளாகப் பெறப்பட்டவை, விலைக்கு வாங்கப்பட்டவை, போரில் வெற்றிகொள்ளப்பட்டவை, லாயங்களில் வளர்க்கப்படுபவை, உதவிக்கு மாற்றாகத் தரப்படுபவை, ஒப்பந்தப்படிப் பெறப்படுபவை, தற்காலிகமாகக் கடன் வாங்கப்பட்டவை என மொத்தக் குதிரைகளின் எண்ணிக்கையை, அவற்றின் வர்க்கம், வயது, நிறம், அடையாளக் குறிகள், வகை, பெறப்பட்ட இடம் போன்றவற்றின் அடிப்படையில் குதிரைகளின் கண்காணிப்பாளர் பதிவு செய்யவேண்டும். (20.30.1)

எனவே, குதிரைகளைப் பெறுவதும் மாற்றுவதும் ஓரளவுதான் சந்தையின்மூலம் நடைபெற்றது. மற்ற மாற்றங்கள் ராஜதந்திர நடவடிக் கைகள் மூலமோ போர்கள் மூலமோ நாடுகளுக்கிடையே நடை பெற்றன. குதிரைகளின் உரிமை அதிகமாக அரசியலாக்கப்பட்டது. இந்திய வனப்பகுதிகளில் குதிரைகள் கிடைப்பதில்லை (குதிரை களுக்கு நெருங்கிய சில இனங்கள் காணப்பட்டாலும் அவை போர் களுக்குப் பயன்படுத்தப்படுவதில்லை). குதிரைகள் எல்லா வயதிலும் இறக்குமதி செய்யப்பட்டன. அவை அதிக விலைமதிப்புள்ளவை. எனவே, குதிரைகள் அரசராலும் போர் வகுப்பினராலும் ஏகபோக

உரிமை கொண்டாடப்பட்டு அவர்களின் அந்தஸ்து உரிமைக்காகவும் போர்களுக்காகவும் பயன்படுத்தப்பட்டன.

யானைகளின் விஷயம் முற்றிலும் மாறுபட்டது.[10] யானைகள் உள் நாட்டிலேயே கிடைப்பதால், அரசர் ஒரு யானை வனம் அமைக்க அறிவுறுத்தப்படுகிறார் (கஜ வனம், வனப்பொருட்கள் கிடைக்கும் திரவிய வானத்திலிருந்து வேறுபட்டது). அந்தக் காடுகளிலிருந்து அவை பிடித்துவரப்பட்டன. அதிக அளவில் யானைகள் இருந்த காரணத்தால் எல்லா அரசுகளின் வனப்பகுதியிலும் அவை கிடைத்தன. யானைகள் காட்டில் பிடிக்கப்பட்டு, அடக்கப்பட்டு, போர்களுக் காகவும் மற்ற வேலைகளுக்காகவும் பயிற்சியளிக்கப்பட்டன. ஆனால், பிறப்பிலிருந்தே அவை நாட்டில் வளர்க்கப்படவில்லை. இது போன்று யானைகளைப் பெறுவதின் முக்கியக் காரணம் பொருளா தாரம். யானைகள் அதிகமாக உண்ணக்கூடியவை. இருபது வயதுவரை மனிதர்களுக்கு பயன்படக்கூடிய வேலைகளைச் செய்யமுடியாதவை. எனவே, அந்த வயதுக்குப் பின் யானைகளைக் காட்டிலிருந்து பிடித்து வருவது, பிறப்பிலிருந்தே அவற்றைக் கொட்டில்களில் வளர்த்துத் தீனி போடுவதைவிட மலிவானது.

அரசில் உள்ள மற்ற பொருட்களைப்போலவே யானைகளும் வேறு பட்டவகைகளில், தரத்தில் கிடைக்கின்றன. குதிரைகளைப்போலவே ஒவ்வொரு வகையும் அவை தோன்றிய இடத்திலிருந்து அறியப் படுகின்றன. இவை அனைத்தும் இந்தியாவில் உள்ள இடங்கள்.

> கலிங்க மற்றும் அங்கார நாட்டிலிருந்து கிடைக்கிற யானைகள் சிறந்தவை. கிழக்கிலுள்ள சேதி, கருஷ, தஷர்ண, அபரந்த நாடுகளில் உள்ள யானைகள் இடைப்பட்ட வகையைச் சேர்ந்தவை. செள ராஷ்ட்ரத்திலும் பஞ்சநதத்திலும் உள்ள யானைகள் கீழான தரத்தைக் கொண்டவை. எல்லா வகைகளின் வலிமை, வேகம், மனபலம் ஆகியவை பயிற்சிகளினால் அதிகரிக்கும் (2.2.15–16)

யானைகளின் தரம் (அவற்றின் அளவும்கூட) கிழக்கிலிருந்து மேற்காகச் செல்லும்போது குறைகிறது. சிறந்தவகை ஓரிசாவி லிருந்தும் தாழ்ந்த வகை பஞ்சாபிலிருந்தும் (பஞ்சநத - இப்போது இங்கு காணப்படுவதில்லை) கிடைக்கின்றன. இந்தப் பாதையின் புவியியல் எல்லை இந்தியாவின் வடகிழக்குப் பகுதி. ஆனால், மற்றொரு பத்தியில் வடக்கில் இமயத்திலிருந்தும் தென்னிந்தியாவி லிருந்தும் வர்த்தகத்தின்மூலம் யானைகள் இறக்குமதி செய்யப்பட்ட தாகக் குறிப்பிடப்பட்டுள்ளது. (7.12.22–24 - ஐந்தாம் அத்தியாயம்)

போர்களில் யானைகளின் முக்கியத்துவம் தெளிவாக அர்த்தசாஸ் திரத்தினால் விளக்கப்பட்டுள்ளது.

ஒரு அரசன் போரில் வெற்றியடைவது முக்கியமாக யானைகளையே சார்ந்துள்ளது. ஏனெனில், யானைகள் அவற்றின் பெருத்த உருவத்தின் துணைகொண்டு வாழ்வை நாசமாக்கக்கூடிய நடவடிக்கைகளை மேற் கொள்ளும் தகுதிகொண்டது; படைகளையும் படை வரிசைகளையும் அரண்களையும் எதிர்களின் முகாம்களையும் தூளாக்கும் வலிமை படைத்தது. (2.2.13–14)

எனவே, யானைகள் போர்களுக்கு அத்தியாவசியமானவை. அதே போல்தான் குதிரைகளும்.

இந்திய வரலாற்றில் குதிரைகளைப் பயன்படுத்தி, குதிரைகளால் செலுத் தப்பட்ட தேர்களைக்கொண்டும் குதிரைப்படைகளைக்கொண்டும் செய்யப்பட்ட போர்முறைகளை அறிமுகப்படுத்தியது வேதகால மக்கள்தாம் என்பது ஒரு முரணான செய்தி. இந்தியாவின் காடுகளில் குதிரைகள் இல்லை.

இயந்திரங்களைக்கொண்டு செய்யும் போர்கள் அண்மையில் அறிமுகப் படுத்தப்படுத்தப்படும்வரை குதிரைகளால் செய்யப்பட்ட போர் முறையே வழக்கத்தில் இருந்தது. அதற்கான குதிரைகளும் வெளி நாடுகளிலிருந்து, குறிப்பாக மத்திய, மேற்கு ஆசியாவிலிருந்து இறக்குமதி செய்யப்பட்டன. இந்த வழக்கம் இருபதாம் நூற்றாண்டு வரைத் தொடர்ந்தது. அதன்பின், பிரிட்டிஷார் ஆஸ்திரேலியாவில் உள்ள நியூ சவுத் வேல்ஸில் மேய்ச்சல் நிலம் ஒன்றை அமைத்து அதிலிருந்து குதிரைகளை இந்திய ராணுவத்துக்குத் தயார் செய்த வரலாறும் உண்டு. குதிரைகளைச் சேகரித்தல் ஒரு முக்கியமான உத்தி யாகவும் சில சிக்கல்கள் நிறைந்த பொருளாதாரப் பிரச்னையாகவும் ஒவ்வொரு அரசருக்கும் இருந்தது.

இதைவிட எளிமையாகக் கையாளக்கூடிய, அதேசமயம் அதிக செலவுள்ள பிரச்னை யானைகளைப் பெறுவது. ஆயினும் இந்தியா அதிக அளவில் யானைகள் நிறைந்த நாடு. மௌரியர்கள் அயல் நாடு களுக்கு யானைகளை ஏற்றுமதி செய்த வரலாறு உண்டு. குறிப்பாக சிரியாவில் இருந்த செலுசிட் என்ற கிரேக்க அரசர்களுக்கு இவை ஏற்றுமதி செய்யப்பட்டன.[11]

செலுகஸ் சந்திரகுப்த மௌரியருடன் செய்துகொண்ட ஒப்பந்தப்படி ஆப்கானிஸ்தானிலும் சிந்து சமவெளிப்பள்ளத்தாக்கிலும் ஒரு பெரும் பகுதியை விட்டுக்கொடுத்து அதற்கு ஈடாக 500 யானைகளைப் பெற்றார். இது யானைகளுக்கு இருந்த பெருமதிப்பையும் ராஜதந் திரத்தில் அவற்றுக்கு இருந்த முக்கியத்துவத்தையும் காட்டுகிறது. அப்போதிலிருந்து மௌரியர்களிடமிருந்துதான் செலுசிட்கள் யானைகளைப் பெற்றனர். இங்கே கவனிக்கவேண்டியது, இது

அரசர்களுக்கிடையே நடந்த பரிமாற்றம். சந்தையில் நடந்ததல்ல. பகையரசர்களான சிரியாவின் கிரேக்க அரசர்களும் (செலுசிட்) எகிப்தின் அரசர்களும் (தாலமிகள்) மௌரியர்களிடம் தூதனுப்பி அவர் களிடையே நடந்த போர்களுக்கு யானைகளை அனுப்பக்கோரியதாக செய்தி உண்டு. செலுகஸ் இடமிருந்து வந்த தூதான மெகஸ்தனிஸின் குறிப்புகள் யானைகளைப் பிடிப்பதிலும் பயிற்றுவிப்பதிலும் பயன் படுத்தப்பட்ட இந்திய நடைமுறைகள்பற்றிப் பெரும் ஆர்வத்தை வெளிப்படுத்துகிறது.

அரசர்களுக்கிடையே நடைபெற்ற இந்த யானைப் பரிமாற்றம் யானைப் படைவீரர்களையும் உள்ளடக்கியது. இந்தியர்களைக் குறிக்கும் கிரேக்க வார்த்தையான இண்டியோஸ் என்பது யானைப் பாகர்கள் என்ற சிறப்புப் பொருளையும் பெற்றது இங்கே குறிப்பிடத்தக்கது. அதன்பின், தாலமிகளும் கார்த்தஜினியர்களும் இந்திய நடைமுறைகளைப் பின்பற்றி ஆப்பிரிக்க யானைகளைப் பிடிக்கவும் பயிற்றுவிக்கவும் செய்தனர். கார்த்தஜினியர்கள் ஒரு யானைப்படையின்மூலம் ஆல்ப்ஸ் மலையைத் தாண்டி ரோமாபுரியைத் தாக்க முயற்சி செய்தனர். இந்த முயற்சியின் தோல்வி மேற்கு நாடுகளில் யானைப்படையைப் போர்களில் பயன் படுத்துவதை முடிவுக்குக்கொண்டுவந்தது. ரோமாபுரியினர் யானைப் படைகளைப் பயன்படுத்தினாலும் யானைகள் கிடைக்கும் இடமான ஆசியாவுக்கு மிகத் தொலைவில் இருப்பதால் இதை நீண்ட நாட்களுக்கு தொடர முடியவில்லை. (ஆயினும் அவர்கள் சர்க்கஸைக் கண்டுபிடித்து அதில் யானைகளைப் பயன்படுத்தினர். உலகில் இன்றுவரை அது தொடர்கிறது). பொயுமு நான்காம் மூன்றாம் நூற்றாண்டுகளில் இந்தியாவின் மேற்கே இந்தியப் போர்யானைகளை உள்ளடக்கிய ஒரு ஆயுதப்போட்டி கிரேக்கர்களால் நடத்தப்பட்டது. தென்கிழக்கு ஆசியாவைச் சேர்ந்த இந்திய வம்சாவளி அரசுகளும் இந்திய அரசுகளின் வழக்கத்தை ஒட்டி போர்யானைகளை உபயோகப்படுத்தினர்.

நாம் பார்த்துவருவதைப்போல அரசரின் பார்வை சார்ந்த பொருட்களின் பட்டியல் ஒரு திட்டமான கட்டமைப்பைக்கொண்டுள்ளது. அது ஆடம் பரப்பொருட்கள், போர்களில் பயன்படுத்தப்படும் அதிக மதிப்புள்ள பொருட்கள், ராஜதந்திரம், அரண்மனையை நிர்வகிப்பது போன்ற வற்றில் கவனம் செலுத்துகிறது. மட்பாண்டங்கள், கூடைகள் போன்ற அவசியமான, அதேசமயம் மதிப்புக்குறைந்த பொருட்களைக் கவனத் தில் கொள்ளவில்லை. ஒரு வணிகரின் பார்வையில் இந்தப் பட்டியல் தொகுக்கப்பட்டிருந்தால் இதன் அமைப்பு முற்றிலும் வேறு மாதிரியாக இருந்திருக்கும். அங்கே அரண்மனை முக்கியத்துவம் பெறாமல் சந்தைக்கு முக்கியத்துவம் கொடுக்கப்பட்டு அது தருகிற பொருட்களின் வரிசையும் மாறுபட்டு இருக்கும்.

யானைகளின் வர்த்தகம் நீண்ட தூரத்திலிருந்து, இமயத்திலிருந்து வருகிற வர்த்தகப்பாதை மூலமும், தென்னிந்தியாவிலும், செய்யப் பட்டதாகக் குறிக்கப்படுகிறது. அர்த்தசாஸ்திரம் கிராமப்புற நிலங் களை அதன் பயனை அடிப்படையாகக்கொண்டு பொருளாதார மண்டலங்களாகப் பிரிப்பதால், யானைகளின் வனம் அரசரின் சொந்தப் பகுதியிலேயே வருகிறது. இது வர்த்தகத்தின்மூலம் யானைகளை வாங்கவேண்டிய அவசியத்தைக் குறைக்கிறது. இப்படி அரசரின் பார்வையிலிருந்து அர்த்தசாஸ்திரம் அளிக்கும் பொருளாதார அமைப்பு வேறொரு நூலில் அதன் ஆசிரியர் வேறொரு பார்வையின் அடிப் படையில், அதாவது ஒரு வணிகரின் பார்வையிலோ, அகழ்வாராய்ச் சியாளரின் ஆய்விலிருந்தோ, தரும் அமைப்புக்கு மாறுபட்டு இருக்கும். இது ஒரு நடுநிலைமையான ஆவணம் அல்ல. ஆயினும் இது தரும் பார்வை ஒரு தெளிவான நோக்கத்தைக்கொண்டது, அரசின் பொருளாதாரத்தைப்பற்றிப் பல செய்திகளை வெளிப்படுத்தக்கூடியது.

4. பணியிடங்கள்

அர்த்தசாஸ்திரத்தில் குறிப்பிடப்பட்டுள்ள பொருட்களின் பட்டியல், ஒரு சிறந்த அரசின் பொருளாதாரக் கொள்கைகளைப்பற்றி நமக்குத் தெரிவிக்கிறது. இந்த அத்தியாயத்திலும் அதேமுறையைப் பின்பற்றி, பொருட்களை உற்பத்தி செய்யக்கூடிய பணியிடங்களின் பட்டியலைத் தருகிறேன். பரம்பரையாகவும் கையகப்படுத்தியும் அடைந்த நிலங் களை, நாட்டின் பாதுகாப்புக்காகவும், வளர்ச்சிக்காகவும் அரசர்கள் பல்வேறு பொருளாதார மண்டலங்களாகப் பிரித்தனர் என்று பார்த்தோம். பணியிடங்கள் நகரங்களில் இல்லாமல் (மிகச் சில பணியிடங்களே நகரில் இருந்தன), பல்வேறு பொருளாதார மண்டலங் களில், மூலப்பொருட்கள் கிடைக்கும் இடங்களின் அருகில் அமைந் திருந்தன. நீராவியின் சக்தி கண்டறியப்படுவதற்குப் பல ஆண்டுகள் முன்னிருந்த அதிகமான போக்குவரத்துச் செலவுகளைக் குறைப்பதற் காகவே பணியிடங்கள் இவ்வாறு அமைக்கப்பட்டன. தற்போது நகரங் களில் உள்ள பெரும் தொழிற்சாலைகளில், அதிகப் பணியாட்களைக் கொண்டு இயந்திரங்கள்மூலம் அதிகமாக உற்பத்தி செய்யும் முறைக்கு மாறானது இது.

மேலும் அடிமைகளாகவும், கடன்களை அடைக்க வேலைசெய்ப வர்களாகவும், தினக்கூலிக்கு வேலைசெய்பவர்களாகவும், தமக் கென சங்கங்கள் வைத்திருந்த கைவினைத் தொழிலாளர்களாகவும் இருந்த பல்வேறு வகையான பணியாளர்களைப்பற்றியும் இங்கு பார்ப்போம். அடிமைகளும் கொத்தடிமைகளும் இருந்த முறை வழக் கொழிந்து, சங்கங்கள் வைத்திருந்த கைவினைத் தொழிலாளர்கள் கிட்டத்தட்ட இல்லாமல்போய், கூலிக்கான பணியாட்களே அதிக மாகக் கிடைக்கும் இன்றைய நாட்களுக்கு மாறான நிலை அப்போது காணப்பட்டது.

உற்பத்தியின் நிலவமைப்பு

பொருட்கள் உற்பத்தி செய்யப்படுகிற இடங்கள், அந்தப் பகுதிகளின் இயற்கைவளங்களைப் பொறுத்து மட்டும் இல்லாமல், மனிதர் களுடைய இலக்குகள், பல்வேறுவகையான போக்குவரத்து முறைகளில் உள்ள முன்னேற்றங்கள் ஆகியவற்றின் அடிப்படையில் முடிவுசெய்யப்பட்டன. ஒரு சிறந்த அரசின் கட்டமைப்பு பெரும் பாலும் அரசரைச் சார்ந்ததாகவே, அரசுக்குத் தேவையான பொருட் களை உற்பத்தி செய்வதற்காகவே அமைந்திருந்தது. இரண்டாவது புத்தகத்தின் ஆரம்பத்தில் உள்ள 'கிராமப்புறங்களில் குடியேற்றங்கள்' என்ற பகுதியில் இவ்வாறு நிலங்களை மாற்றியமைக்கும் முறை தெளிவாக விளக்கப்பட்டுள்ளது. அதன்படி விளைநிலங்கள், மேய்ச்சல் நிலங்கள், வர்த்தகத்துக்கான வழிகள் என்ற பொருளாதாரத்தின் மூன்று கிளைகளுக்கு அரசர் நிலங்களை ஒதுக்கீடு செய்யவேண்டும். தவிர சுரங்கங்களுக்கும் வனங்களுக்கும்கூட ஒதுக்கீடு செய்யவேண்டும். இயற்கையும் வரலாறும் அவருக்கு வழங்கிய பகுதிகளைச் செம்மைப் படுத்துபவராக அரசர் விளங்கவேண்டும். பரவலாகவும் மாறுபட்டும் உள்ள இதுபோன்ற உற்பத்திமுறை, ஒரு சிறந்த நாட்டை வண்ணமய மான வாழ்நிலங்களைக் கொண்டதாக ஆக்குகிறது.

பொருளாதார மண்டலங்களில் முதலில் இருப்பது விளைநிலங்கள். ஒரு வலுவான அரசின் அடையாளம், வரிவிதிப்பின்மூலம் மூலதனங் களைப் பெருக்கும் அதன் திறனில் உள்ளது. இதன் அடிப்படையில் தனிநபர்களைவிடவும், தனியார் நிறுவனங்களை விடவும், மற்ற அரசியலமைப்புகளான குடியரசுகளைவிடவும், முடியரசுகள் மேம் பட்ட நிலையில் உள்ளன. பொருளாதார நிறுவனங்களில், விளை நிலங்களே அதிகமாக இருப்பதால், பயிர்களே அதிக வரிவி திப்புக்குள்ளாகின்றன. வேளாண்மை சார்ந்த கிராமங்கள்தான் அக்கால வாழ்வின் பொது நியதியாக இருந்தது. மற்ற எல்லா வாழ்வுமுறைகளும் விலக்காகவே கருதப்பட்டன. இவ்வாறு விவசாயத்துக்கு அதிக முக்கி யத்துவம் கொடுக்கப்பட்டதன் விளைவாக, அரசு என்ற நிறுவனம், பெருங்கடல்களிலிருந்து தொலைவில், சிறந்த உழைப்பாளிகளான விவசாயிகள் வாழ்ந்த விளைநிலங்களைச் சார்ந்தே இருந்தது. அரசரு டைய செல்வத்தின் அடிநாதம் இதுதான். கடலைக் கடந்து தொலை தூர நிலங்களில் ஆடம்பரப் பொருட்களைக்கொண்டு வர்த்தகம் செய்யும் வணிகரின் பார்வைக்கு நேரெதிரானது இது.

இந்த அத்தியாயத்தில் பணியிடங்களைப்பற்றி, அதாவது விளை நிலங்கள், மேய்ச்சல் நிலங்கள், சுரங்கங்கள், வனங்கள், பொன் மற்றும் ஆடைகளின் தொழிற்சாலைகள் ஆகியவற்றைப்பற்றி ஆராய்வோம்.

அதில் பணிபுரிகிற வேலையாட்கள்பற்றிய குறிப்புகளையும் கண்டு இப்பகுதியை நிறைவுசெய்வோம்

விளைநிலங்கள்

அரசின் பொருளாதாரத்துக்கு முதுகெலும்பாக விவசாயம் இருப்பதனால், அர்த்தசாஸ்திரத்தின் இரண்டாம் புத்தகம் 'கிராமப்புறங்களின் குடியேற்றம்' என்ற பகுதியுடன் ஆரம்பிக்கிறது. இது ஏதோ அரசால் புதிதாகக் கைப்பற்றப்பட்ட விவசாயத்துக்கு உகந்த நிலங்களில் குடியேற்றத்தை நிகழ்த்த முயற்சிப்பதைப்போலவோ, ஏற்கெனவே குடியேற்றம் நிகழ்ந்த அல்லது நிகழாத, உழவு நடைபெறாத நிலங்களில் குடியேற்றத்தை நிகழ்த்த முயற்சிப்பதைப்போலவோ ஒரு தோற்றத்தை அளிக்கிறது. சுருக்கமாக, அரசின் முதல் பணி விவசாயம் தான் என்பதை நிலைநிறுத்தும் ஓர் உபயோகமான தரவாக இருக்கிறது. வெற்று நிலங்களை, செல்வத்தை உற்பத்தி செய்யும் நிலங்களாகவும், குடியேற்றத்துக்குத் தகுதியான நிலங்களாகவும் மாற்றுவதற்குத் தகுதியான வழிமுறைகளை அரசு வகுக்கவேண்டும். ஆரம்பத்திலிருந்தே விவசாயிகளிடம் வரிவசூல் செய்வது மட்டும் அரசரின் கடமையல்ல என்றும், விவசாய நிலங்களை அதிகரித்து அரசின் வருமானத்தைப் பெருக்கி அதனால் வரிகளின் அடிப்படையை அதிகரிப்பதில் ஈடுபடுவதும் அவரின் முக்கியக் கடமைகளில் ஒன்று என்று அர்த்தசாஸ்திரம் கூறிவருகிறது. ஒரு விஷயத்தை இங்கே தெளிவுபடுத்தவேண்டும். நிலவரி என்பது பயிர்களின் மீது விதிக்கப்படும் வரி; நிலத்தின் மீது அல்ல. விளைச்சலில் அரசரின் பங்கு பயிர்களின் வடிவத்தில் (பணமாக அல்ல) வசூலிக்கப்பட்டு அரசரிடம் சேர்க்கப்படுகிறது.

> இதற்கு முன் குடியேற்றம் நிகழ்ந்த இடங்களிலும் குடியேற்றம் நடைபெறாத பகுதிகளிலும், வெளிநாடுகளிலிருந்தும், அவரது நாட்டில் மக்கள்தொகை அதிகமாக உள்ள இடங்களிலிருந்தும் மக்களைக்கொண்டுவந்து அரசர் குடியேற்றவேண்டும். கிராமங்களில் நூறு முதல் ஐநூறு குடும்பங்கள் வரையான சூத்திர வகுப்பைச் சேர்ந்த விவசாயிகளை அதிகமாகக்கொண்டு ஒன்றிலிருந்து மூன்று 'க்ரோஷ' வரையுள்ள எல்லைப்பகுதிகளை அமைத்துப் பாதுகாப்புடன் குடியேற்றங்கள் நிகழ்த்த அரசர் ஏற்பாடு செய்யவேண்டும். (2.1.1-2)

போர்வகுப்பைச் சேர்ந்த பிரபுக்களான ஷத்திரியர்களை விட்டுவிட்டுச் சூத்திர வகுப்பினரை விவசாயிகளாகத் தேர்வுசெய்தது இங்கு குறிப்பிடத்தக்கது. இது போரையும் விவசாயத்தையும் தெளிவாகப் பிரித்து, நிலவுடைமையாளர்களை விலக்கி, அரசுக்கும் விவசாயிகளுக்கும்

நேரடித்தொடர்பை ஏற்படுத்துகிறது. இது அரசரின் பார்வையில் சிறந்த தாகப்பட்டாலும், நடைமுறையில் சாத்தியப்பட்டிருக்கவில்லை. விவசாயிகளுக்கு நிலங்களை அளிப்பதைத்தவிர அர்ச்சகர்களாகவும், ஆசிரியர்களாகவும், மதகுருக்களாகவும், வேத அறிஞர்களாகவும் விளங்கும் அந்தணர்களுக்கும் (பிரம்மதேயம்), கண்காணிப்பாளர்கள், கணக்கீட்டாளர்கள் போன்ற அரசு ஊழியர்களுக்கும், கால்நடை மேய்ப்போருக்கும், தலையாரிகளுக்கும், யானைப்பாகர்களுக்கும், மருத்துவர்களுக்கும், குதிரைக்காவலர்களுக்கும், செய்திகள் கொண்டு செல்வோருக்கும் நிலங்கள் ஒதுக்கப்படவேண்டும் என்று அர்த்தசாஸ்திரம் பரிந்துரைக்கிறது. ஆயினும் பெரும்பாலான நிலங்கள் விவசாயிகளுக்கே ஒதுக்கப்பட்டன.

இத்தகைய பொதுவான நிலவமைப்புகளுக்கு அப்பால், எல்லைப்புற அரண்களில், நாட்டின் வாயில்களைக் காக்க அரசர் தலைவர்களை நியமிக்கிறார். விளைநிலங்களிலிருந்து தொலைவில், எல்லையில் இருக்கும் இப்பகுதிகளை வனங்களில் வாழும் பழங்குடியினர் காத்து வந்தனர். கிராமங்களில் உள்ள விவசாயிகள் அல்ல. *(2.1.5-6)*

வெளிநாடுகளிலிருந்து விவசாயிகளைத் தன் நாட்டுக்குக் கவர்ந்திழுக்கவும் மக்கள்தொகை அதிகமான இடங்களிலிருந்து புதிய நிலங்களுக்கு மக்களைக் குடியேற்றவும் அரசருக்கு ஆலோசனை தரப்படுவதை இங்கு குறிப்பிடவேண்டும். விவசாய நிலங்களை விரிவுபடுத்துவதற்கான நோக்கத்தையும் விவசாயத்துக்கு ஏற்றவாறு மாற்றக்கூடிய அளவில் நிலங்கள் அதிகமாக இருந்ததையும் இந்தக் கொள்கை சுட்டுகிறது. அண்மைக்காலத்தில் மக்கள் பரவலின் நிலை முற்றிலுமாக மாறிவிட்டது. கடந்த நூற்றாண்டில் ஏற்பட்ட குடியேற்றம்பற்றிய நிதர்சனத்திலிருந்து, அதாவது மக்கள் கிராமங்களிலிருந்து நகரங்களுக்கும் விவசாயத்திலிருந்து நகர் சார்ந்த தொழில் உற்பத்திக்கும் மாறும் நிலைமையிலிருந்து, அர்த்தசாஸ்திரத்தின் கொள்கை வேறுபட்டிருந்தது. இந்தியாவின் மக்கள்தொகை அதிகமாக இருந்தாலும், அர்த்தசாஸ்திரத்தின் காலத்தில் இவ்வளவு அதிகமாக மக்கள்தொகை இருக்கவில்லை. அண்மைக்காலத்தில்தான் கிராமப்புற மக்கள் பெருக்கம் அரசுக்கு ஒரு பிரச்னையாக மாறியது.

விவசாயிகளுக்கு நிலங்கள் வழங்குவதைப் பொறுத்தவரை, நிலவுரிமைக்கும் வரிசெலுத்துவதற்கும் உள்ள தொடர்பு முக்கியமானது.

> வரிசெலுத்துபவர்களுக்கு வாழ்நாள் முழுவதும் பயிரிடக்கூடிய நிலங்களை அவர் வழங்கவேண்டும். பயிரிட முயன்று கொண்டிருப்பவர்களிடமிருந்து பயிரிடமுடியாத நிலங்களைத் திரும்பப்பெற முயற்சிக்கக்கூடாது. உழவு நடைபெறாத நிலங்களை அதன்

உரிமையாளர்களிடமிருந்து பெற்று மற்றவர்களுக்கு வழங்க வேண்டும்.

இங்கு அரசருக்கும் விவசாயிகளுக்கும் உள்ள நேரடித் தொடர்பைக் காண்கிறோம். நிலவுடமையாளர்கள் இங்கு குறிப்பிடப்படவில்லை. விவசாயிகள் அவர்களின் வாழ்நாள் முழுவதும் அனுபவிக்க மட்டும் இந்த நிலங்கள் வழங்கப்பட்டன. ஆயினும் காலப்போக்கில் அவை பரம்பரை உரிமையாகிவிட்டன. அர்த்தசாஸ்திரத்தின் மற்ற பகுதிகளில் குறிப்பிட்டுள்ளபடி விவசாயிகள் இந்நிலங்களில் தங்களுக்கே சொந்த மான உரிமையை, அதாவது விற்கும், அடமானம் வைக்கும், உயில் எழுதி சாசனம் செய்யும் உரிமையைப் பெற்றிருந்தனர் என்று தெரிய வருகிறது. இம்மாதிரியான தனியார் சொத்துகளைப்பற்றி அடுத்த அத்தியாயத்தில் ஆராய்வோம்.

அரசர் புதிய விவசாயிகளுக்கு நிலத்தை வழங்குவதோடு மட்டும் நின்று விடாமல், அவர்கள் முதன்முதலில் பயிரிடுவதற்குத் தேவையான அனைத்து உதவிகளையும் செய்தார்.

அவர் விவசாயிகளுக்கு தானியங்கள், கால்நடைகள், பணம் முதலான வற்றைக் கொடுத்து உதவவேண்டும். பின்னாளில் அவர்கள் வசதிப் படி அவற்றைத் திருப்பித்தரலாம். கஜானாவுக்கு லாபத்தைத் தரும் படியான உதவிகள், வரி விலக்குகள் போன்றவற்றை அவர் செய்யலாம், நஷ்டத்தைத் தரக்கூடியவற்றைச் செய்யக்கூடாது. ஏனெனில், கஜானாவில் குறைவான செல்வம் இருந்தால் நகரத்தையும் கிராமத்தையுமே அது அழித்துவிடும். இந்த வரி விலக்குகளைக் குடியேற்றத்தின்போதோ மக்கள் அங்குவந்து சேரும்போதோதான் அளிக்கவேண்டும். வரி விலக்குகளின் காலம் முடியும்போது உதவி களைச்செய்து, அரசர் ஒரு தந்தையைப்போல நடந்துகொள்ள வேண்டும் (2.1.13–18).

விவசாயிகளை ஒரு தனிப்பிரிவாக மதித்து அரசர் வேளாண்மையை ஊக்குவிக்கிறார். நிலங்களையும் விதைகளையும் வழங்கிக் கருணையுடனும், உழவு நடைபெறாத, வரி செலுத்தாத நிலங்களைத் திரும்பப் பெற்றுக் கண்டிப்புடனும் அவர்களைப் பெற்றோரைப்போல அரசர் நடத்துகிறார். நிலவரிக்கு அரசர் கொடுத்த முக்கியத்துவம் இதிலிருந்து தெளிவாகிறது.

விவசாயத்தையும் விவசாயிகளையும் ஊக்குவிப்பதோடு மட்டு மல்லாமல், அரசர் தானே ஒரு பெருநிலப்பரப்பைக்கொண்ட விவசாயி யாகவும் இருக்கிறார். 'சித்' என்று அழைக்கப்பட்ட அரசரின் சொந்த விளைநிலம், அரசு நிலங்களின் கண்காணிப்பாளரின் (சித் அத்யக்ஷ)

பொறுப்பில் இருந்தது.

> அரசு விளைநிலங்களின் கண்காணிப்பாளர் விவசாய முறைகள், நீர்ப்பாசன முறைகள், பயிர்வளர்க்கும் அறிவியல் ஆகியவற்றைப் பற்றி நன்கறிந்தவராக இருக்கவேண்டும். அல்லது அந்தத் துறையைச் சேர்ந்த நிபுணர்களை உதவிக்கு அமர்த்திக்கொள்ளவேண்டும். தானியங்கள், மலர்கள், பழங்கள், காய்கறிகள், கிழங்குகள், வேர்கள், கொடியில் வளரும் பழங்கள், ஆளி விதை, பருத்தி போன்றவற்றின் விதைகளைப் பருவத்துக்கு ஏற்றவாறு சேகரிக்கவேண்டும். பிற்பாடு, பண்ணையாட்கள், வேலையாட்கள், தங்களது அபராதத்தை வேலை களின்மூலம் செலுத்துவோர் ஆகியோரால் பலமுறை உழப்பட்ட தகுதியான நிலங்களில் அவற்றை விதைக்க ஏற்பாடு செய்ய வேண்டும். அவர்களுடைய பணி உழவுக்கருவிகளினாலோ, மற்ற கருவிகளினாலோ, காளைமாடுகளினாலோ, கொல்லர்கள், தச்சர்கள், கூடைபின்னுவோர், கயிறு திரிப்போர், பாம்புப் பிடாரர்கள் ஆகி யோரினாலோ தாமதமாகாமல் இருக்கும்படி அவர் பார்த்துக்கொள்ள வேண்டும். அவர்களுடைய கவனக்குறைவால் பயிர்கள் விளைய வில்லை எனில், விளைபொருட்களுக்கு ஈடான அபராதத்தை வசூலிக்கவேண்டும். (2.24.1–4)

இதிலிருந்து அரசரின் சொந்த விவசாய வேலைகள் சற்று சிக்கலானவை என்று தெரிந்துகொள்ளலாம். விதைகளைச் சேகரிப்பதிலிருந்து அறு வடைவரை பலவகை வேலையாட்களும், பல திறனுள்ள கைவினைத் தொழிலாளர்களும் பங்குபெறுவதே அதற்குக் காரணம். அரசு நிலங்களின் கண்காணிப்பாளரின் பணி, இம்மாதிரி அதிக அளவில் உள்ள பலதரப்பட்ட வேலையாட்களைக் கண்காணிப்பதும் ஒழுங்கு படுத்துவதும்தான். இந்நிலங்களில் வேலையாட்கள் கூலிக்கு வேலை செய்வது உண்டு. அல்லது இந்நிலங்கள் நிலமற்ற விவசாயிகளுக்கு விளைச்சலில் பங்களிக்கும் முறையில் அளிக்கப்படுகிறது. அதாவது ஏற்றுக்கொள்ளப்பட்ட விதிமுறைகளின்படிப் பயிர் அரசருக்கும் விவ சாயிக்கும் பகிர்ந்தளிக்கப்படும். எவ்வாறு இந்தப் பங்குகள் பிரிக்கப் பட்டன என்பதுபற்றி இந்த நூல் விவரிக்கவில்லை. அரசரும் பல வகைப் பொருட்களை உற்பத்தி செய்வோரும், அவர்களுக்கிடையில் உள்ள ஏற்றத்தாழ்வுகளைத் தவிர்த்து, ஒரு பங்குதாரருக்குள்ள உறவு முறையை வைத்திருந்தனர் என்பதைக் குறித்துக் கொள்ளுங்கள். அர்த்த சாஸ்திரம் இதுபோன்ற நிலையைப் பலமுறை குறிப்பிட்டுள்ளது என்பதை நாம் பின்வரும் பகுதிகளில் பார்க்கலாம்.

இந்த அத்தியாயத்தில் உள்ள விவரங்கள், விவசாயிகளிடமிருந்த நேரடியான நடைமுறைகளில் இருந்து பெறப்பட்டதே அன்றி ஏட்டுச்சுரைக்காயாக இல்லை. பின்வரும் பகுதி அதற்கு ஓர் உதாரணம்.

இது விதைகளை நேர்த்தி செய்யும் முறையைப்பற்றியது. விவசாயி களிடமிருந்த அறிவு எவ்வாறு வாய்மொழிமூலம் ஒவ்வொரு தலை முறைக்கும் பரிமாற்றப்பட்டுவந்தது என்பதை இது தெளிவாக விளக்குகிறது. சேகரிக்கப்பட்ட அந்த அறிவு, விவசாயிகள் அல்லா தவர்களுக்காக எழுத்துமூலம் இவ்வாறு தரப்படுகிறது.

> தானியங்களுக்கான விதையை நேர்த்திசெய்யும் முறையில், ஏழு நாட்கள் இரவுகளில் அதைப் பனியில் நனையவிடுவதும், பகல் பொழுதுகளில் வெப்பத்தில் உலரவிடுவதும் அடங்கும். இம் முறையைப் பருப்புகளின் விதைகளுக்கு மூன்றிலிருந்து ஐந்து நாட்கள் பகல் மற்றும் இரவுகளில் செய்யவேண்டும். வெட்டுப்பட்ட விதைகளுக்கு அந்த இடத்தில் தேன், நெய், பன்றிக்கொழுப்பு போன்ற வற்றோடு மாட்டுச்சாணத்தைச் சேர்த்துப் பூசவேண்டும். கல் போன்ற உறுதியாக உள்ள விதைகளுக்கு சாணத்தைப் பூசவேண்டும். மரங் களைப் பொறுத்தவரை, சரியான பருவத்தில் (அவை மொட்டு விடும்போது), மாட்டு எலும்புகளுடன் கூடிய சாணத்தை ஒரு குழியில் எரித்து, முளை விட்டவுடன், உலர்ந்த மீன்களுடன் 'ஸ்னுஹி' என்னும் தாவரத்தின் பாலைச் சேர்த்து உணவாக அளிக்கவேண்டும். (2.24.24–25)

அக்கால நம்பிக்கையின்படி மரங்களுக்கும் விருப்பங்கள் உண்டு. எனவே, அவை முளைவிடும்போது அந்த ஆசைகளை, ஒரு கர்ப் பிணியின் விருப்பங்களை நிறைவேற்றுவதுபோல், பூர்த்திசெய்ய வேண்டும்.

ஆகவே, அரசர் விவசாயத்துடன் வலுவான தொடர்பு உள்ளவராக இருக்கிறார். விவசாயிகளுக்குள் அவரும் ஒரு (அதிக அளவு விளை நிலங்களைக் கொண்ட) விவசாயியாக உள்ளார். அத்தகைய விவ சாயிகளுள் சூத்திர வகுப்பைச் சேர்ந்த விவசாயிகளே அதிகமாக இருந் தனர். அக்காலத்தில் இருந்த பல்வேறு வகையான தொழில் செய்ப வர்களில் விவசாயத் தொழிலை மேற்கொண்ட குடும்பங்கள்தான் அதிகமாக இருந்தன. அவர்களே நாட்டின் இதயமாக விளங்கினார்கள். அதே சமயம், அரசர் விவசாயிகளை ஆட்சி செய்து அரசுக்கு அதிக வருமானத்தைத் தரக்கூடிய நிலவரியை வசூலித்தார்.

மேய்ச்சல் நிலங்கள்

முதலில் ஏற்பட்டது விளைநிலங்களின் குடியிருப்புகள்தான். 'விளை நிலம் அல்லாதவற்றின் விநியோகம்' (2.2) என்ற அடுத்த பகுதியின் தலைப்பிலிருந்தே விளைநிலங்களுக்கு அடுத்தபடியாகத்தான் மற்ற பொருளாதார மண்டலங்கள் மதிக்கப்பட்டன என்று தெரிகிறது.

மேய்ச்சல் நிலங்கள் அடுத்ததாக வரும் மண்டலங்களில் ஒன்று. அந்த அத்தியாயம் இவ்வாறு தொடங்குகிறது.

> விவசாயத்துக்குத் தகுதியில்லாத நிலங்களை வீட்டு விலங்குகளின் மேய்ச்சலுக்காக அவர் ஒதுக்கவேண்டும் (2.2.1)

இது மற்ற பொருளாதார மண்டலங்கள் அனைத்தும் விளைநிலங்களுக்குத் தகுதியுள்ள நிலங்கள் ஒதுக்கப்பட்ட பின்பே வடிவமைக்கப்பட்டன என்பதை உறுதி செய்கிறது. துறவிகள் வேதங்களைக் கற்பதற்கான ஆசிரமங்கள், வன விலங்குகளுக்கான காடுகள், மூலப்பொருட்களுக்கான காடுகள், யானை வனங்கள் ஆகியவற்றின் ஒதுக்கீடுகளோடு இப்பகுதி தொடர்கிறது. இவை எல்லாமே, விளைநிலங்களை வடிவமைப்பதற்கும், அவற்றில் விவசாயிகளைக் குடியேற்றுவதற்கும் அடுத்தபடியாகத்தான் இருந்தது. விளைநிலங்கள் அல்லாத இந்த மண்டலங்கள் பல்வேறுவிதமான பொருளாதாரப் பணிகளை மேற்கொண்டன.

அந்நிலங்களில் பலதரப்பட்ட மக்கள் வசித்தனர். விளைநிலங்களில் நாம் பார்த்தது என்ன? சூத்திர வகுப்பைச் சேர்ந்த விவசாயிகளால் விளைநிலங்களில் குடியேற்றம் நிகழ்ந்தது. ஒரு கிராமத்தில் ஒன்றிலிருந்து ஐநூறு குடும்பங்கள்வரை இருந்தன, அதேபோல் நிர்வாக வசதிக்காக இவை 800, 400 மற்றும் 200 கிராமங்கள் உள்ள குழுக்களாகப் பிரிக்கப்பட்டன. இந்தியா மிகச் சிறிய விவசாய நிலங்கள் உள்ள நாடு. விவசாயத் தொழில் குடும்பங்களால் மேற்கொள்ளப்பட்டு வந்தது (சில இடங்களில் நிலவுடைமையாளர்கள் இருந்தனர்). அவ்விவசாயிகள் உணவை அவர்களது தேவைக்காகப் பயிரிட்டு, அதில் ஒரு சிறிய பகுதியை அவர்களின் மற்ற தேவைகளைப் பூர்த்தி செய்யும் அரசருக்கு அளித்தனர். இந்தச் சமூக, பொருளாதார அமைப்பு விவசாயத்தை அடிப்படையாகக் கொண்ட கிராமங்களுக்குப் பொருந்தியது. ஆனால் அவற்றின் வெளியே நிலைமை முற்றிலும் மாறுபட்டிருந்தது. இந்த வேற்றுமை, மேய்ச்சல் நிலங்களின் கண்காணிப்பாளரின் (விவித அத்யக்ஷ) முதல் கடமையை விவரிக்கும் பகுதியில் விளக்கப்பட்டுள்ளது.

> அவர் கிராமங்களுக்கு இடையே உள்ள பகுதிகளில் மேய்ச்சல் நிலங்களை அமைக்கவேண்டும். தாழ்நிலங்களிலும் வனங்களிலும் உள்ள கொள்ளையர்களையும் வன விலங்குகளையும் அகற்ற வேண்டும் (2.34.67)

ஆகவே, மேய்ச்சல் நிலங்கள் இயற்கையாக அமைவதில்லை. திட்டமிட்டு உருவாக்கப்பட்டு மேம்படுத்தப்படுகின்றன. அங்கு தண்ணீர்

வசதி இல்லையென்றால், அந்நிலங்களின் கண்காணிப்பாளர் கிணறுகள் வெட்டியும், மற்ற வசதிகள் செய்துகொடுத்தும் கால்நடைகளுக்கு நீரருந்த வசதி செய்து தரவேண்டும். மேய்ச்சல் நிலங்கள் விளை நிலங்களும் விவசாயம் சார்ந்த கிராமங்களும் இல்லாத, தாழ்வான சதுப்பு நிலங்களும் வனங்களும் உள்ள பகுதிகளில் அமைக்கப் படுகின்றன. கொள்ளையர்களும் வனவிலங்குகளும் வசிக்கும் அந்த இடங்களில் விவசாயிகள் வாழ்வதில்லை.

இந்த இடங்களில், அரசரால் குடியேற்றப்படாத, காட்டுவாசிகள், வேடர்கள், பறவைபிடிப்பவர்கள் ஆகியோர் வாழ்ந்துகொண்டிருந் ததாகவும் அவர்கள் அரசிடம் ஒரு வலுவான விசுவாசத்தைக் கொண்டிருக்கவில்லை என்றும் இந்நூலின் சில பகுதிகளில் குறிப்பிடப் பட்டுள்ளது. மாறாக, நாம் பார்த்ததுபோல, கால்நடை மேய்ப்ப வர்களுக்கு (கோபர்கள்) விவசாயிகளுக்கான கிராமத்தில் இருப்பிடம் அளிக்கப்பட்டது. எனவே அவர்கள் தங்களது பணி நடைபெறும் இடமான மேய்ச்சல் நிலத்தில் தங்காமல் விவசாயிகளோடு வாழ்ந்தனர்.

கால்நடைகளுக்கு ஆபத்தை விளைவிக்கக்கூடிய இரண்டு விஷயங்கள் : அங்கு வசித்த கொள்ளையர்களும் வனவிலங்குகளும். இவற்றில் கொள்ளையர்களின் தொல்லை மிக மோசமானதாக இருந்திருக்கக் கூடும். கால்நடைத் திருட்டுக்கான கடுமையான தண்டனைகளைப் பற்றி இந்த நூல் விரிவாக எடுத்துரைப்பதால் இது அடிக்கடி நிகழும் சம்பவமாக இருந்திருக்கவேண்டும். ஒரு விலங்கைக் கொன்றாலோ அதைக் கொல்லுமாறு தூண்டினாலோ, கொள்ளையடித்தாலோ கொள்ளை அடிக்குமாறு தூண்டினாலோ மரணதண்டனை விதிக்கப் பட்டது (2.29.17). மாறாக, திருடப்பட்ட கால்நடைகளைக் கொள் ளையர்களிடமிருந்து மீட்பவர்களுக்கு விருதுகள் வழங்கப்பட்டன. அயல் நாட்டிலிருந்து கால்நடைகளைக் கடத்தி வருவோருக்கு அதில் பாதி பரிசாக வழங்கப்பட்டு, மீதி அரசரிடம் சேர்க்கப்பட்டது. இது ஒரு போர் வெற்றிகரமாக முடிந்தவுடன் அதன்மூலம் கிடைத்ததை அரசரிடம் பங்கிட்டுக்கொள்வதைப் போன்றது.

காட்டு விலங்குகளும் காடுகளும் வேறு வகையான தொல்லைகளைத் தருகின்றன. பெரும் விலங்குண்ணிகளான சிங்கங்களும் புலிகளும், இந்திய வனங்களிலும் சதுப்பு நிலங்களிலும் அதிகமாக உள்ள புள்ளி மான்கள், எலிமான்கள், சிறுமான்கள் போன்ற தாவர உண்ணிகளைத் தங்களது இரையாகக்கொண்டுள்ளன. கால்நடைகளும் மற்ற வீட்டு விலங்குகளும் காடுகளிலும், புல்வெளிகளிலும் மேயும்போது அதே தாவர உணவுக்காகப் போட்டியிடுகின்றன. அந்த நேரத்தில் இறைச்சி உண்ணும் விலங்குகளுக்கு இரையாகின்றன.[1] இங்குதான் அரசின்

பொருளாதாரம் இயற்கையோடு மோதுகிறது. மனித நலனுக்காக மாறுதல்களைச் செய்து வனங்களை கால்நடைகள் மேய்வதற்கு ஏற்றவாறு மாற்றுகிற நடவடிக்கைகளை அரசு மேற்கொள்கிறது. அர்த்தசாஸ்திரத்தின் காலத்தில் உண்மையில் நிகழ்ந்த இது, தற்காலத்தில் பெரும் சர்ச்சைக்குரிய விஷயமாக உருவெடுத்துள்ளது. தற்போது இதற்கு நேர்மாறானவிதத்தில், ஆபரேஷன் டைகர் போன்ற இயக்கங்கள்மூலம் புலிகள் மனிதர்களிடமிருந்து காக்கப்படுகின்றன.

வித்தியாசமானதும் கட்டுப்படுத்தக் கடினமானதுமான இந்த வாழிடத்தின் நிலை, மேய்ச்சல் நிலங்களின் கண்காணிப்பாளரின் வேலைகளை அதிகமாக்குகிறது. விலங்குகளின் மேய்ச்சல் தொடர்பான விஷயங்களைத்தவிர, அவர் கொள்ளையர்களாலும் எதிரிகளாலும் வரும் ஆபத்துகளைச் சமாளிக்கவேண்டியிருந்தது. இதற்காக அவர், காட்டில் திரியும் பறவை பிடிப்பவர்களையும், வேடர்களையும் பயன்படுத்தினார். அவர்கள் சங்குகளை ஊதியும், சிறு முரசுகளை அடித்தும் எச்சரிக்கை செய்தனர். காட்டில் எதிரிகளின் மற்றும் கொள்ளையர்களின் போக்குவரத்துகளை புறாக்கள் மூலமும் புகையினால் சமிக்ஞைகள் செய்தும் அரசருக்குக் கண்காணிப்பாளர் தெரியப் படுத்தினார்.

அங்கு இருந்த கால்நடை மந்தைகளுள் மாடுகள், எருமைகள், குதிரைகள், கழுதைகள், ஒட்டகங்கள், வெள்ளாடுகள், செம் மறியாடுகள், பன்றிகள் ஆகியன அடங்கும். யானைகள் காட்டில் வளர்ந்த பிறகே பிடிக்கப்படுவதால் அவை வேறுபட்ட முறையில் கையாளப்படுகின்றன. நாம் முன்பே பார்த்ததுபோல், அர்த்தசாஸ்திரம் ஒரு அடிப்படை மாதிரியை உருவாக்கி, பின் அதிலிருந்து வேறு பாடுகள்மூலம் மற்றவற்றை விளக்குவது என்ற அமைப்பைக் கொண்டுள்ளது. அதைப் பின்பற்றி இங்கும் இரண்டு முக்கியமான விலங்குகளை, மாடுகளையும் குதிரைகளையும், பற்றி விவாதித்து மற்ற உயிரினங்களின் மந்தைகளை அந்த அமைப்பைப் பின்பற்றுமாறு கூறுகிறது.

மாடுகளின் கண்காணிப்பாளரும் (கோ அத்யக்ஷ) குதிரைகளின் கண் காணிப்பாளரும் (அஸ்வ அத்யக்ஷ) அவர்களின் கீழுள்ள விலங்குகளின் எண்ணிக்கையையும் வகைகளையும் நிலைகளையும் அறிந்திருக்க வேண்டும். அரசரின் மாட்டு மந்தைகள் மேய்ப்பவரிடம் இரண்டு விதமான ஒப்பந்தங்கள்மூலம் மேய்ச்சலுக்கு விடப்படுகின்றன. ஒன்று அதற்கான கூலி பெறுவது. மற்றொன்று நிலையான வருமானமும் வரியும் கூடிய பராமரிப்பு. முதல்முறையின்படி மாடுமேய்ப்பவர், எருமை மேய்ப்பவர், பால்காரர், (தயிர்) கடைபவர், வேடர்

(கொள்ளையர்களிடமிருந்தும் கொடிய விலங்குகளிடமிருந்தும் காப்பதற்கு) ஆகியோர் 100 பசுக்கள் அடங்கிய மந்தையை ஒரு குறிப் பிட்ட கூலியைப் பெற்றுக்கொண்டு பராமரித்தார்கள். அவ்விலங்குகள் மூலம் கிடைக்கும் பாலும் நெய்யும் அரசரிடம் முழுவதுமாகச் சேர்க் கப்பட்டது. இரண்டாவது முறையில், ஒருவர் பலவகை மாடுகள் அடங்கிய ஒரு மந்தைக்குப் பொறுப்பாளராக இருந்தார். வயதான பசுக்கள், பால்தரும் பசுக்கள், கன்றுடன் கூடிய பசுக்கள், கர்ப்பமாக உள்ள பசுக்கள், இளம் பசுக்கள் போன்றவை இருந்த அந்த மந்தையைப் பராமரிப்பதற்காக அவருக்கு எட்டு வராகன் நெய்யும், ஒரு விலங்குக்கு ஒரு பணமும், இறந்த மாடுகளின் தோலும் ஈடாக வழங்கப்பட்டன. அவ்வளவு பெரிய மந்தையைப் பராமரிக்க அதன் பொறுப்பாளர் உதவியாளர்களை நியமித்திருக்கக்கூடும். இது அரசரும் பணியாட் களும் பங்குதாரராக உள்ள நிறுவனத்தின் உதாரணமாக விளங்குகிறது.

வர்த்தக வழிகள்

வார்த்த என்ற பொருளாதாரத்தின் மூன்று கிளைகளில் இரண்டில் பொருளாதார மண்டலங்களாக விளைநிலமும், மேய்ச்சல் நிலமும் விளங்குகின்றன. அதன் மூன்றாவது கிளையான வர்த்தகம், இரண்டாவது புத்தகத்தின் முதல் அத்தியாயங்களில் சந்தைகள் என்ற வடிவில் இல்லாமல் வர்த்தக வழிகள் என்ற தலைப்பில் அமைந் திருக்கிறது. சந்தைகளைப்பற்றி அதற்குப் பின்வரும் பகுதிகளில் கூறப் பட்டிருக்கிறது. அதை நாம் அடுத்த அத்தியாயத்தில் பார்க்கலாம். அர்த்தசாஸ்திரத்தின் பொருளாதார வடிவமைப்பு வர்த்தகத்தை அது நடைபெற்ற பாதைவழிகளோடு இணைக்கிறதேதவிர சந்தைகளோடு அல்ல என்ற உண்மையை இங்கே குறிப்பிட்டாகவேண்டும். இங்கேயும் மற்ற பகுதிகளிலும் அர்த்தசாஸ்திரத்தைப் படிக்கும்போது புலப்படும் ஒரு உண்மை வர்த்தகம் என்பது சந்தைகளில் பொருட்களை விற்பனை செய்வதல்ல. மாறாக, அது தொழிற்கூடங்களில் இருந்து பொருட்களைச் சந்தைக்குச்கொண்டு செல்லும் முறைகளைப் பற்றியது. இது சந்தையை மையமாகக்கொண்டு வர்த்தகத்தை ஆராயும் தற்போதைய முறைக்கு மாறானது.

அடுத்த அத்தியாயத்தில் இந்த நூல் சந்தையில் விற்பனை செய்யப்படும் பொருட்களின் நியாயமான விலையைப்பற்றிய அடிப்படைக் கருத்தைக் கொண்டிருப்பதைக் காணலாம். அந்த விலையை நிர்ணயம் செய்கிற ஒரு முக்கியக் காரணியாக இருப்பது வர்த்தகம் செய்யப்படும் பொருட்கள் சந்தையிலிருந்து எவ்வளவு தூரத்தில் தயாரிக்கப் படுகின்றன என்பது. இதிலிருந்து தொழிற்கூடங்கள் மூலப்பொருட்கள் கிடைக்கும் இடங்களின் அருகில் அமைந்திருந்தது என்பதையும்,

அதனால் அவை சந்தைக்குப் பல்வேறு வகையான போக்குவரத்து முறைகளின் மூலம்கொண்டு வரப்பட்டதையும் நாம் அறிந்து கொள்ளலாம்.

வர்த்தக வழிகளைப்பற்றிப் பேசும்போது அர்த்தசாஸ்திரம் நிலவழி, நீர்வழி, சந்தை இருக்கும் நகரங்கள் (பன்ய பட்டினம்) ஆகியவற்றைப் பற்றிக் குறிப்பிடுகிறது. (2.1.19). அரசருக்கு நெருக்கமானவர்கள், அதி காரிகள், கொள்ளையர்கள், எல்லைப்புறத் தலைவர்கள் ஆகியோரால் வர்த்தகர்களுக்கு இடையூறு ஏற்படாமலும், கால்நடை மந்தைகளால் ஆக்கிரமிக்கப்பட்டு வர்த்தகம் தடைப்படாமலும் வர்த்தக சாலைகள் பாதுகாப்பாக இருக்கவேண்டும். (2.1.38)

சுரங்கங்கள்

அர்த்தசாஸ்திரம் சுரங்கங்களை அரசரின் செல்வத்துக்கும் அதிகாரத் துக்கும் ஆதாரமாகக் கருதுகிறது.

கருவூலத்துக்கான ஆதாரம் சுரங்கங்களே. கருவூலத்திலிருந்துதான் படைபலம் கிடைக்கிறது. கருவூலத்திலிருந்தும் படைகளிலிருந்தும் நிலங்கள் அடையப்படுகின்றன. அதன் அணிகலன்களும் கருவூலத்தின் மூலமே கிடைக்கின்றன. (2.12.37)

சுரங்கங்களின் கண்காணிப்பாளர் (அகார அத்யக்ஷ) பூமியில் ஓடும் உலோக நரம்புகளைப்பற்றிய அறிவியலிலும், உலோகவியலிலும், ரத்தினங்களை உருக்கி வர்ணம் தீட்டுவதிலும் தேர்ச்சியுடையவராக இருக்கவேண்டும் அல்லது தேர்ச்சிபெற்ற உதவியாளர்களைக் கொண் டிருக்கவேண்டும். பழைய சுரங்கங்களையும் புதியனவற்றையும் பரிசீலிக்கவேண்டும். (12.1.1). அவரின் அதிகார வரம்பின் கீழ் விலையு யர்ந்த உலோகங்களான தங்கம், வெள்ளி ஆகியவையும் சாதாரண உலோகங்களான, வெண்கலம், தாமிரம், தகரம், வைக்ரிந்திக் (பாதரச மாக இருக்கலாம்), பித்தளை, எஃகு, மணி-உலோகம், இரும்பு, ரத்தினங்கள் ஆகியவையும் இருந்தன. அவர் தாதுவிலிருந்து உலோ கத்தைப் பிரித்தெடுக்கும் பணியை மட்டுமல்லாது, உலோகங்களைப் பயன்படுத்திப் பொருட்களை உற்பத்தி செய்யும் தொழிற்சாலை களையும் மேற்பார்வையிடவேண்டும். மேலும், அப்பொருட்களின் வர்த்தகத்தை உருவாக்கி அதனையும் மேற்பார்வையிடவேண்டும். சாதாரண உலோகங்கள், அவற்றின் கண்காணிப்பாளர் ஏற்படுத்திய தொழிற்சாலைகளுக்குச் செல்லும்.

நாணய சாலையின் கண்காணிப்பாளர் (லக்ஷன அத்யக்ஷ) அரசரின் பிரத்யேக உரிமையான வெள்ளியாலும், தாமிரத்தாலும் ஆன

நாணயங்களை அச்சடிப்பதை மேற்பார்வையிடுவார் (தங்க நாணயங்கள் அப்போது அச்சடிக்கப்படவில்லை). தனிநபர்கள் தங்கத்தையும் வெள்ளியையும் கொண்டுவந்து நாணயங்களாக மாற்றிக் கொள்ளலாம். ஆனால் அதற்கு அதிகச் செலவு பிடித்த காரணத்தால் அரசரே நாணயங்கள் அச்சடிப்பவராக இருந்தார்.

சுரங்கங்களின் கண்காணிப்பாளர் சங்கு, வைரம், ரத்தினங்கள், முத்து, பவழம், அமிலங்கள் ஆகியவற்றிலிருந்து பல்வேறு பொருட்களைத் தயாரிக்கத் தொழிற்சாலைகளை ஏற்படுத்தி அவற்றுக்கான வர்த்த கத்தையும் உருவாக்கினார். உப்பு எடுப்பது அரசரின் தனிப்பட்ட உரிமையாக இருந்தது. அதை உப்பு ஆணையர் நிர்வகித்தார். கடலி லிருந்து உப்பு எடுப்பது தனி நபர்கள் என்றாலும், உப்பின் கண்காணிப் பாளர் (லவண அத்யக்ஷ) அரசரின் பங்கையும், குத்தகை வாடகை யையும் அரசருக்குச் சேரவேண்டிய மற்ற தொகைகளையும், வரியையும் வசூல் செய்தார். அதைக் கொள்முதல் செய்வோர் அதற்கான வரியையும் அரசரின் பொருட்களின் இழப்பீட்டுக்காக ஒரு பாதுகாப்பு வரியையும் செலுத்தவேண்டும். (2.12.32). வேதம் அறிந்த அந்தணர்களும், துறவிகளும், வேலையாட்களும் அவரவர் உணவுக் கான உப்பை (சொந்த உபயோகத்துக்கு மட்டுமே, விற்பனைக்கு அல்ல) வரியில்லாமல் பெற்றுக்கொள்ளலாம்.

பூமிக்குக் கீழுள்ள உலோக தாதுக்கள், உப்பு ஆகியவற்றில் தனிப்பட்ட உரிமை அரசருக்கு உண்டு. சுரங்கங்களின் கண்காணிப்பாளர் வரிகளைக் கையாளும்விதம் அப்பொருட்களின் தயாரிப்பும் தனியுடை மையாக்கப்பட்டது போன்ற பார்வையை நமக்கு அளிக்கிறது. ஆனால் ஆங்காங்கே தரப்பட்ட குறிப்புகள், அரசர் சுரங்க வேலைக்காகவும், உப்பு எடுப்பதற்காகவும் ஒரு குறிப்பிட்ட கட்டணத்தைப் பெற்றுக் கொண்டு அவற்றுக்கான உரிமத்தை அளித்திருந்தார் என்றும், தனியார் தொழிலதிபர்களிடம் லாபத்தில் பங்கு என்ற முறையில் பங்குதாரராக இருந்தார் என்றும் கூறுகின்றன. நாம் ஏற்கனவே மற்ற நிறுவனங்களில் பார்த்ததுபோல் அரசர் பங்குதாரராக இருக்கும் முறை இங்கும் பின் பற்றப்பட்டது. அரசரை மையமாகக்கொண்ட நோக்குடைய இந்நூல், இந்த இடத்தில் அரசரின் பங்கைப்பற்றிச் சற்று அதிகமாகக் கூறுகிறது என்றே தோன்றுகிறது. நடைமுறையில் தனியார் நிறுவனங்களின் பங்கே அதிகமாக இருந்திருக்கக்கூடும். ஆனால் உலோகத்தாதுக்களும் உப்பும் அரசுக்கு முக்கியமான சொத்துக்கள் என்பதையும் அரசர் அவற்றைப் பிரித்தெடுப்பதில் முக்கிய பங்கு வகித்தார் என்பதையும் மறுக்க இயலாது.

உப்புக்கு வரி வசூலிப்பது என்பது அரசின் உரிமைகளுள் ஒன்று. அதன் மதிப்பும் அதிகம். உப்பு இல்லாமல் ஒருவரும் வாழ இயலாது

என்பதால், மக்கள் அனைவரையும் ஏதாவது ஒரு விதத்தில் அந்த வரி சென்று அடைகின்றது. ஆனால் நம் பார்வையில் உப்புக்கு வரி விதிப்ப தென்பது ஒரு பிற்போக்கான விஷயம். ஒரு ஏழையின் வருமானத்தில் அதிகமான பங்கை அந்த வரி ஆக்கிரமித்துக்கொள்கிறது. அதே சமயம் ஒரு செல்வந்தரின் வருமானத்தில் மிகக் குறைந்த அளவுதான் வரியாகச் செலுத்தப்படுகிறது. இந்திய அரசர்கள் பெரும்பாலும் உப்பை அவர்களின் தனியுடமையாகக் கருதி அதற்கு உரிமத்தை வழங்கி வரி விதித்தனர். பின் வந்த பிரிட்டிஷாரும் இம்முறையைப் பின்பற்றி, வரி ஏய்ப்புக்கு வழிவகுக்கும் உப்புக் கடத்தலைத் தடுப்பதற்கு கடுமையான நடவடிக்கைகளை மேற்கொண்டனர். அவர்களின் ஆட்சிக்குட்பட்ட எல்லைகளில் தொடர்ச்சியான, மீறமுடியாத அரண்களை இதற்காக அமைத்தனர்.[2] மகாத்மா காந்தி இந்த நியாயமற்ற, பலரால் வெறுக் கப்பட்ட வரியை எதிர்த்தார். அவர் உப்புச் சத்தியாக்கிரகத்தை மேற் கொண்டு கடலிலிருந்து சட்டவிரோதமாக உப்பு எடுத்த காரணத்தால், பிரிட்டிஷார் அவரையும் அவருடனிருந்த தொண்டர்களையும் கைது செய்தனர்.

வனங்கள்

மூன்றுவிதமான அரசு வனங்கள் இருந்தன. விலங்குகளுக்கான வனம் (மிருக வனம்), பொருட்களுக்கான வனம் (திரவிய வனம்), யானை களுக்கான வனம் (கஜ வனம்) (2.2.5). மேய்ச்சல் நிலங்கள் வீட்டு விலங்கு களுக்காக (பசு) இருந்தது போல், வனங்கள் காட்டு விலங்குகளுக்காக இருந்தன.

> அரசரின் பொழுதுபோக்குக்காக ஒரு 'கோருத' அளவுள்ள விலங்கு களின் வனத்தை உருவாக்கவேண்டும். அகழியால் பாதுகாக்கப்பட்டு ஒரு வாயிலை மட்டும் கொண்டதாக அது இருக்கவேண்டும். இனிப்புப் பழங்கள் கொண்ட செடிகொடிகளுடனும், முட்கள் இல்லாத மரங்களுடனும், ஆழமில்லாத நீர்நிலைகளுடனும், மான்கள் போன்ற சாதாரண விலங்குகளுடனும், பற்களும் நகங்களும் மழுங்கப்பட்ட கொடிய விலங்குகளுடனும் இருக்கவேண்டும். ஆண், பெண் மற்றும் குட்டி யானைகள் வேட்டைக்கு உதவ அங்கு இருக்கவேண்டும். (2.2.3)

இது போன்ற இன்பமளிக்கக்கூடிய சோலைகளைத்தவிர அரசர், மற்ற வனங்களையும் விலங்குகளுக்காக நிர்மாணித்தார். அங்கே வேட்டை தடை செய்யப்பட்டிருந்தது. இதிலிருந்து அளவுக்கதிகமான வேட்டை யினால் விலங்குகளின் எண்ணிக்கை குறைந்தது என்றும் அரசர் அவற்றை பாதுகாக்கும் நடவடிக்கைகளை மேற்கொண்டார் என்றும் ஊகிக்கலாம்.

அரசர் மூலப்பொருட்களுக்கான வனத்தை, ஒவ்வொரு வகைக்கும் (குப்ய) தனித்தனியாக ஏற்படுத்தினார். அவற்றிலிருந்து பொருட் களைத் தயாரிக்க தொழிற்சாலைகளை ஏற்படுத்தி காட்டு மனிதர்களை வனங்களோடு இணைத்தார்.

வனப்பொருட்களின் (குப்ய) கண்காணிப்பாளர் பொருட்களின் வனங்களிலிருந்து காவலர்களால் அவற்றைக் கொண்டுவரச்செய்ய வேண்டும். அப்பொருட்களுக்கான தொழிற்சாலைகளை ஏற்படுத்த வேண்டும். அவ்வனங்களிலுள்ள மரங்களை வெட்டுவோருக்கு துன்ப காலங்களைத்தவிர மற்ற நேரங்களில் வரியையும் அபராதத்தையும் விதிக்கவேண்டும் (2.17.1–3)

இங்கே குறிப்பிடப்பட்டுள்ள 'துன்ப காலங்களைத்தவிர' என்ற சொற் றொடரால், தானியக்களஞ்சியத்தைப் போன்றே இவ்வகை வனங்களும், அவசர காலங்களில் மக்களின் துன்பத்தைப் போக்கும் ஆதாரமாக இருந்தது தெரிகிறது.

இறுதியாக யானைகளுக்கான வனம், அங்கு இருக்கவேண்டிய வற்றைப்பற்றித் தெளிவான விவரணைகள் தரப்பட்டுள்ளன.

நாட்டின் எல்லையில் யானைகளின் வனத்தை அவர் ஏற்படுத்தி காட்டில் வாழும் மக்களை அதற்குக் காவலராக நியமிக்கவேண்டும். யானை வனங்களின் கண்காணிப்பாளர் (நாகவன அத்யக்ஷ; இவர் யானைக் கொட்டிலை மேற்பார்வையிடும் யானைகளின் கண்காணிப்பாளரிட மிருந்து -கஜ அத்யக்ஷர்- வேறுபட்டவர்). அந்த வனங்கள் மலைகளின் மேல் அமைந்திருந்தாலும், ஆற்றின் கரைகளில் அமைந்திருந்தாலும், ஏரிகளின் கரையில் அல்லது சதுப்பு நிலங்களில் இருந்தாலும் அங்குள்ள காவலர் களின் உதவியோடு அவற்றைப் பாதுகாக்கவேண்டும். அதன் எல்லை களைப்பற்றி நன்கு அறிந்தவராகவும், உள்நுழையும் வாசலையும் வெளியே செல்லும் வாசல்களையும்பற்றி அறிந்தவராகவும் இருக்கவேண்டும். யானைகளைக் கொல்ல முயலும் எவரையும் அவர்கள் கொல்லவேண்டும். இயற்கையான காரணங்களால் இறக்கும் யானைகளிடமிருந்து தந்தங்கள் கொண்டுவருவோருக்கு நாலேகால் பணம் வெகுமதியாக அளிக்கப்படும். (2.2.6–9)

யானைப்பாகர்கள், யானைகளின் கால்களைப் பிணைப்பவர்கள், எல்லைக்காவலர்கள், காட்டுவாசிகள், உதவியாளர்கள் ஆகியோரின் உதவியுடன் யானைக் கூட்டத்தின் எண்ணிக்கையை யானை வனங்களின் காவலர்கள் அறிந்துகொள்ளவேண்டும். அவர்கள் உடலிலிருந்து வரும் வாசனையை, யானைகளின் சிறுநீர் மற்றும் சாணத்தினால் மறைத்து, 'பல்லடக்கி' என்ற மரத்தின் கிளைகளால்

அவர்களை மறைத்தபடி ஐந்து முதல் ஏழு பெண் யானைகளின் உதவியோடு யானைக் கூட்டத்தின் எண்ணிக்கையைக் கணக்கிட வேண்டும். தூங்குமிடங்களில் உள்ள அடையாளங்கள், கால்தடங்கள், சாணம், ஆற்றங்கரைகளில் அவை ஏற்படுத்திய தடங்கள் ஆகியவை யானைக்கூட்டத்தின் எண்ணிக்கையை அறிய உதவலாம். யானைகள் மந்தையிலிருந்தாலும், தனியாக இருந்தாலும், மந்தையிலிருந்து தொலைந்து போனாலும், மந்தையின் தலைவனாக இருந்தாலும், மதம் பிடித்திருந்தாலும், குட்டியாக இருந்தாலும், பாதுகாப்பிலிருந்து வெளியே விடப்பட்டாலும் அவை ஒவ்வொன்றுக்கும் உரிய ஆவணங்கள் வைத்திருக்கவேண்டும். (2.2.10–11)

மேற்கண்ட வர்ணனை குறிப்பிடத்தக்கப் பல முக்கிய அம்சங்களைத் தெரிவிக்கிறது: யானைகளை கவனமாகப் பாதுகாத்து அவற்றை வேட்டையாடுபவர்களைத் தண்டிப்பது, யானைகளின் கணக்கெடுப்பை வனங்களில் தொடர்ந்து செய்வது, காட்டில் வசிக்கும் பல வகையான மக்களைப் பணியில் ஈடுபடுத்துவது போன்றவை அவை. இந்த அத்தியாயத்தின் தொடக்கத்தில் குறிப்பிடப்பட்ட விளைநிலங்கள் அவற்றைச் சார்ந்த கிராமங்கள் ஆகியவற்றின் விளக்கங்களைப் பார்த்தோ மானால், யானைப்பாகரும், மருத்துவரும் அரசரது ஆணையினால் அங்கே குடியேற்றப்பட்டார்கள் (மாடு மேய்ப்பவரோடு) என்பதைத் தெரிந்துகொள்ளலாம். இவர்கள் காட்டில் வாழாமல், கிராமத்தில் வாழ்ந்தாலும், காட்டில் வாழ்ந்துகொண்டு அங்கேயே வேலை செய்யும் வனவாசிகளை, பல்வேறு பணிகளில் ஈடுபடுத்தி மேற்பார்வை செய்வது இவர்களது கடமைகளுள் ஒன்றாக இருந்தது.

பட்டறைகள்

வனப்பொருட்கள் மற்றும் சுரங்கங்களின் கண்காணிப்பாளர்கள் மூலப் பொருட்களிலிருந்து பொருட்களை உற்பத்தி செய்ய தொழிற் சாலைகளை ஏற்படுத்தினர் என்றும், அந்தப் பொருட்களை வர்த்தகம் செய்வதற்கும் ஆவன செய்தனர் என்றும் பார்த்தோம். இருவரும் வர்த்தகத்தை முறைப்படுத்தி அதில் பங்குபெறவும் செய்தனர். தொழிற் சாலைகளைப் (கர்மந்த) பொறுத்தவரை அவற்றின் அமைப்பு, பணிகள் நடைபெறும் முறை ஆகியவற்றைப்பற்றி அதிக விவரங்கள் கொடுக்கப் படவில்லை. இதற்கு ஒரே ஒரு விதிவிலக்கு பொன்னின் கண்காணிப் பாளர் (2.13) என்ற தலைப்பில் உள்ள விலைமதிப்பு அதிகமான உலோகங்களைப்பற்றிய பகுதி.

பொன் கண்காணிப்பாளரின் (ஸ்வர்ண அத்யக்ஷ) கடமை, பொன் மற்றும் வெள்ளியைப் பயன்படுத்தி பல்வேறு பொருட்களை

உருவாக்கும் தொழிற்சாலையை நிர்மாணித்தல். தவிர, ஒரு பொற் கொல்லரை (சுவர்னிகர்) சந்தை நெடுஞ்சாலையில் உள்ள கைவினைத் தொழிலாளர்களை மேற்பார்வையிடுவதற்காக நியமிப்பது. அத்தொழி லாளர்கள் கிராமங்களிலிருந்தும் நகரங்களிலிருந்தும் வரும் தனிநபர் களிடமிருந்து பொன்னையும் வெள்ளியையும் பெற்று 'உற்பத்தி எண்ணிக்கைக்கு ஏற்ற விலை' (piece rate) என்ற ஒப்பந்த முறையில் ஆபரணங்களை உருவாக்குபவர்கள். இந்த அதிகாரிகளைப்பற்றிய இரண்டு அத்தியாயங்கள் ஒரு தொழிற்சாலையைப்பற்றி சில தெளி வான விவரங்களை அளிக்கின்றன *(2.13-14)*.

ஆபரணங்களை உருவாக்கும் கைவினைத் தொழிலாளர்களின் குழு, (துருத்தி) ஊதுவோர், பணியாளர்கள், தூசுதட்டுபவர்கள் ஆகியோரை பொன்னின் கண்காணிப்பாளர் மேற்பார்வையிடுவார். அவர்கள் தொழிற் சாலைக்கு வரும்போதும் வேலை முடிந்து செல்லும்போதும் நன்கு சோதனை செய்யப்படவேண்டும். அவர்களது கருவிகளும், முடி வடையாத பொருட்களும் தொழிற்சாலையிலேயே விட்டுச்செல்லப் படவேண்டும். பொன், வெள்ளியைப்பற்றியும் அதிலிருக்கும் கசடு களைச் சுத்தம் செய்வதுபற்றியும் குறிப்பிடும் இந்த அத்தியாயம், பல் வேறுவிதமான ஆபரணங்களை உருவாக்குவதுபற்றியும் விவரிக்கிறது. அது இந்தத் தலைப்புக்கு இன்னும் மதிப்பு சேர்ப்பதாக உள்ளது.

பொற்கொல்லரைப்பற்றிய அத்தியாயம், பணி ஒப்பந்தங்களைப் பற்றியும், ஒப்பந்தத்தின்படி வேலையைப் பூர்த்திசெய்யாத அல்லது வாடிக்கையாளர் கொடுத்த விலைமதிப்புள்ள உலோகங்களைக் கையாடல் செய்யும் கைவினைத் தொழிலாளர்கள் மீது விதிக்கப்படும் அபராதங்கள்பற்றியும் குறிப்பிடுகிறது. பொன்னையும் வெள்ளி யையும் களவாடல் செய்வது இந்த வேலையின் உடன்பிறந்தது போலும். கைவினைத்தொழிலாளர்கள் வாடிக்கையாளர்களை ஏமாற்றும் முறைகள்பற்றி இந்நூல் ஒரு நீண்ட பட்டியல் இடுகிறது. பொருட்களின் அளவில் சற்று சேதாரம் ஏற்பட வாய்ப்பு இருப்பதால், பணியின்போது ஏற்படக்கூடிய சேதாரம்பற்றிய விவரங்களை இந்நூல் அளித்து தொழிலாளர்கள்மீது அவதூறு கூறப்படுவதைத் தடுக்கிறது.

பொன்னும் வெள்ளியும் அரசில் ஒரு பெரிய பங்கை வகிக்கின்றன. அரசு ஈடுபடக்கூடிய விலையுயர்ந்த திட்டங்களுக்குத் தேவைப்படும் செல்வத்தின் ஆதாரமாக இவை விளங்குகின்றன. இதில் போரும் ராஜதந்திரமும் அடங்கும். தவிர அரசருடைய மாண்பின் அடையாள மாகவும் இவை விளங்குகின்றன. இந்த விலையுயர்ந்த பொருட்கள் செல்வத்தின் இருப்பிடமாகவும் அந்தஸ்தின் அடையாளமாகவும் இருப்பதால், கிராமப்புற மக்களுக்கும் சரி நகரவாசிகளுக்கும் சரி

முக்கியமானதாக விளங்குகின்றன. இது அப்படி ஒன்றும் வியக்கத்தக்க விஷயமில்லை. பலநாடுகளில் பொன்னுக்கும் வெள்ளிக்கும் இதே போன்ற முக்கியத்துவம்தான் கொடுக்கப்படுகிறது. பொன்னும் வெள்ளியும் மதிப்பீடு செய்வதற்கும், அயல்நாடுகளில் பரிமாற்றம் செய்வதற்கும் உதவுகிறது. அதனால்தான் இவை பலநாடுகளிலும் அதிக மதிப்பைக்கொண்டுள்ளது. ஆயினும், நாம் அடுத்த அத்தியாயத்தில் பார்க்கப்போவதுபோல், நீண்டகாலமாகவே இந்த இரண்டு பொருட்களின் தேவையும் இந்தியாவில் மற்ற நாடுகளைவிட மிக அதிகமாக இருந்துவந்திருக்கிறது.

இந்தப் புத்தகத்தில் தொழிற்சாலைக்கு நம்மை அழைத்துச்செல்லும் மற்றொரு பகுதி, ஆடைகளின் கண்காணிப்பாளரின் கடமைகள். (சூத்ர அத்யக்ஷ 2.23)

> நூல்களிலும் கவசங்களிலும் கயிற்றினிலும் வர்த்தகம் நடைபெறுவதற்கு அந்தந்தத் துறையில் நிபுணர்களாக உள்ளோரை ஆடைகளின் கண்காணிப்பாளர் பயன்படுத்தவேண்டும். அவர் கம்பளி, மரபபட்டை இழை, பருத்தி, பருத்திப்பட்டு, சணல் போன்றவற்றிலிருந்து நூல் எடுக்கச் செய்யவேண்டும். அதற்கான பணியில் விதவைகள், ஊனமுற்ற பெண்கள், கன்னிகள், வீட்டைவிட்டு வெளியே வந்த பெண்கள், அபராதத்தைச் சொந்த உழைப்பில் ஈடுசெய்யும் பெண்கள் ஆகியோர் ஈடுபடுத்தப்படவேண்டும். மேலும் அரண்மனைப் பெண்டிரின் தாயார்கள், வயதான அரசரின் பெண் அடிமைகள், கோவில்களில் கடவுளுக்குச் சேவை செய்வதை நிறைவு செய்த பெண் அடிமைகள் ஆகியோரும் இதே பணியில் ஈடுபடுத்தப்பட்டனர். (2.31 1-2)

மேற்கண்ட பகுதியில் பல செய்திகள் ஆவலைத்தூண்டும் வண்ணம் உள்ளன. பொருள் உற்பத்தி பாலினத்தைச் சார்ந்து நிகழ்ந்தது என்பது முதலாவது. நூல் எடுப்பது பெண்களாலும், பொருட்களை உருவாக்குவது ஆண்களாலும் நடைபெற்றது. இரண்டாவதாக, இந்தப் பொருட்களின் பட்டியலில் உள்ள கவசங்களும் கயிறும் ராணுவத்துக்கு இப்பொருட்கள் அனுப்பப்பட்டன என்பதைத் தெரிவிக்கின்றன. மூன்றாவதாக நூல் நூற்பதில் ஈடுபட்ட பெண்கள் ஏழைகளாகவும், பாதுகாப்பற்றவர்களாகவும் பணியிலிருந்து ஓய்வு பெற்றவர்களாகவும் இருந்தனர். எனவே அவர்களுக்கு வேலை கொடுப்பது, குடும்பம் இல்லாதவர்களுக்கும் ஆபத்து நிறைந்த சூழலில் வாழ்பவர்களுக்கும் பாதுகாப்பளிப்பது என்ற அரசரின் சமூகக் கடமையை ஒருவகையில் பூர்த்திசெய்வதாகும். ஆதரிக்க எவரும் இல்லாதவர்களைப் பாதுகாப்பது அரசின் தனிப்பட்ட குணமாக அங்கீகரிக்கப்பட்டுள்ளது. அத்தகைய பெண்களை ஆபத்து நெருங்குவதில்லை.

இந்த அத்தியாயத்தில் மேலும் கூறப்படுவது, வீட்டில் இருப்போருக்கு கண்காணிப்பாளரின் பெண் அடிமைமூலம் வேலை அளிக்கப்பட வேண்டும். அவர் அப்பெண்களை வீட்டில் சென்று சந்தித்து வேலையை வழங்குவார். அவர்கள் ஆடைகள் தயாரிப்பு நிறுவனத் துக்கு வந்தால் கண்காணிப்பாளரின் ஆட்கள் காலைவேளைகளில்தான் பொருட்களைப் பெற்றுக்கொண்டு கூலியை அளிக்கவேண்டும். ஒரு விளக்கின் அடியில்தான் நூலைப் பரிசோதிக்கவேண்டும். அந்த நேரத்தில் அந்தப் பெண்கள் முகத்தைப் பார்த்தாலோ அல்லது வேலை தவிர்த்து வேறு விஷயங்களைப்பற்றி உரையாடினாலோ அவருக்கு அபராதம் விதிக்கப்படும். (2.23.11-14)

ஆடைகளின் கண்காணிப்பாளர் நெசவாளிகளிடமிருந்து ஒப்பந்த அடிப் படையில், பூர்த்திசெய்யப்பட்ட உடைகளைப் பெற்றுக்கொண்டனர். அந்த ஒப்பந்தங்கள் வேலையின் அளவு, காலம், கூலி ஆகியவற்றை உள்ளடக்கி இருந்து - ஒரு உள் ஒப்பந்தத் தொழிலைப்போல் தோற்ற மளிக்கிறது. ஆளிவிதை, சணல் ஆகியவற்றின் இழைகள், பட்டுநூல், 'ரன்கு' மானின் முடி, பருத்தி ஆகியவற்றிலிருந்து ஆடை நெசவு செய்யும் தொழிற்சாலைகளைப்பற்றியும் இந்நூலில் குறிப்பிடப் பட்டுள்ளது. பல்வேறு வகையான உடைகள், படுக்கை விரிப்பு, உறைகள் ஆகியவற்றை இத்தொழிற்சாலைகள் தயாரித்தன. கவசங் களுக்கான தொழிற்சாலையை ஆரம்பிப்பதுபற்றியும் இந்நூல் பேசுகிறது. (2.23.7-8).

பணியாட்கள்

பணியிடங்களையடுத்து, அதில் பணிபுரியும் பணியாளர்களைப் பற்றியும் அறிந்துகொண்டு இப்பகுதியை நிறைவுசெய்வோம்.

நாம் முன்னரே பார்த்தவாறு, விவசாயமே நாட்டின் முதுகெலும்பாக அர்த்தசாஸ்திர காலத்தில் விளங்குகிறது. இது சிறிய விவசாயக் குடும் பங்கள் அடங்கிய அமைப்பாக, அக்குடும்பங்கள் அவற்றுக்குத் தேவையான உணவைத் தாமே தயாரித்துக்கொள்ளும் அமைப்பாக விளங்குகிறது. சிறு விவசாயம் என்று அழைக்கப்படும் இது, விளையும் பயிர்கள் அனைத்தும் விற்பனை செய்யப்படும் தற்போதைய நவீன விவசாய முறைக்கு மாறானது. இந்த விவசாயக் குடும்பங்கள், அவற்றால் உற்பத்தி செய்யமுடியாத பொருட்களுக்கு ஈடாக அவை தயாரிக்கும் பயிர்களின் ஒரு பகுதியைப் பண்டமாற்று செய்கின்றன. உபரி உற்பத்தியை வரியாகவும் செலுத்துகின்றன. அர்த்தசாஸ்திர காலத்திலிருந்து இந்தியா இதுபோன்ற சிறிய அளவிலான குடும்பம் சார்ந்த விவசாயத்தையே மேற்கொண்டு வருகிறது. அதிகமான

நிலங்களை வைத்திருந்த நிலவுடைமையாளர்கள் இருந்தபோதிலும், அதிகப் பரப்பளவிலான விவசாயம் குறைந்த அளவிலேதான் மேற் கொள்ளப்பட்டது (இதற்கு ஒரு உதாரணம், அரசரின் விளைநிலங்களில், பண்ணையாட்கள், தினக்கூலியாட்கள், அபராதம் செலுத்துவோர் ஆகியோரால் செய்யப்படும் வேலை). ஆயினும் அர்த்தசாஸ்திரம் குடும்ப விவசாயிகளைத்தவிர பல்வேறு வகையான பணியாட்களைப்பற்றிக் குறிப்பிடுகிறது. இதில் அடிமைகள், கடனைச் செலுத்த வேலைசெய் வோர், கூலியாட்கள், விளைநிலங்கள் சொந்தமாக இல்லாமல் பங்கு விவசாயத்தில் ஈடுபடுவோர் ஆகியோர் அடங்குவர்.

அர்த்தசாஸ்திரம் பெரிய குடும்பத்தில் பிறந்த ஒருவரை (ஆர்ய) அவரது உறவினர் தமக்கு அடிமையாக்குவதை குற்றமாகக் கருதி கடுமையான அபராதம் விதிக்கப் பரிந்துரைக்கிறது. இது எல்லா வருணங்களுக்கும், பிராமணர், சத்திரியர், வைசியர், சூத்திரர் (3.13.1) ஆகியோருக்குப் பொருந்தும். ஆனால் அடிமைத்தனம் உண்மையில் இந்த சாதியினரி டையே இருந்திராவிட்டால் இதைப்பற்றிய விவாதம் தேவையே இல்லை அல்லவா? மிலேச்சர்களிடத்தில் (ஆர்யர்கள் அல்லாதவர்கள், அயல் நாட்டவர், காட்டுமிராண்டிகள்) அவர்களின் வழக்கத்தை ஒட்டி அடிமைகள் அனுமதிக்கப்பட்டார்கள் (3.13.3)

கடனை அடைக்க வேலைசெய்வதின் பலவடிவங்களைப்பற்றி இந்நூலில் பல இடங்களில் குறிப்புகள் காணப்படுகின்றன. அது தன்னிச்சையானதாகவோ தாற்காலிக அடிமைத்தனமாகவோ இருந்தது. இந்த முறையில் கடன்கொடுத்தவரிடம் பணிபுரிந்து அக்கடன்கள் அடைக்கப்பட்டன. மேலும் அபராதங்களை அடைப் பதற்கும் வரி செலுத்துவதற்கும் ஈடாக அரசரின் நிலங்களிலோ, சுரங்கங் களிலோ தொழிற்சாலைகளிலோ மக்கள் பணிபுரிவதாகப் பலமுறை பார்த்திருக்கிறோம். இத்தகைய தாற்காலிக அடிமைமுறை மலி வானதாக இருந்தாலும், முதலாளிகளுக்கு இது ஒரு விரும்பத்தக்க முறை அல்ல. ஏனெனில், இந்த முறையில் வேலை செய்வோர் தாற் காலிகமானவர்கள். அவர்களுக்கு அந்த வேலை செய்யும் திறனும் இருப்பதில்லை.

கூலிக்காகவும், பயிர்களைப் பங்கு போடும் முறையிலும் செய்யப்படும் பணிகள், கிராமங்களில் சொந்தமாக நிலங்கள் இல்லாமல் பலர் இருந் தனர் என்பதைத் தெளிவுபடுத்துகிறது. அவர்கள் இதுபோன்று சம்பளத் துக்காகவோ மற்றவர்களுடைய நிலங்களைப் பயன்படுத்தியோ வேலை செய்தனர். கடனும் ஏழ்மையும் பலரைத் தாற்காலிகக் கொத் தடிமைத்தனத்தை நோக்கிச் செலுத்தினாலும், நிலங்கள் இல்லா மையே கிராமங்களில் காணப்பட்ட சமூக-பொருளாதாரப்

பிரிவினைக்கு அடிப்படையாக அமைந்தது. இதன்மூலம் நிலங்கள் இல்லாதோர் நில உரிமையாளர்களிடம் அவர்களுக்குச் சாதகமில்லாத ஒப்பந்த அடிப்படையில் பணிபுரிய வேண்டியிருந்தது. அடிமைத்தனம் பலகாலம் முன்பே ஒழிக்கப்பட்டு கொத்தடிமைத்தனம் கடந்தகால நிகழ் வாகிவிட்ட இக்காலத்திலும் கிராமங்களில் நிலங்கள் இல்லாதோரின் நிலை அதிகமாக மாறவில்லை. சிறிது சிறிதாக நகரங்களில் வேலைதேடி அவர்கள் நகருவதின்மூலம் இந்நிலை மாறத் தொடங்கி வருகிறது.

முதலாளிகள், பணியாட்களின் தரக்குறைவான பணிகளுக்கு அபராதம் விதித்ததைப்பற்றிய குறிப்புகளை அர்த்தசாஸ்திரத்தில் அடிக்கடி காண முடிகிறது. இம்முதலாளிகள் அவர்கள் நினைத்தபோதெல்லாம் இம்மாதிரி அபராதங்களை விதித்தனர். உதாரணமாக, யானைப் பாகர்களைப்பற்றிய பின்வரும் குறிப்பைப் பார்க்கலாம்.

> தங்குமிடத்தைச் சுத்தமின்றி வைத்திருப்பது, சாணத்தைச் சேகரிக்காமல் இருப்பது, யானைகளை வெறும்தரையில் உறங்கச்செய்வது, தவறான உடற்பாகங்களில் அவற்றை அடிப்பது, மற்றவர்களை யானைமேல் ஏறச்செய்வது, தவறான நேரங்களிலும் இடங்களிலும் யானையில் சவாரி செய்வது, பாதையில்லாத இடங்களில் அவற்றை நீரருந்த அழைத்துச் செல்வது, அடர்த்தியான மரங்களினூடே அவற்றை அழைத்துச் செல்வது போன்றவை அபராதத்துக்குரியவை. அந்த அபராதம் அவர்களின் உணவிலிருந்தோ கூலியிலிருந்தோ பெறப் படலாம். (2.32.19-20)

ஆனால், தனிப்பட்ட மனிதர்களின் உரிமைகள் மதிக்கப்படும்விதமாக, அரசரின் நீதிபதிகள் முதலாளிகளுக்கும் தொழிலாளிகளுக்கும் இடையே உள்ள கூலி சம்பந்தமான வழக்குகளை விசாரித்தனர். இது அரசர் இந்த இரு பிரிவினருக்கும் இடையே ஒரு சமத்துவம் நிலவு வதில் அக்கறை கொண்டிருந்தார் என்பதைத் தெளிவுபடுத்துகிறது. பணியாட்கள் பேரத்தின்மூலம் அவர்களுக்குரிய கூலியை நிர்ணயித்த போதிலும், ஒரு குறிப்பிட்ட வேலைக்கான கூலி, நிலங்களின் விலையைப்போல, வர்த்தகர்கள் சந்தைக்குக்கொண்டுவந்த பொருட் களின் விலையைப்போல ஏற்கெனவே தீர்மானிக்கப்பட்டிருந்தது. அடுத்த அத்தியாயத்தில் இதைப்பற்றி மேலும் காண்போம்.

இதுபோன்ற திறனில்லாத, குறைந்த திறனுடைய வேலையாட் களைத்தவிர கைத்தொழில்களில் தேர்ச்சியுடைய கைவினைத் தொழிலாளர்களும் இருந்தனர். அவர்களுடைய நிபுணத்துவமே அவர்களின் சொத்தாகவும் வாழ்வாதாரமாகவும் இருந்தது. அவர்கள் ஒவ்வொரு பொருளுக்குமான விலை என்ற முறையில் பணி புரிந்தனர். ஒரு குறிப்பிட்ட காலத்தில், குறிப்பிட்ட விலைக்கு, பொன்னை

வாடிக்கையாளர்களிடமிருந்து பெற்று ஆபரணமாக மாற்றுவது, நூலை ஆடைகளின் கண்காணிப்பாளரிடமிருந்து பெற்று உடைகளாக மாற்றுவது போன்ற வேலைகளை அவர்கள் செய்தனர். அவர்களிடம் அளிக்கப்பட்ட பொருட்களுக்கு அவர்களே பொறுப்பெடுத்துக் கொண்டு உற்பத்தியின்போது அப்பொருட்களுக்கு ஏற்படும் சேதாரத் துக்கும் அவர்களே பொறுப்பாக இருந்தனர்.

இன்னொரு முறையில் இதுபோன்ற கைவினைத்தொழிலாளர்கள் தொழிற்சாலைகளில் கூலிக்கு வேலை செய்தனர். கைவினைத்தொழி லாளர்களுக்குச் சங்கங்கள் இருந்ததுபற்றிய குறிப்புகள் காணப் படுகின்றன. அவற்றின்மூலம் விலைகளைக் கட்டுப்படுத்துவது, அதன் உறுப்பினர்களிடையே தரங்களை நிர்ணயம் செய்வது போன்ற வற்றைச் செய்தனர். இது அவர்கள் கூலிக்கு மட்டும் வேலை செய்ப வர்கள் அல்ல என்பதையும், அவர்களின் கருவிகளுக்கு உரிமையான வர்கள் என்பதையும், அவர்களின் பணியை, அதாவது உருவாக்கும் பொருட்களை விற்பனை செய்பவர்கள் என்பதையும், ஒரு பிரிவாக அவர்கள் செய்யும் வேலைகளுக்குத் தனியுடைமை பெற்றவர்கள் என்பதையும் அதனால் அவர்கள் செய்யும் வேலைகளுக்கான வரைய றைகளைக் கட்டுப்படுத்தக்கூடியவர்கள் என்பதையும் காட்டுகிறது. வியாபாரிகளும் வர்த்தகர்களும்கூட இதுபோன்ற சங்கங்கள் வைத் திருந்தனர். அதனால் அவர்கள் தமக்குள் அதிக அளவுடைய சுய ஒழுங்கை ஏற்படுத்திக்கொள்ள முடிந்தது.

அர்த்தசாஸ்திரத்தின் பொருளாதார அமைப்பு

இவ்வாறு, அர்த்தசாஸ்திரத்தில் நாம் காணும் நில அமைப்பு, சிறப்புத் தன்மையுடைய பல்வேறு பொருளாதர மண்டலங்களாகப் பிரிக்கப் பட்டிருந்தது. விவசாயமே இதில் முதலிடம் பெறுகிறது. மற்றவை விளைநிலங்கள் அல்லாத நிலங்களைக்கொண்டு அமைக்கப் பட்டிருக்கின்றன. விவசாயிகளும் அவர்களுக்கான கிராமங்களில் இடம் ஒதுக்கப்பட்டிருக்கும் மற்றவர்களும் கிராமங்களில் குடும்பங் களாக வாழ்ந்தனர். உதாரணமாக, மாடுமேய்ப்பவர்களுக்கு கிராமங் களில் இடம் கொடுக்கப்பட்டது. தாங்கள் வேலைசெய்யும் மேய்ச்சல் நிலங்களில் அவர்கள் வாழவில்லை. மேய்ச்சல் நிலங்கள் கொள்ளையர் களுக்கும் காட்டு விலங்குகளுக்கும் வாழிடங்களாக இருந்தன. அதுபோல, யானைப்பாகர்களும் யானைகளுக்கான மருத்துவர்களும் யானை வனங்களில் வாழாமல், கிராமங்களில் வாழ்ந்தனர்.

நேர்மாறாக, வனங்களில் காட்டுவாசிகள் வாழ்ந்தனர். அவர்கள் விவசாயிகளிடமிருந்து மாறுபட்டு, வருணாசிரம முறைக்கு அப்பாற் பட்டு, பழங்குடிகளின் வாழ்க்கைமுறையை மேற்கொண்டனர்.

அவர்களை அரசர் கட்டுப்படுத்தமுடியாவிட்டாலும், கிராமவாசி களிடம் இல்லாத, அவர்களுடைய வனங்கள்பற்றிய அறிவு அரசர் களுக்கு தேவையாக இருந்தது. படைகளுக்குத் தேவையான வீரர்கள் இக்காட்டில் வாழும் மனிதர்களிடமிருந்து தேர்ந்தெடுக்கப்பட்டனர். ஆனாலும், படைப்பிரிவின் மற்ற வீரர்களைப்போலன்றி, அரசரிடம் இக்காட்டுவாழ் மனிதர்களின் விசுவாசம் சந்தேகத்துக்கிடமாகவே இருந்தது. அவர்கள் வழிகாட்டிகளாகவும் முன்னணிப் படைவீரர் களாகவும் சிலவகை நில அமைப்புகளில் போர் புரியத் தகுந்தவர் களாகவும், சிலவகைப் போர்முறைகளில் வல்லவர்களாகவும், எதிரிகளின் வனப்படைப்பிரிவை எதிர்த்துப் போர் செய்யும் ஆற்றலு டையவர்களாகவும் இருந்தனர். (9.2.6–8).

இது சற்று புதிரானதாக இருந்தாலும், காட்டுவாசிகள் மற்றவர்களிடம் இல்லாத சில சிறப்பு இயல்புகளைக் கொண்டிருந்தனர் என்றும் அரசர் அவர்களுடைய உதவியைத் தேவையானபோது பயன்படுத்திக் கொள்வது அவசியம் என்றும் நாம் அறிந்துகொள்ளலாம். அர்த்தசாஸ் திரத்தில் இம்மனிதர்களைப்பற்றிய தெளிவான விவரங்கள் காணப்பட வில்லை. ஆயினும் அவர்கள் வனங்களைப்பற்றிய சிறப்பான அறிவைக் கொண்டிருந்ததால், அரசுக்கு அவசியமானவர்கள் என்றும், அதேசமயம் அந்த சிறப்புத்தன்மை அவர்களிடமிருந்த காரணத்தால், அவர்களைக் கட்டுப்படுத்துவது கடினம் என்பதும் தெளிவு.

அர்த்தசாஸ்திரத்தில் காணப்படும் விவசாயத்தை மையமாகக்கொண்ட பொருளாதார மண்டலங்களுக்கு நீண்ட வரலாறு உண்டென்றாலும், அதுவேதான் நிலையாக இருந்தது என்று சொல்லிவிடமுடியாது. மட் பாண்டங்கள், நெய்யப்பட்ட ஆடைகள், உலோகமுனையைக் கொண்ட கலப்பைகள், விவசாயம் சார்ந்த கிராமங்கள் ஆகிய பொருளா தார அமைப்புகள், அர்த்தசாஸ்திரத்துக்கு நீண்டகாலத்துக்கு முன்னால் இந்திய நாகரிகங்களில் காணப்படுகின்றன. இவை இருந்த காலங்களை நம்மால் அளவிடமுடியும். இம்மாதிரியான பொருளாதார அமைப்பு, 10,000 ஆண்டுகளுக்கு முன், பனியுகம் முடிந்த பின்னர் தோன்றின. இந்திய கிராமங்கள் 5,000 ஆண்டுகளுக்கு முந்தைய சிந்துவெளி நாகரி கத்தில் உருவாவதற்கு முன் இவை வழக்கத்தில் இருந்தன. இவ்வ மைப்பு ஒரு ஸ்திரத்தன்மையுள்ள வாழ்க்கையையும் அபரிமிதமான உணவு உற்பத்தியையும் உருவாக்கியது. அதனால் நகரங்களும், அரசர்களும் அரசுகளும், மிகப் பெரிய கட்டடங்களும், அரசரால் பரா மரிக்கப்பட்ட ஆடம்பரம், நுண்கலைகள் ஆகியவையும் அவற்றை ஆதரித்த பிரபுத்துவமும் செழித்து வளர்ந்தது.

காடுகளில் காணப்பட்ட கோதுமை, பார்லி, மாடுகள், வெள்ளாடுகள், செம்மறியாடுகள் ஆகியவற்றை வீட்டு உபயோகத்துக்கு ஏற்றவாறு

மாற்றியது மத்தியக்கிழக்கு நாடுகள்தான் என்று அறிஞர்கள் கருதினர். ஆனால், இந்திய நாகரிகங்களிலும் அதற்கு முந்தைய விவசாயம் சார்ந்த கிராமங்களிலும் அண்மையில் நடைபெற்ற தொல்பொருள் ஆராய்ச் சிகள் மூலம், இந்தியாவிலும் இந்த மாற்றம் தனிப்பட்டமுறையில் நிகழ்ந்திருக்கலாம் என்று தெரியவருகிறது. தொல்பொருள் ஆராய்ச் சியாளரான கிரிகோரி பாஸ்சேல், இந்தியாவும் மத்தியக்கிழக்கு நாடு களைப்போன்ற பாதி வறண்ட ஒரு நில அமைப்பின் பகுதியாக இருந்து, இங்கே இப்படிப்பட்ட காட்டு உயிரினங்களை வீட்டு உபயோகத்துக்கு ஏற்றவாறு மாற்றும் செயல் நடந்திருக்கவேண்டும் என்று கருதுகிறார்[3]. இதுபோன்று, அரிசி வீட்டு உபயோகத்துக்கு ஏற்றவாறு மாற்றப்பட்ட நிகழ்வும், தென்கிழக்கு ஆசிய நாடுகளின் சிலபகுதிகளுடன் இணைந்து, உள்நாட்டில் ஏற்பட்ட ஒரு நடவடிக்கையாக இருந்திருக்க வேண்டும். எவ்வாறு இருப்பினும், அர்த்தசாஸ்திரத்தில் காணப்படும் பயன்களை அடிப்படையாகக்கொண்டு நிலங்களைப் பல்வேறு பொரு ளாதார மண்டலங்களாகப் பிரிக்கும் இந்தப் பொருளாதார அமைப்பு பண்டைய காலத்திலேயே இருந்திருக்கவேண்டும். அர்த்தசாஸ் திரத்தில் காணப்படும் பொருளாதாரத்தின் முதுகெலும்பாக இந்த அமைப்பு விளங்குகிறது. பழங்காலத்தியதாக இருந்தாலும் இன்றும் இது தொடர்கிறது. அதன் அடிப்படையில்தான் பின்வந்த பொருளா தார வளர்ச்சி கட்டமைக்கப்பட்டது.

5.சந்தைகள்

விரும்பப்படுகிற பொருட்களின் பட்டியலையும், அவற்றைத் தயாரிக்கும் தொழிற்சாலைகளையும் சென்ற அத்தியாயங்களில் பார்த் தோம். இப்போது அப்பொருட்களின் பண்டமாற்றம் நிகழும் சந்தை களைப்பற்றிப் பார்ப்போம். இங்கே சந்தை என்று பண்டமாற்றங்கள் நடைபெறும் இடங்களைப்பற்றி நாம் குறிக்கவில்லை. வாங்குவது, விற்பது போன்ற பரிமாற்றங்களைப்பற்றியே இங்கு காணப் போகிறோம். பொருட்களைக் கொடுத்து வாங்கும் பண்டமாற்றத்தை விட்டுவிட்டு, பணத்தைக் கொடுத்துப் பொருட்களை வாங்கும் முறைகள்பற்றி இங்கே பார்க்கலாம்.

தனியார் சொத்துக்களும் சந்தைகளும் அர்த்தசாஸ்திர காலத்தில் இருந்தன. எனினும் அவை இயங்கும் முறைகளைப் பரிசீலிக்கும் போது, நமக்குப் பரிச்சயமான இக்காலச் சந்தைகளுக்கும் அவற்றுக்கும் பெரும் வேறுபாடுகள் உள்ளதைத் தெரிந்துகொள்ள முடிகிறது. வணிகர் களையும் பொதுமக்களையும் பாதுகாப்பதற்காக, அரசர் தலையிட்டுப் பொருட்களின் விலைகள் கட்டுக்கடங்காமல் போவதைத் தடுக்க வேண்டுமென்று அர்த்தசாஸ்திரம் அறிவுறுத்துகிறது. இந்தக் கொள்கை யின் அடிப்படை, எல்லாப் பொருட்களுக்கும் ஒரு சரியான விலை உண்டு. அதிலிருந்து வேறுபடும் விலைகள் சமூகத்துக்கு ஆபத்தானது. வணிகர்கள் பொருட்களை சந்தைக்குக்கொண்டுவரும் பணிக்காக மதிக்கப்படுகிறார்கள். அதே சமயம், அவர்களால் பொது மக்கள் ஏமாற்றப்படா வண்ணம் அரசர் விழிப்பாக இருக்கவேண்டும்.

சந்தைகளின் எல்லைகள்

கௌடில்யரின் காலத்தில் பொருளாதார நடவடிக்கைகள் பெரிய அளவில் சந்தைகள் மூலமாக நடைபெறவில்லை என்று நாம்

கருதலாம். மக்கள் தொகையில் பெரும்பாலானோர் விவசாயிகளாக இருந்தனர். அவர்கள் தங்களுக்குத் தேவையான உணவைப் பயிரிட்டும் கால்நடைகளைப் பேணியும் வாழ்ந்தனர். அவர்களுக்குப் பிறகு அவர்களின் பரம்பரைக்கு அந்தச் சொத்துக்கள் வாரிசுரிமை மூலம் சென்றதால், சந்தைகளுக்கு வரவேண்டிய அவசியம் அவர் களுக்கு ஏற்பட்டதில்லை. அரசரும் இம்மாதிரிச் செயல்பாட்டைத் தான் மேற்கொண்டார். சற்றுப் பெரிய அளவில், வேலையாட்களின் மூலமாக அரசு விளைநிலங்களிலும், சுரங்கங்களிலும், வனங் களிலும், தொழிற்சாலைகளிலும் தயாரிக்கப்பட்டவற்றை அரசுக்கு, அதாவது அரசரின் குடும்பம், அதிகாரிகள், படைகள் போன்ற வற்றுக்கு, சந்தைகளின் துணை இல்லாமல் நேரடியாக ஒதுக்கீடு செய்தார். விவசாயத்தின்மூலம் கிடைக்கும் லாபம் வரிகள் மூலமாக வசூலிக்கப்பட்டது, பொருட்களை வாங்கி விற்பனை செய்யும் வணிகத்தின்மூலம் அல்ல.

ஆனாலும், தங்கள் வாழ்வாதாரத்துக்காகப் பயிரிடும் விவசாயிகள்கூட, தாங்கள் உற்பத்தி செய்யாத பொருட்களைப் பெறச் சந்தையை நாட வேண்டியிருந்தது. தாங்களாக எதுவும் உற்பத்தி செய்யாத நகர மக்களுக்குச் சந்தைகளின் தேவை இன்னும் அதிகமாக இருந்தது. வர்த்தகமும் வர்த்தகர்களும் அரசருக்குக்கூடத் தேவைப்பட்டன. வார்த்தா என்னும் பொருளாதாரத்தின் மூன்று கிளைகளில், வர்த்த கத்துக்கு நீண்ட வரலாறு உண்டு. விவசாயமும் கால்நடைகளைப் பேணுதலும் கண்டுபிடிக்கப்படுவதற்குப் பல ஆயிரக்கணக்கான ஆண்டுகளுக்கு முன்பிருந்தே வர்த்தகம் இருந்தது என்கின்றனர் தொல் பொருள் ஆராய்ச்சியாளர்கள். ஆயினும் வேட்டைத் தொழிலை அடிப் படையாகக் கொண்டவர்களைவிட விவசாயம் சார்ந்த கிராமங்களுக்கு வர்த்தகத்தின் தேவை அதிகம்.

அரசரும் அரசாங்கங்களும் அத்தியாவசியத் தேவைகளையும் ஆடம் பரப் பொருட்களையும் வர்த்தகத்தின் மூலமே கொள்முதல் செய்ய முடியும். நாணயங்களை அடிப்படையாகக்கொண்ட வர்த்தகம் அர்த்த சாஸ்திர காலத்தில் செழித்திருந்தது என்பதற்குப் பல்வேறு நூல்களின் மூலமாகவும் தொல்பொருள் ஆராய்ச்சிகள் மூலமாகவும் சான்றுகள் கிடைக்கின்றன. செல்வத்தின் அடையாளமாகவும் சமூகத்தில் ஒரு உயர்ந்த அந்தஸ்தை அளிக்கக்கூடியதாகவும் இருந்த ஆடம்பரப் பொருட்களின் பன்னாட்டு வர்த்தகமும் அதில் அடங்கும். சுழற்சியில் இருந்த நாணயங்களின் அளவு தற்காலத்தைப்போல் அதிகமாக இல்லா விடினும், நாணயங்களை அடிப்படையாகக்கொண்ட பொருளாதாரம் சிறிய அளவிலேயே இருந்தபோதிலும், பொருளாதாரத்தின் ஒரு முக்கியமான அங்கமாகப் பணம் இருந்தது.

அர்த்தசாஸ்திரம் சந்தைகளைப்பற்றி ஒரு நீண்ட விளக்கவுரையை அளிக்கிறது.

விவசாயத்தையும் மேய்ச்சலையும்போலவே வர்த்தகத்திலும் அரசரின் பங்கு இரண்டுவிதத்தில் இருந்தது. பொருட்களை வாங்கி, விற்று வர்த்தகத்தில் பங்கெடுப்பவராகவும், மக்களிடையே நடைபெற்ற வர்த்தகத்தை ஒழுங்குபடுத்துபவராகவும் (வரிவிதிப்பவராகவும்கூட) அரசர் இருந்தார். அரசருக்கும் அவரைச் சார்ந்தவர்களுக்கும் தேவை யான பொருட்களை பணியாட்கள்மூலம் தயாரிக்கச் செய்ததன் மூலம், முடிந்தவரையில் அந்தப் பொருட்களை நேரடியாக அரசர் கொள்முதல் செய்தார். அவர் (அதிகாரிகள் மூலம்) வர்த்தகத்தில் ஈடுபட்டதனால் அவரை ஒரு தொழிலதிபர் என்றுகூட அழைக்கலாம். அரண்மனைத் தேவைகளுக்காக லாபத்தின் அடிப்படையில் அவர் வர்த்தகத்தில் ஈடுபட்டாலும், மற்றவர்களின் வர்த்தகத்தை ஒழுங்குபடுத்தி வரிவசூல் செய்யவேண்டிய கடமையும் அவருக்கு இருந்தது. கருவூலத்தின் நிலையையும், மக்களின் அமைதியையும், ஒழுக்கத்தையும் கருதி அவர் இதை மேற்கொள்ளவேண்டியிருந்தது. விவசாயத்தைப்போலவே சந்தைகளிலும், வர்த்தகத்திலும் அவர் விளையாட்டு வீரராகவும் அதே சமயம் நடுவராகவும் இருந்தார்.

வர்த்தகத்தின் நடைமுறைகளையும் ஒழுங்குபடுத்துதலையும் பொறுத் தவரை, தற்போதைய பொருளாதாரச் சூழலுக்கு முற்றிலும் மாறுபட்ட பண்டைய பொருளாதாரத்தின் மிக முக்கிய அம்சங்கள்: மிகக் குறை வான மூலதனம்; அதிக அளவு அபாயத்தையும், நிலையில்லாத்தன்மை யையும் கொண்ட சூழல்; திடீரென்று அடியோடு மாறும் விலைகள் இவையே ஆகும். இதை நினைவில் வைத்துக்கொண்டு அர்த்தசாஸ் திரம் எவ்வாறு சந்தைகளைக் கையாளுகிறது என்பதைப் பார்ப்போம்

நிலங்களின் சொத்துரிமைகள்

நாம் நிலங்களின் சொத்துரிமையிலிருந்து ஆரம்பிக்கலாம். இது ஒரு சிக்கலான விஷயமாக வரலாற்றாசிரியர்களால் கருதப்படுவதற்கு ஐரோப்பியக் கோட்பாடான 'கீழ்த்திசை எதேச்சாதிகாரம்' என்பதே காரணம். அந்தக் கோட்பாட்டின்படி, அரசரே அனைத்து நிலங்களுக்கும் உரிமையாளர். அனைவரும் அரசரின் நிலத்தை ஒரு வாடகைதாரரைப் போல் அனுபவித்து வந்தனர். எந்த நேரத்திலும் அரசர் அவருடைய விருப்பத்தின் படி அந்நிலங்களை திரும்பப் பெற்றுக்கொள்ளலாம். இந்த நிலை உண்மைதானா? பண்டைய இந்தியா இவ்வாறுதான் இருந்ததா?

பண்டைய கிரேக்கத்தில், தத்துவ ஞானி அரிஸ்டாட்டில் தனியார் சொத்துக்களையும் அரசியல் சுதந்தரத்தையும் இணைத்து அதன்

அடிப்படையில் கிரேக்கத்துக்கும் பாரசீகத்துக்கும் ஒரு வேறுபாட்டை உருவாக்கினார். கிரேக்க மக்கள் சொந்தமாகச் சொத்துகளை வைத் திருந்தனர். அவர்களுக்கு அரசியல் சுதந்தரமும் இருந்தது. ஆனால் பாரசீக அரசர் அந்நாட்டின் நிலங்கள் அனைத்துக்கும் உரிமையாளராக இருந்ததால், அந்நாட்டு மக்கள் அனைவரும் அவரின் அடிமைகளாக இருந்தனர் என்று அரிஸ்டாட்டில் கூறினார். பதினேழாம் நூற்றாண்டு ஐரோப்பாவில் இந்தக் கோட்பாடு மீட்டெடுக்கப்பட்டு ஓட்டோமான் பேரரசின் மீது சுமத்தப்பட்டது. மாண்டெஸ்க்யூ போன்ற ஐரோப்பிய அரசியல் அறிஞர்கள் ஐரோப்பாவின் சுதந்தரத்தை வலுவான தனியார் நிலவுடைமையுடன் இணைத்தனர். அதேசமயம் கீழ்த்திசை எதேச்சா திகாரத்தை ஓட்டோமான் துருக்கிய கலிபாக்களிடமிருந்த அரசுடமை நிலங்களுக்கு ஒப்பிட்டனர்.

பிரிட்டிஷ் கிழக்கிந்திய கம்பெனி வங்காளத்தைக் கைப்பற்றியபோது இந்தியாவின் நிலவுரிமையைப்பற்றிய கருத்தாக்கம் அவர்களுக்குத் தேவையாக இருந்தது. எனவே சில பிரிட்டிஷ் எழுத்தாளர்கள் இந்தக் கோட்பாட்டை முகலாய அரசுக்கு நீட்டித்தனர். இன்னும் சிலர் இது பண்டைய இந்திய அரசுகளுக்கும் பொருந்தும் என்று கூறினர். இது சில பிரிட்டிஷ் எழுத்தாளர்களால் மறுக்கப்பட்டது. இவ்வாறு கீழ்த்திசை எதேச்சாதிகாரம் இந்திய அரசுகளுக்குப் பொருந்துமா என்பதில் பிரிட்டி ஷாருக்கே கருத்து வேறுபாடு இருந்தது. ஆனாலும் இறுதியில் அது பொதுவாக ஏற்றுக்கொள்ளப்பட்டுவிட்டது. இந்தக் கோட்பாடு இந்தியாவிலிருந்த பிரிட்டிஷ் ஆட்சியாளர்களுக்கு பிரிட்டனில் அனும திக்கப்பட்டதைவிட, நிர்வாகம், நீதித்துறை, சட்டசபை இம்மூன்றிலும் அதிக அதிகாரங்கள் தருவதற்கான காரணமாக அமைந்தது. உதாரண மாக, பிரிட்டிஷ் கலெக்டருக்கு நிர்வாக அதிகாரமும் நீதி வழங்கும் அதிகாரமும் அளிக்கப்பட்டது. சர்வாதிகாரமானது என்று கருதப்பட்ட இவ்வகை அதிகாரங்களை இது இந்தியாவின் வழக்கத்தை ஒட்டியது தான் என்றும் இந்த நாட்டை சர்வாதிகாரத்திலிருந்து சுதந்தர அரசுக்கு மாற்ற இது வழிவகுக்கும் என்றும் கூறி பிரிட்டிஷார் நியாயப் படுத்தினர்.[1]

தனியார் சொத்துகள் என்று எதுவும் இல்லை, அரசர் அனைத்து நிலங் களுக்கும் உரிமையாளராக விளங்கினார் என்றெல்லாம் பண்டைய வரலாற்றில் குறிப்பிடப்படுவதை விவரிக்கும்போது இவ்வாறான கேள்வி எழுகிறது. இது வரலாற்றாசிரியர்களால் பலமுறை விவாதிக் கப்பட்டது. லல்லன்ஜி கோபால் பண்டைய இந்திய அரசு பின்பற்றிய தாகப் புரிந்துகொள்ளப்பட்ட கீழ்த்திசை எதேச்சாதிகாரத்துக்கு எதிராக, ஒரு நம்பத்தகுந்த சான்றை ஓர் அருமையான கட்டுரைமூலம் முன்வைத்தார்.[2]

இந்தியாவில் நில உரிமை என்பது அந்நிலத்தை அனுபவிக்கும் அதிகாரத்தை அளிப்பது. அடுத்தவர்கள் இடையூறு செய்ய முடியாதபடி அந்நிலத்தை பயன்படுத்தவும், விற்கவும், குத்தகைக்கு அளிக்கவும், அடகுவைக்கவும், வாரிசுகளுக்கு அளிக்கவும் நில உரிமையாளர்களுக்கு அதிகாரம் இருந்தது. அரசருக்குப் பரந்த அதிகாரம் இருந்தது என்பது உண்மைதான். ஆனால் பண்டைக் காலத்தில் அரசரும் நில உரிமையாளரும் மாறுபட்ட உரிமைகளைக் கொண்டிருந்தனர். அரசரின் உரிமை நிலத்தின் மீது வரிவிதிப்பதில் இருந்தது. அந்த வரி பாகம் (பங்கு) என்று அழைக்கப்பட்டது. இதிலிருந்து அரசரும் விவசாயியும் அந்த நிலத்திலிருந்து கிடைக்கும் அறுவடையில் பங்குக்கு உரியவராக விளங்கினர் என்பது தெரிய வரும். இந்தப் புத்தகத்தில் குறிப்பிடப்பட்டுள்ள பல நிறுவனங்களில் அரசர் இதுபோன்று தனி மனிதர்களுடன் சேர்ந்து பங்குதாரராக இருப்பதைப் பார்த்தோம். நிலவரி, அதாவது நிலத்தில் விளையும் பயிர்களுக்கான வரியை வசூல் செய்வது, இதுபோன்ற பங்கு வகிக்கும் நடவடிக்கைகளில் முதலாவதாக இருக்கிறது.

இதை மனதில் நிறுத்திக்கொண்டு, நிலத்தை விற்பனை செய்வதைப் பற்றி அர்த்தசாஸ்திரம் என்ன சொல்கிறது என்று பார்ப்போம். நிலவுரி மையைப்பற்றிய குழப்பத்தை இது தெளிவாக்கும். ஏனெனில், நிலத்தை விற்பனை செய்ய ஒருவர் அதன் உரிமையாளராக இருக்க வேண்டும். அதுபற்றிய பகுதி பின்வருமாறு.

விற்பனைக்கு வந்த நிலத்தை வாங்கும் உரிமை உறவினர்கள், அண்டைவீட்டுக்காரர்கள், கடன்கொடுப்போர் என்ற வரிசையில் வழங்கப்படுகிறது. அதன் பின், வெளியாட்களான மற்றவர்கள் அந்த நிலத்தை வாங்கலாம். விற்பனைக்கான இடத்தைப்பற்றி அதன் உரிமையாளர் வீட்டின் முன், அண்டை வீட்டுக்காரர்களின் குடும்பங் களைச் சேர்ந்த நாற்பது உறுப்பினர்களின் முன்னிலையில் பிரகடனப் படுத்தவேண்டும். அல்லது வயல்வெளி, பூங்கா, கரை, குளம், ஏரி ஆகியவற்றின் எல்லையில் அண்டைவீட்டுக்காரர்களான கிராமத் திலுள்ள மூத்தவர்கள் முன்னிலையில் பிரகடனப்படுத்தி, அந்த இடத்தின் எல்லைகளைக் குறிப்பிட்டு 'இந்த விலைக்கு யார் வாங்க விருப்பமுள்ளவர்கள்?' என்ற கேள்வியை எழுப்பவேண்டும். மும்முறை இவ்வாறு பிரகடனப்படுத்தப்பட்ட பிறகு மறுப்பு ஏதும் இல்லாவிடில் அதை வாங்க விருப்பமுள்ளவர்கள் வாங்கலாம். ஆனால் அதன் விலை, வாங்குவோருக்கு இடையே உள்ள போட்டியால் உயர்ந்தால், அந்த லாபம் வரியுடன் கருவூலத்தைச் சேரும். வாங்குபவரே வரியைச் செலுத்தவேண்டும் (3.9.1–6)

மேற்கண்ட பகுதி நிலத்தை விற்பதற்கான அதிகாரத்தைக் குறிக்கிறது என்பதில் சந்தேகமேயில்லை இது வழக்கமான தனியார் நிலவுடமை இருந்ததையே உணர்த்துகிறது.

ஆனால் அதுமட்டுமல்ல, இந்தக் குறிப்பு தரும் பல விவரங்கள் தற்போதைய நிலவிற்பனை முறையிலிருந்து மாறுபட்டு இருக் கின்றன. நாம் கட்டுப்பாடில்லாத, விலையைச் சுய நிர்ணயம் செய்து கொள்ளக்கூடிய சந்தைகளைப்பற்றி அறிந்திருப்பதனால், தனியார் சொத்துகள் என்றவுடன் கட்டுப்பாடற்ற சந்தைகளும் இருந்திருக்கும் என்று முடிவுகட்டிவிடக்கூடிய அபாயம் இருக்கிறது. ஆனால் தனியார் சொத்துகளும், கட்டுப்பாடற்ற சந்தைகளும் ஒன்று அல்ல. கட்டுப் பாடற்ற சந்தைகளில் விற்பனை செய்பவரும் வாங்குபவரும் அவரவர் களுக்கு விருப்பமான விலையைக் கூறுவார்கள். எந்த விலையில் வாங்குபவரும் விற்பவரும் சம நிலையை அடைகின்றனரோ, அதன் அடிப்படையில் அந்தப் பொருள் பரிமாற்றம் செய்யப்படும். ஒவ்வொரு பொருளும் இவ்வாறு சந்தையில் விற்பனை செய்யப்படும். வாங்குபவர் அதிகமாகவும் விற்பவர் குறைவாகவும் இருந்தால் வாங்கு பவர்களிடையே போட்டி ஏற்பட்டு விலை அதிகமாகலாம். நேர் மாறாக, விற்பவர் அதிகமாகவும் வாங்குபவர் குறைவாகவும் இருந் தால் விலைகள் சரிய வாய்ப்பு உண்டு. விலைகள் இவ்வாறு ஏற்றத்தாழ் வுகளைக் கண்டு, பொருட்களின் தேவையும் சந்தைகளில் அவற்றின் இருப்பும் சமமான நிலைக்கு வந்தவுடன் விலை நிர்ணயம் செய்யப்படும்.

அர்த்தசாஸ்திரத்தில் காணப்படும் நில விற்பனை இந்த அமைப்பி லிருந்து பல வகைகளில் வேறுபடுகிறது. முதலாவதாக வெளியாட் களைவிட உறவினர்களுக்கும், அண்டைவீட்டுக்காரர்களுக்கும், கடன் கொடுத்தோருக்கும் முன்னுரிமை அளிக்கப்படுகிறது. வாங்குவோரி டையே ஒரு சமமில்லா நிலையை உருவாக்கும் இந்த முறை, கட்டுப் பாடற்ற சந்தையின் வழக்கமான பரிமாற்றத்திலிருந்து மாறுபடுகிறது. முக்கியமாக மற்றவர்களைவிட உறவினர்களுக்கு முன்னுரிமை அளிக்கும் விதத்தில், விளைநிலங்களுக்கும் விவசாயக் குடும்பங் களுக்கும் உள்ள தொடர்பை இது உறுதிப்படுத்துகிறது.

இரண்டாவதாக, அறிவார்ந்த சாட்சிகள் - அண்டைவீட்டுக்காரர்கள் நாற்பது பேர்- முன்னால் விற்பனையை நடத்துவதன் மூலமும், மும் முறை விலையை மறுப்பேதுமில்லாமல் அறிவிக்கச் சொல்வதன் மூலமும், இந்தப் பரிவர்த்தனையின் வெளிப்படைத்தனத்தை அர்த்த சாஸ்திரம் வலியுறுத்துகிறது. இந்தப் பரிமாற்றத்தை மறுப்பதற்கான காரணம் என்ன? ஏதாவது ஒரு சாட்சியிடமிருந்து அந்த இடத்துக்குக்

கிடைக்கக்கூடிய பொதுவான விலையைப்பற்றிய மறுப்பே முக்கியக் காரணமாக இருக்கமுடியும். ஒரு சிறந்த சந்தைக்கு எதிரிடையானது என்ற காரணத்தால், பொதுப்பார்வைக்கு வராத பரிமாற்றங்களின் விலை உண்மை விலைக்கு மாறானதாக இருக்கலாம் என்பதால், ரகசியப் பரிவர்த்தனைகளை இங்கேயும் மற்ற இடங்களிலும் அர்த்த சாஸ்திரம் எதிர்க்கவும் தண்டிக்கவும் செய்கிறது. மூன்றாவதாக, இந்தப் பகுதியின் அடிப்படை அம்சம், நிலத்தின் உண்மை மதிப்பை வெளிப் படுத்தும் சரியான, வழக்கமான விலை உண்டு என்பது. இந்த விலை, பொருள் வரவுக்கும் தேவைக்கும் இடையே சந்தையில் நடைபெறுகிற தடையில்லா பரிமாற்றத்தில் தீர்மானிக்கப்படும் விலை அல்ல.

அர்த்தசாஸ்திரம் அடைய விரும்புவது இதுதான். அண்மைக்கால விவசாய சமூகங்களில், நிலத்தின் மதிப்பு அதன் மகசூலை வைத்துத் தீர்மானிக்கப்படுகிறது. உதாரணமாக ஒரு விளைநிலத்தின் மதிப்பு அதன் மகசூலைப்போலப் பத்து மடங்கு இருக்கலாம். அர்த்தசாஸ்திரம் இதுபோன்ற ஒரு நடைமுறையையே ஆதரிக்கிறது. இறுதியாக, அரசர் இந்தப் பரிமாற்றத்துக்கு வரி விதிக்கிறார் -இதில் ஆச்சரியம் ஒன்று மில்லை- தவிர ஏலத்தின்மூலம் விலை அதிகரிக்கப்பட்டால், நிலத்தின் உண்மை மதிப்புக்கு அதிகமாகப் பெறப்பட்ட விலையின் உபரியைப் பறிமுதலும் செய்கிறார்.

சுருக்கமாக, பொருட்களின் வரவு மற்றும் தேவைக்கு இடையே உள்ள இடைவெளியால் விலைகளில் உண்டாகும் ஏற்றத்தாழ்வுகளை அரசர் குறைக்கிறார் அல்லது கட்டுப்படுத்துகிறார். நடைமுறையில், ஒரு பொருளுக்கு எல்லோரும் ஏற்றுக்கொள்ளக்கூடிய சரியான விலை ஒன்று இருக்கிறதென்று வைத்துக்கொள்வோம். அப்பொருளை வாங்குவதற்கு பலர் விருப்பப்பட்டு, அவர்களிடையே உள்ள போட்டியின்மூலம் உயரும் விலையை அரசர் கட்டுக்குள்கொண்டுவந்தால், அதன் விற்பனை, வாங்குபவருக்கும் விற்பவருக்கும் உள்ள சமூக நெருக்கத்தைப் பொறுத்தே முடிவு செய்யப்படும். இது இக்காலத்தில் சந்தைமூலம் விலைநிர்ணயம் செய்யப்படுகின்ற முறைக்கு மாறானது.

இந்த ஆய்வின் முடிவாக நாம் அறிவது, அர்த்தசாஸ்திரத்தின் கற்பித அரசில் உண்மையான தனியார் சொத்துக்கள் இருந்தன. ஆனால் அவை உறவினர்கள், அண்டைவீட்டுக்காரர்கள், கடன்கொடுத்தோர் ஆகியோ ரால் உரிமை கோரப்பட்டும், அயலாருக்கு எதிராகவும் இருந்தது. தவிர, தற்காலத்தில் சிறந்ததெனக் கருதப்படுகிற கட்டுப்பாடற்ற சந்தைக்கு மாறாக அக்காலச் சந்தைகள் இருந்தன. அரசர் தாமாகவே விலை நிர்ணயம் செய்துகொள்ளும் சந்தைகள் உருவாவதைத் தடுக்கிறார். அண்டை நிலங்களுக்குச் சொந்தக்காரர்களான விவசாயிகளின் கருத்துப்

படி உண்மை மதிப்பின் அடிப்படையில் நிர்ணயிக்கப்பட்ட விலையை அமுல்படுத்துவதற்கு ஆதரவாக இருக்கிறார்.

பொருட்களின் விற்பனை

இதுபோன்ற வாதத்தை மற்றொரு இடத்தில் காணலாம். நகரின் வாயிலைப் பொருட்கள் வந்தடையும்போது சுங்க அதிகாரிகளால் (ஷுல்க அத்யக்ஷ) அவை சோதிக்கப்படுகின்றன. இம்மாதிரியான சோதனைகள் வரிவிதிப்பதற்காக ஏற்பட்டன. இவ்வரிகளின்மூலம் கருவூலத்தை நிரப்புவதைத்தவிர, விலைகளில் ஏற்படும் அதீத மாறுபாடுகளைக் கட்டுப்படுத்தும்படி கௌடில்யர் அரசரிடம் கூறுகிறார். இது எவ்வாறு செயல்படுத்தப்பட்டது என்பதைப் பார்க்கலாம்

இந்தப் பரிமாற்றத்தைப் புரிந்துகொள்ள, அர்த்தசாஸ்திரத்தின் காலத்தில் நீண்டதூர வர்த்தகத்தை உள்ளூர் வர்த்தகத்திலிருந்து பிரித்துப் பார்க்கும் நடைமுறை இருந்தது என்பதை நாம் அறிந்து கொள்ளவேண்டும். இரண்டும் வெவ்வேறு வர்த்தகக்குழுக்களால் நடத்தப்பட்டன. இரண்டும் சந்திக்கும் இடம் நகர வாயில். நீண்டதூர வர்த்தகர்களால் பொருட்கள் மொத்தமாக வாயிலுக்குக் கொண்டு வரப்பட்டன. அங்கே அவை உள்ளூர் வியாபாரிகளால் வாங்கப்பட்டு நகரில் சில்லறை வணிகம்மூலம் விற்கப்பட்டன. நீண்டதூர வர்த்த கர்கள் சில்லறை வணிகம் செய்ய அனுமதிக்கப்படவில்லை. நகரின் வாயிலில் மொத்த வியாபாரம் செய்பவர்களும் சில்லறை வியாபாரம் செய்பவர்களும் சந்தித்து வணிகத்தை மேற்கொண்டனர். அந்த இடத்தில்தான் அரசர் சுங்க வரியையும் விதித்தார்.

> நகரின் வாயிலில் கொடிக் கம்பத்துக்குக் கீழே வர்த்தகர்கள் தாங்கள் கொண்டுவந்த பொருட்களின் அளவையும் விலையையும் அறிவிக்க வேண்டும். 'இந்த அளவுள்ள, இந்த விலையுள்ள இப் பொருட்களை யார் வாங்கப்போகிறீர்கள்' என்று மும்முறை பிரகடனப்படுத்திய பிறகு அதை வாங்குபவருக்குக் கொடுக்கவேண்டும். வாங்குவோரிடத்தில் போட்டி இருந்தால் அதிகரிக்கப்பட்ட விலையையும் வரியையும் அரசுக்குச் செலுத்தவேண்டும். வரியைக் குறைப்பதற்காகப் பொருளின் விலையைக் குறைத்துச் சொன்னால் விலை வித்தியா சத்தை அரசர் வசூலிக்கவேண்டும் அல்லது அந்த வர்த்தகர் எட்டு பங்கு வரியைச் செலுத்தவேண்டும். கொள்முதல் செய்பவரை விலக்க எண்ணி, பொருளின் சரியான விலையைவிட மிக அதிகமாக வர்த்தகர் விலையை உயர்த்தினால், அதிக விலை வித்தியாசத்தையோ அல்லது இரண்டு மடங்கு வரியையோ அரசர் வசூலிக்கவேண்டும். (2.21.7–11, 13)

இங்கேயும் இதற்கு முன் நாம் பார்த்த முறை பின்பற்றப்படுவதைப் பார்க்கிறோம். இதன் நோக்கம், சந்தையில் நடைபெறும் பரிமாற்றங் களை பொதுப்படையாகச் செய்வது; பொருட்கள் அதன் உண்மையான மதிப்பின் அடிப்படையில் சரியான விலையில் விற்பனையாவது; வாங்குவோரிடையே உள்ள போட்டியினால் உயரும் விலைக்கும் உண்மை மதிப்புக்கும் இடையே உள்ள வேறுபாட்டை வசூலிப்பது; சுருக்கமாக, பொருட்களின் வரவுக்கும் தேவைக்கும் உள்ள தொடர் பினால் ஏற்படும் விலைகளின் ஊசலாட்டத்தைக் கட்டுப்படுத்துவது. அரசரின் அதிகாரிகள், உண்மை விலையைக் குறிக்காமல் மோசடி செய்யும் வர்த்தகர்களைத் தண்டிக்கத் தேவையான நடவடிக்கைகள் எடுத்தனர். அந்தத் தண்டனைகள் கடுமையாக இருந்தன.

இந்தக் கொள்கைகள் கிராமங்களிலும் சரி, நகர வாயிலிலும் சரி, பொதுவாக அமலிலிருந்தன, ஆனால் கிராமங்களில், நிலங்களின் உண்மையான மதிப்பை அறிந்த நிபுணர்களான கிராம மக்கள் இருந்ததைப்போல, நகர வாயிலில் நிபுணர்கள் யாரும் இல்லை. அந்தப் பணி வர்த்தகக் கண்காணிப்பாளருக்கு (பன்ய அத்யக்ஷ) அளிக் கப்பட்டது. பொருட்களின் மதிப்பு அந்தக் கண்காணிப்பாளருக்கே தெரிந்திருந்தது. நாம் அவரது வேலை விவரங்களைப் பார்ப்போம்.

> வர்த்தகக் கண்காணிப்பாளர் அதிக மதிப்புள்ள மற்றும் குறைந்த மதிப்புள்ள பொருட்களின் விலை வேறுபாடுகளைப்பற்றி நன்கு தெரிந்து வைத்திருக்கவேண்டும். மக்கள் பொருட்களின் மீது வைத் திருக்கும் விருப்பம் / விருப்பமின்மைபற்றியும், அவை நிலத்தில் தயாரிக்கப்பட்டதா நீரிலா என்பதைப்பற்றியும், அவை நில மார்க்கமாக வந்ததா நீர்வழிகள்மூலம் வந்ததா என்பதைப்பற்றியும், சந்தையை எப்போது கூட்டுவது, எப்போது கலைப்பது என்பதைப் பற்றியும், வாங்குவது, விற்பனை செய்வது ஆகியவற்றைப்பற்றியும் அறிந்திருக்கவேண்டும். (2.16.1)

இந்தப் பகுதியில் 'சந்தையைக் கூட்டுவதும் கலைப்பதும்' என்ற வாக்கியம் வித்தியாசமாகப்படலாம். ஆனால் அது விலைகளில் ஏற்படும் அதிகமான ஏற்றத்தாழ்வுகளைக் கட்டுப்படுத்துவதற்கான ஒரு முறை யாகும். ஒரு பொருள் அதிகமாகக் கிடைப்பதால் ஏற்படும் விலை வீழ்ச் சியைத் தடுக்க, வர்த்தகத்தின் கண்காணிப்பாளர் பொருட்களை ஓரிடத்தில் குவித்து அதற்காக தனிப்பட்ட சந்தையை ஏற்படுத்தி விலைகளை உயர்த்த வேண்டும். அதன்மூலம் விற்பனையாளர்களுக்கு ஏற்படும் பாதிப்பைத் தடுக்கலாம் (2.16.2–3). இதற்கு நேர் மாறான சூழலில்:

> சில பொருட்களின் அளவு அதிகரித்தால், வர்த்தகத்தின் கண் காணிப்பாளர் அனைத்துப் பொருட்களையும் ஒரே இடத்தில்

விற்பனை செய்யவேண்டும். அவை முழுவதுமாக விற்பனை செய்யப்படுகின்ற வரையில் மற்றவர்கள் அப்பொருட்களை விற் பனை செய்வது தடைசெய்யப்பட்டது. தினக்கூலியின் அடிப்படையில் பணிபுரியும் முகவர்கள், பொருட்களை விற்பனை செய்து விற்பனை யாளர்களுக்கு ஆதரவு அளிக்கலாம். (4.2.33–35).

இங்கு வர்த்தகத்தின் கண்காணிப்பாளர் குறுக்கிட்டு எந்தப் பொருட் களின் விலையை அதிகரிக்க முயன்று கொண்டிருக்கிறாரோ அவற்றை அவரது முகவர்கள்மூலம் விற்பனை செய்து விற்பனையாளர்களுக்கு பாதிப்பு ஏற்படாவண்ணம் பார்த்துக்கொள்கிறார். அதே நேரத்தில், அரசுப் பொருட்கள் உட்பட எல்லாப் பொருட்களிலும் அதிக லாபம் பெறும் வழிகளைத் தடுத்துப் பொதுமக்களுக்கு இடையூறு ஏற்படா வண்ணம் ஒழுங்குபடுத்துகிறார். பின்வரும் பகுதியில் அதைப் பார்க்கலாம்.

உள் நாட்டின் பல்வேறு பகுதிகளிலும் அயல்நாட்டிலும் உற்பத்தி செய்யப்படுகிற அரசுப் பொருட்களின் வர்த்தகத்தை அவர் ஓரிடத்தில் ஏற்படுத்தவேண்டும். இந்த இருவகைப் பொருட்களும் வாங்குப வருக்குச் சாதகமாக விற்பனை செய்யப்படவேண்டும் (முடிந்த அளவு குறைந்த விலையில்). வாங்குபவர்களுக்குத் தொல்லையை விளை விக்கக்கூடிய அதிக லாபத்தைத் தவிர்க்கவேண்டும். அழுகக்கூடிய பொருட்களுக்குக் கட்டுப்பாடுகள் விதிக்காமலும், அவற்றை சந்தையில் அதிகமாகக் குவிக்காமலும் கண்காணிக்கவேண்டும். (2.16.4–7)

வர்த்தகக் கண்காணிப்பாளர் உள்நாட்டின் தயாரிக்கப்பட்ட பொருட் களுக்கு அவற்றின் கொள்முதல் விலையிலிருந்து ஐந்து சதவிகிதம் லாபத்தையும், அயல் நாட்டின் தயாரிக்கப்படும் பொருட்களுக்கு பத்து சதவிகிதம் லாபத்தையும் நிர்ணயிக்கவேண்டும் என்ற ஆலோசனை, நியாயமான விலையை நிர்ணயிக்கும் முறையை உணர்த்துகிறது. அதன்படி பொருட்களைச் சந்தைக்குக்கொண்டுவரும் செலவு லாபத் துடன் இணைக்கப்படுகிறது. அது உற்பத்தி செய்யப்படுகிற இடத்திலிருந்து சந்தை இருக்கிற தொலைவைப் பொறுத்துக் கணக் கிடப்படுகிறது. இந்தக் கொள்கையின் நோக்கம், வர்த்தகர்களுக்கு ஒரு நியாயமான லாபத்தைத் தர உறுதியளித்து அவர்களை வணிகத்தில் ஈடுபடச்செய்வது; பொருட்கள் அதிக அளவில் குவிவதால் ஏற்படும் விலை வீழ்ச்சியிலிருந்து அவர்களைப் பாதுகாப்பது; அதே சமயம் விலைகளும் லாபங்களும் அளவுக்கு அதிகமாக உயர்ந்து வாங்குபவர் களுக்குத் தீங்கு செய்யாமல் கட்டுப்படுத்துவது. இதன் அடிப்படைக் கருத்து, தனியார் வணிக நிறுவனங்கள் பொருட்களைத் தொலைவி

லிருந்து வாங்குபவருக்கு அருகில்கொண்டு வருவதன்மூலம் அரசுக்கும் சமூகத்துக்கும் இன்றியமையாதவையாக இருக்கின்றன. ஆனால் அதன் லாபத்தை தேடும் முயற்சி அதனுடைய பயன்களுக்கு ஈடாக இருக்க வேண்டும். மக்கள் பொருட்களை நியாயமான, நிலையான விலைகளில் பெறவேண்டும்.

அரசருடைய லாபம், வணிகருடைய லாபம், பொருட்களை நியாயமான நிலையான விலைகளுக்கு வாங்கவேண்டுமென்ற மக்களுடைய விருப்பம் ஆகியவற்றுக்கு இடையே ஒரு சமநிலையைக் காண்பதே இம்மாதிரியான அமைப்பின் நோக்கம். சுருக்கமாகச் சொன்னால், அரசின் குறுக்கீடுகளால் பொருட்களின் வரவு மற்றும் தேவைகளைக் கட்டுப் படுத்துவது. குறைந்தபட்சம் விலைகளின் ஊசலாட்டம் அதிகமில்லாமல் பார்த்துக்கொள்வது. இந்த லட்சியத்தை அடையக் கடுமையான அபரா தங்கள் விதிக்கப்பட்டன. 'விலைகளை அதிகம் உயர்த்தினாலோ, வாங்கு வதிலும் விற்பதிலும் அதிக லாபம்பெற முயற்சித்தாலோ, (லாபம்) ஐந்து சதவிகிதத்துக்கு அதிகமாக இருந்தால் இருநூறு பணம் அபராதமாக விதிக்கப்படும். அதிக விலைக்கும் அதே அபராதம் விதிக்கப்படும் (4.2.28– 30)'. இவ்வாறு விதிக்கப்படும் கடுமையான அபராதங்கள், அரசருடைய ஆட்கள் நடைமுறையில் இந்தக் கொள்கையை எளிதாகச் செயல்படுத்த இயலாததைக் காட்டுகிறது.

விளைநிலங்களை விற்பனை செய்யும்போது அதனுடைய விலை, அதில் நிபுணத்துவம் வாய்ந்த விவசாயிகளால் நிர்ணயிக்கப்படுகிறது. ஆனால், சந்தையில் நடைபெறும் மற்ற பரிமாற்றங்களுக்கு விலை நிர்ணயம் செய்ய அதற்கு ஈடான நிபுணர்குழு இல்லை. அர்த்தசாஸ் திரம் விலை நிர்ணயத்தை வர்த்தகக் கண்காணிப்பாளரிடம் ஒப்ப டைத்துவிட்டுச் சரியான விலையைக் கண்டறிய அவருடைய திறனையே நம்பியிருக்கிறது.

இடத்திலும் காலத்திலும் தொலைவில் உள்ள பொருட்களைப் பொறுத் தவரை, விலை நிர்ணயத்தில் நிபுணத்துவம் வாய்ந்த வர்த்தகக் கண்காணிப்பாளர் மூலதனம், உற்பத்தியான பொருட்கள், வரி, வட்டி, வாடகை, மற்ற செலவுகள் ஆகியவற்றைக் கணக்கிட்டு விலையை நிர்ணயம் செய்யவேண்டும். (4.2.36)

இதற்கு அதிகமான அறிவும் திறமையும்வேண்டும். இவ்வதிகாரம் ஒரே அதிகாரியிடம் குவிந்துகிடப்பது தன்னிச்சையானதும் துஷ்பிரயோ கத்துக்கு இடமளிப்பதும் ஆகும்.

சந்தையின்மூலம் தீர்மானிக்கப்படும் விலைகளுக்குப் பழக்கப்பட்ட நமக்கு, இந்தக் கொள்கையின் குறைகளைக் கண்டுபிடிப்பது எளிது.

அவை பின்வருமாறு: நியாயவிலைச் சந்தையை அமல்படுத்த ஆகும் செலவுகளும் சங்கடங்களும்; இதனால் அதிகரிக்கும் ஏமாற்று நடவடிக்கைகளான கடத்தலும் கறுப்புச் சந்தை பரிமாற்றங்களும்; இந்த முறையில் உள்ள தட்டையான ஊக்கத்தொகை, அதனால் வணிகர்கள் லாபத்தை அதிகரிக்கக் கலப்படம், தவறான கணக்குக் காட்டுதல் ஆகியவற்றில் ஈடுபடுதல்.

இதுபோன்ற முறை உண்மையிலேயே இருந்ததா என்று ஆராய்வதைவிட, அர்த்தசாஸ்திரத்தின் ஆசிரியரை இது ஏன் வசீகரித்தது என்று கேட்பது சிறந்தது. அப்போதிருந்த நிலையில் இதற்குச் சாதகமான அம்சங்கள் எவை? தற்போது, நாம் கட்டுப்பாடற்ற சந்தையை ஆதரித்தாலும், பொருளாதாரம் பாதிப்படைவதனால் விலைகள் அதிகரிக்கும்போதும் வீழ்ச்சியடையும்போதும், அரசு குறுக்கிட்டு இத்தகைய சந்தைகளின் பிடியிலிருந்து காக்குமாறு அழுத்தம் கொடுக்கிறோம். ஏனெனில் விலை நிர்ணயம் செய்யும் சந்தைகள் அவற்றின் செயலாற்றும் திறனின் அடிப்படையில் மட்டுமே சிறந்தவை. சந்தை நிர்ணயம் செய்யும் விலைகள் சந்தைக்குப் பொருந்தலாம். ஆனால், அதீதமான விலைகள், விற்பவர்களைத் திவாலாக்கக் கூடியது, வாங்குபவர்களுக்குப் பொருள் இல்லாமல் செய்யக்கூடியது. இவ்வாறு வேகமாக மாறக்கூடிய விலைகள், இக்காலத்திலேயே அரசிடம் விலை நிர்ணயம்செய்யும் சந்தைகளிடமிருந்து நம்மைக் காக்கத் தூண்டுகிறது என்றால், விலைகளில் ஏற்படும் அதீதமான ஊசலாட்டமும் எதிர்கால விலைகள்பற்றிய அச்சமும் அர்த்தசாஸ்திரத்தின் காலத்தில் அதிகமாக இருந்திருக்கும் என்பதில் சந்தேகமில்லை. அது அரசருக்கும் மக்களுக்கும் ஆபத்தை விளைவிக்கக் கூடியதாக இருந்தது. அரசு சீரான, எதிர்பார்ப்புக்கு உட்பட்ட ஒரு விலையை நிலைநிறுத்துவதற்குப் பல விதிமுறைகளை வகுத்தாலும், இந்த அச்சம் முழுவதுமாக அகற்றப்படவில்லை.

வெளிநாட்டு வர்த்தகம்

அர்த்தசாஸ்திரம் வெளிநாட்டு வர்த்தகத்தை ஆதரிக்கிறது. வர்த்தகக் கண்காணிப்பாளர்மூலம் வெளிநாட்டு வர்த்தகத்தில் அரசர் பங்கு கொள்ளுமாறு வலியுறுத்துகிறது.

> அயல்நாடுகளில் உற்பத்தியாகும் பொருட்களை இறக்குமதி செய்வதை சலுகைகள் கொடுத்து அவர் ஊக்குவிக்கவேண்டும். கப்பலிலும் வண்டிகளிலும் பொருட்கள்கொண்டுவருபவருக்கு வரிவிலக்குகள் அளித்து அவர்களை லாபமடையச் செய்யவேண்டும். உள்ளூர்ச் சங்கங்களிலும் அதன் கிளைகளிலும் உறுப்பினராக

இருப்பவர்களைத்தவிர மற்ற அயல்நாட்டு வணிகர்களிடம் பணம் சம்பந்தமாக வழக்குத் தொடர்வதை அனுமதிக்கக்கூடாது. (2.16.11– 13)

எனவே, பொருட்களை இறக்குமதி செய்வது விரும்பத்தக்கதாகவும், ஊக்குவிக்கக்கூடியதாகவும் இருந்தது. பொருட்களின் இறக்குமதி சாதகமானது என்று கருதப்பட்டாலும், அப்பொருட்கள் உள்நாட்டில் அபரிமிதமாகக் கிடைத்தால் மட்டுமே அவற்றை அயல்நாடுகளுக்கு ஏற்றுமதி செய்வது அனுமதிக்கப்பட்டது. இந்தச் சிந்தனை பொருட் களைச் சார்ந்ததேதவிர பணலாபத்தைக் குறிக்கோளாகக் கொண்ட தில்லை. வர்த்தகச் சமநிலை நாட்டுக்குச் சாதகமாக இருப்பதற்கு, ஏற்றுமதி இறக்குமதியைவிட அதிகமாக இருப்பதை விரும்பும் இன்றைய நிலைக்கு இது நேர்மாறானது. வர்த்தகக் கண்காணிப்பாளர் அரசரின் சார்பில் அயல்நாடுகளிடம் லாபத்தை அடையும் நோக்கில் வர்த்தகத்தில் ஈடுபட்டார். இது நிலவழியாக நடைபெற்ற வர்த்தக மாதலால், கிராமங்கள், வனங்கள், எல்லைப்புறங்கள் ஆகியவற்றின் தலைவர்களோடு தொடர்புகொண்டு வணிக வண்டிகள் பாதுகாப்பாகச் செல்லக் கண்காணிப்பாளர் வழி செய்யவேண்டியிருந்தது.

நாம் இந்நூலின் முதல் பக்கங்களில் குறிப்பிடப்பட்டுள்ள வடக்கு, தெற்கு வர்த்தக வழிகளின் ஒப்பீட்டையும், தெற்கு வழி வர்த்தகத்தின் சிறப்புத்தன்மையையும் பார்த்தால் அதன் முழுப்பொருளையும் தெளிவாக அறிந்துகொள்ளலாம். அந்தப் பகுதி முழுவதுமாக:

'இமயத்துக்குச் செல்லக்கூடிய வழி தெற்கில் செல்லும் வழியைவிட (தட்சிணபாதா) விரும்பத் தக்கதாகும். அது யானைகள், குதிரைகள், வாசனைப்பொருட்கள், தந்தம், தோல், வெள்ளி, தங்கம் போன்ற உயர் மதிப்புள்ள பொருட்களுக்கு சிறந்தது' என்கின்றனர் ஆசிரியர்கள். இல்லை என்கிறார் கௌடில்யர். போர்வைகள், தோல், குதிரைகள்தவிர மேற்குறிப்பிட்ட எல்லாப் பொருட்களும், சங்கு, வைரம், மாணிக் கங்கள், முத்துக்கள், பொன் ஆகியவையும் தெற்கத்திய வழியில் அதிகமாகக் கிடைக்கும். (7.12.22–24)

இந்தப் பட்டியலில் உள்ள பொருட்கள் எல்லாம் உயர்மதிப்புள்ள பொருட்கள் அல்லது திறன்சார்ந்த பொருட்கள் (யானைகளும் குதிரைகளும்). படைகளின் வெற்றிக்கும் சிறந்த பொருளாதாரத் துக்கும் காரணமாகக் கருதப்பட்டு சாதாரண உலோகங்களுக்கும் வனப் பொருட்களுக்கும் முக்கியத்துவம் அளிக்கப்பட்டபோதிலும், நீண்ட தூர வர்த்தகத்தின் மதிப்பு நிதிக் குவியல்களிலும் மேற்குறிப்பிட்ட இரு விலங்குகளிலும் உள்ளது. போர்களின் வெற்றி தோல்விகள் இவற்றைச் சார்ந்தே உள்ளன.

நாம் அர்த்தசாஸ்திரத்தில் குறிப்பிடப்பட்டுள்ள பொருட்களின் பட்டியலைப் பார்த்தபோது (மூன்றாம் அத்தியாயம்) வர்த்தகத்தின் எல்லைகள் கிழக்கு ஆசியாவில் உள்ள சீனப்பட்டிலிருந்து மத்திய ஆசியாவிலும் வனயுவிலும் (ஈரான் அல்லது அரேபியா) உள்ள குதிரை களையும் ரோமின் மத்தியதரைக்கடல் பகுதியில் உள்ள செம்பவழத் தையும் தொட்டுச் சென்றதைக் கண்டோம். கிட்டத்தட்ட யூரேஷியா முழுவதும் இந்த ஆடம்பரப்பொருட்களுக்கான வர்த்தகத்தில் பங்கு பெற்றது.

சட்ட வடிவமைப்பு

சந்தைப் பரிமாற்றங்கள் சரியான முறையில் நடைபெற ஒரு சட்ட அமைப்பு அவசியம். அத்தகைய பரிமாற்றங்களில் பங்குபெறு வோருக்கு இடையே ஏற்படும் தகராறுகளைச் சுமுகமாகத் தீர்த்துக் கொள்ளவும், தவறான செய்கைகளின்போது தண்டனை விதிக்கவும் சட்டதிட்டங்கள் தேவையாக உள்ளன. அர்த்தசாஸ்திரம் இரண்டு புத்தகங்களில் (மூன்றாம், நான்காம் புத்தகங்களில்) இரண்டு வகையான நீதிமன்றங்களில் இரண்டுவகையான நீதிபதிகள் இரண்டு வகையான சட்டங்களின் அடிப்படையில் நீதிவிசாரணை நடத்து வதைப்பற்றிக் கூறுகிறது. சந்தைகளுக்கு அவை எவ்வாறு பொருந்து கின்றன என்பதைப் பார்ப்போம். [4]

முதல் வகைச் சட்டம் 'பரிவர்த்தனைகளின் சட்டம்' (வ்யவகாரா). அது ஒப்பந்தங்கள் சார்ந்த விஷயங்களில் இருவருக்கு இடையே ஏற்படும் வழக்குகளைப்பற்றியது. அத்தகைய வழக்குகள் அமைச்சருக்குச் சமமான அதிகாரம் உள்ள, அரசரால் நியமிக்கப்பட்ட, மூன்று நீதிபதி களால் (தர்மஸ்தா) விசாரிக்கப்பட்டு முடிவெடுக்கப்படுகின்றன. இந் நீதிபதிகள் நாட்டின் முக்கிய நிர்வாக முனைகளான எல்லை அரண், பத்து கிராமங்களின் தலைமையிடம், நானூறு கிராமங்களின் தலை மையிடம், தலைநகரம் ஆகிய இடங்களில் பணியமர்த்தப்படுவர். இங்கே குடிமையியல் (Civil Law) சம்பந்தமான வழக்குகள் விசாரிக் கப்படும். பாதிக்கப்பட்டவர் வழக்குத்தொடுத்து பிரதிவாதிக்கு எதிராக தீர்ப்பு வழங்குமாறு கோருவார்.

நீதிமன்றங்களுக்கு வெளியே மற்றவர்களின் தீர்ப்புகள்மூலம் இது போன்ற வழக்குகளைத் தீர்த்துக்கொள்ள வழி இருந்தது என்பதில் ஐயமில்லை. வர்த்தகக் கண்காணிப்பாளர் வெளிநாட்டு, உள்நாட்டு வணிகர்களுக்கிடையே (தூரதேசத்தில் மொத்த வியாபாரம் செய்பவர் களுக்கும் உள்ளூர் சில்லறை வர்த்தகத்தில் ஈடுபடுபவர்களுக்கும்) உள்ள தகராறுகளைத் தீர்த்து வைத்தார். வணிகர்களுக்கான சங்கங்கள்

அதன் உறுப்பினர்களுக்கிடையே ஏற்படும் சச்சரவுகளைத் தீர்த்து வைத்தன. ஆனால், இவை எல்லாவற்றுக்கும் மேலாக, மூன்றாம் புத்தகத்தில், அரசாரால் நியமிக்கப்பட்ட நீதிபதிகள் தீர்த்துவைக்கும் பரிமாற்றங்கள் தொடர்பான வழக்குகள்பற்றித்தான் குறிப்பிடப் பட்டுள்ளது.

இது அர்த்தசாஸ்திரத்தின் முக்கியமான பகுதியாகும். உண்மையான நீதிமன்றங்களைப்பற்றியும், தங்களுக்குள் தீர்த்துக்கொள்ளமுடியாமல், அரசரின் தீர்ப்புக்காகக் கொண்டுவரப்படும் வழக்குகளை விசாரிக்கும் விதிமுறைகளை உருவாக்கும் விதங்களைப்பற்றியும் இது விவரிக்கிறது. பெரும்பாலும் ஒப்பந்த அடிப்படையில் அமைந்த பரி மாற்றங்கள் பலவகைகளாகப் பிரிக்கப்படுகின்றன. அவற்றின் பட்டியல்:

> திருமணம், வாரிசுரிமை, அசையாச் சொத்து, மரபுகளைப் பின் பற்றாமை, கடன், வைப்புநிதி, அடிமைகளும் வேலையாட்களும், கூட்டுவிற்பனை, கொள்முதலும் விற்பனையும், பரிசுகள், சொந்தமாக இல்லாதவற்றை விற்பனை செய்தல், கொள்ளை, அவதூறு, வன்முறை, சூதாட்டமும் பந்தயமும், மற்றவை.

இதுபோன்ற பரிவர்த்தனைகளில் உள்ள வழக்குகள் உரிமையியல் சார்ந்து உரிமைகளில் தவறிழைத்ததன் காரணமாக ஏற்பட்டவை. இவ் வழக்குகள் பாதிக்கப்பட்டவர் புகார் கொடுத்தால் மட்டுமே அரசரின் நீதிபதிகளால் விசாரிக்கப்படும். இது வழக்குகளின் சுமூகத் தீர்வுக்கும் சமாதானத்துக்கும் உதவுகிறது. சந்தைகளின் செயல்பாட்டுக்கு இத்தகைய நீதிமன்றங்கள் அவசியம். ஆனாலும் இதற்கு ஒரு விலை உண்டு, நீதிபதிகள் அபராதங்களையும் நீதிமன்றச் செலவுகளையும் வழக்கில் தோல்வியடைந்தவர் மீது விதித்தனர்.

அர்த்தசாஸ்திர மரபையொட்டி, சட்டம் முதலில் எழுதியமைக் கப்பட்டு, பின்னர் மனுவால் தொடங்கப்பட்ட தர்மசாஸ்திர மரபில் சேர்த்துக்கொள்ளப்பட்டது என்பது உறுதி. மனுவிலும் பின்னர் வந்த நூல்களிலும், பரிவர்த்தனைகளின் (வ்யவகாரா) அல்லது விவா தங்களின் பதினெட்டு 'பாதங்கள்'பற்றிய பகுதியை ராஜதர்மம் என்ற தலைப்பின்கீழ் காண்கிறோம். இது முந்தைய அறநூல்களில் காணப்பட வில்லை. கௌடில்யரின் அர்த்தசாஸ்திரமே, மனுநீதியில் காணப்படும் இந்தப் பரிவர்த்தனைகள்பற்றிய பகுதிக்கு மூலமாக இருந்திருக் கக்கூடும்.[5]

இவ்வாறு மூன்றாம் புத்தகம் முதலாளிகளுக்கும் தொழிலாளிகளுக்கு மிடையே ஆன பொருளாதார உறவுகள், கூட்டுவிற்பனை, விற்பனை

செய்பவர் மற்றும் வாங்குவோர் ஆகியவற்றை உள்ளடக்கிய உரிமையியல் சார்ந்த வழக்குகளைப்பற்றிக் கூறுகிறது.

நான்காம் புத்தகம், தற்போதைய குற்றவியல் சட்டத்துக்கு ஈடானதாகும். இதில் வழக்குகள் பாதிக்கப்பட்டவர்களால் நீதிமன்றங்கள் முன்வரும் வரை காத்துக்கொண்டிராமல், அரசரே நேரடியாகத் தலையிட்டு நீதிமன்றம் எடுக்கவேண்டிய நடவடிக்கைகளைச் செயல்படுத்துவார். அரசுக்கு எதிரான குற்றங்கள் பரவலாகுமுன் அரசர் முயற்சி எடுத்து அக்குற்றங்களுக்கு எதிரான தண்டனைகளை வழங்குவார். இதற்கு 'முட்களை எடுப்பது' என்ற அழகான பெயரும் உண்டு. இங்கே முட்கள் என்ற குறிக்கப்படுவது அரசாரால் தண்டிக்கப்படும் குற்றவாளிகளை. இவ்வகை நீதிமன்றங்களில் மூன்று குற்றவியல் நடுவர்கள் (ப்ரதேஷ்த்ரி) அடங்கிய குழு அமைந்திருக்கும். இவர்களுக்கு அமைச்சர்களுக்குச் சமமான அதிகாரம் உண்டு, அரசர் துறை சம்பந்தமான தமது அதிகாரங் களை இவர்களுக்கு அளித்திருப்பார். இவர்கள் முற்றிலும் மாறுபட்ட பணிகளைச் செய்யக்கூடிய நீதிபதிகளாக, முந்தைய பகுதியில் நாம் பார்த்த உரிமையியல் தொடர்பான வழக்குகளை விசாரிக்கும் நீதிபதி களிலிருந்து வேறுபட்டவர்களாக உள்ளனர்.

கைவினைத்தொழிலாளர்களும் (கருகர), வர்த்தகர்களும் (வைதேஹக) முன்குறிப்பிட்ட 'முட்களில்' அடங்கியவர்கள். அரசர் அவர்களைக் கண்காணித்து, தவறு செய்யும்போது அவர்களைத் தண்டித்தார். நான் காம் புத்தகத்தின் முதல் இரண்டு தலைப்புகள் 'கைவினைத் தொழி லாளர்களைக் கண்காணிப்பது' 'வர்த்தகர்களைக் கண்காணிப்பது' ஆகியவை. கைவினைத்தொழிலாளர்களில் நெசவாளிகள், சலவைத் தொழிலாளிகள், தையல்காரர்கள், பொற்கொல்லர்கள், கொல்லர்கள், மருத்துவர்கள், நடிகர்கள் ஆகியோர் அடங்குவர். இந்நூல், கைவி னைத்தொழிலாளர்களால் உருவாகும் அனைத்துப் பிரச்னைகளைப் பற்றியும், அளவில் குறைத்துக்கொடுப்பது; அவர்களிடம் அளிக்கப் பட்ட பொருட்களுடன் தலைமறைவாவது; கொடுத்த பணியை ஒழுங்காக நிறைவேற்றாமை; போலிகளைக் கொடுத்து ஏமாற்றுவது போன்ற குற்றங்களைப்பற்றிக் கூறுகிறது. வர்த்தகர்களைப் பொறுத்த வரை தவறான எடைகளும் அளவுகளும் பயன்படுத்தினர்; அதோடு போலிப் பொருட்கள், விலைகளைக் கூட்டாக நிர்ணயித்தல், அதிக லாபம் சம்பாதித்தல் ஆகிய குற்றங்களைப் புரிந்தனர். தவறான முறைகளைக் கடைப்பிடிக்கும் வர்த்தகர்களை 'முட்களை எடுத்தல்' என்ற வர்ணனையின் பெயரில் அரசர் கடுமையாகத் தண்டித்தார்.

கைவினைத் தொழிலாளர்கள் கூட்டாகச் சேர்ந்து பொருட்களின் தரத்தைக் குறைத்தாலோ, லாபத்தை அதிகரித்தாலோ, வாங்குதலுக்கும்

விற்பனைக்கும் தடையாக இருந்தாலோ ஆயிரம் பணம் அபராதமாக விதிக்கப்படும். அதேபோல் வர்த்தகர்கள் கூட்டாகச் சேர்ந்து பொருட்களைப் பதுக்கினாலோ (செயற்கையான முறையில் பஞ்சம் ஏற்படுத்தி விலைகளை உயர்த்துவதற்காக) அதிக விலையில் விற்பனை செய்தாலோ ஆயிரம் பணம் அபராதமாக விதிக்கப்படும் (4.2.18–19)

ஆயிரம் பணம் என்பது மிக அதிகமான அபராதம். எல்லாரும் இத்தகைய அபராதத்தைச் செலுத்த வசதி பெற்றவர்களாக இருந்திருக்க மாட்டார்கள். அபராதம் செலுத்தமுடியாதோர், அதற்கு ஈடாக அரசரின் கீழ் பணிபுரிய வேண்டியிருந்தது. இது ஒரு கடுமையான தண்டனையாகும். இத்தகைய கடுமையான தண்டனைகள், விலைகளின் ஏற்றத்தாழ்வை ஓரளவுதான் கட்டுப்படுத்தமுடியும் என்பதையும் அதைச் செயல்படுத்துவது கடினமாக இருந்தது என்பதையும், சந்தையைக் கண்காணிப்பது அவ்வளவு சுலபமல்ல என்பதால் கடுமையான தண்டனைகள் அவசியம் என்பதையும் காட்டுகிறது. இத்தகைய கடுமையான சட்டங்கள், அகப்பட்டுக்கொண்டால் அதிக விலை கொடுக்கவேண்டியிருக்கும் என்ற அச்சத்தை ஏற்படுத்தும்.

ஆகவே, வர்த்தகத்தையும் வணிகத்தையும் அரசர் ஆதரித்தாலும் அவை வரைமுறைகளை மீறாமல் கட்டுப்படுத்தவும் செய்தார். விளைநிலங்களையும் விவசாயத்தையும் அதிகரிப்பதில் அளப்பரிய ஆர்வம் காட்டியதுபோல் இங்கு அவர் செயல்படவில்லை. வர்த்தக வழிகளை அதிகரிப்பதன் மூலமும் அவற்றைப் பாதுகாப்பாக வைத்திருப்பதன் மூலமும், வர்த்தகர்களும் பொதுமக்களும் விலைகளில் ஏற்படும் ஏற்றத்தாழ்வுகளிலிருந்து காக்கப்படுவதன் மூலமும், வர்த்தகம் அதிகரிக்கப்படவேண்டும் என்பதில் ஐயமில்லை. வெளிநாடுகளிலிருந்து பொருட்கள் இறக்குமதி செய்யப்படுவது அதிக லாபத்தைக் கொடுக்கக்கூடியதால் அதிகரிக்கப்படவேண்டும். அதே சமயம் உள்நாட்டிலிருந்து பொருட்கள் ஏற்றுமதி செய்யப்படுவது குறைக்கப்படவேண்டும். அரசரே ஒரு வர்த்தகராக இருந்து லாபமடைகிறார். கைவினைத் தொழிலாளர்களும் வர்த்தகர்களும் செய்யும் முறை கேடுகள் கண்டறியப்பட்டு அவர்கள் சமுதாய நன்மைக்காக தண்டனை அடையவேண்டும். விவசாயிகள் இதுபோன்று சந்தேகத்துக்கு உட்பட வில்லை. அரசரின் பார்வையில் விவசாயமே செல்வத்தைப் பெருக்கச் சிறந்த வழியாகும். வர்த்தகம் அல்ல.

இது ஆச்சரியகரமான விஷயமாக இருக்கலாம். ஏனெனில் அரசாங்கம், அரண்மனை விவகாரங்களை நடத்துவது, படைகளுக்குக் குதிரைகளைக் கொள்முதல் செய்வது போன்றவற்றுக்குத் தூரதேசங்களிலிருந்து இறக்குமதி செய்யப்பட்ட, விலை அதிகமான ஆடம்பரப்

பொருட்களை நம்பியிருக்கிறது. இதனால், அரசின் பொருளாதாரம் செல்வத்தைப் பெருக்கக்கூடிய வணிகம், வர்த்தகம் போன்ற துறை களைச் சார்ந்து இருக்கும் என்று ஒருவர் எதிர்பார்க்கலாம். அரசர்கள் போர் தொடர்பான செலவுகளுக்காக தனிப்பட்ட செல்வந்தர்களை நம்பியிருந்தாலும், விவசாயத்தையும் விளைநிலங்களையுமே ஆதரித் தனர். வர்த்தகமும் வணிகமும் வரலாற்றில் பிற்பகுதியில்தான் பொரு ளாதாரத்தில் முக்கியப் பங்கு வகிக்கத் தொடங்கி, அரசியலமைப்பில் நடுத்தரவர்க்கத்தை முன்னணிக்குக்கொண்டுவந்தது.

6. தொலைநோக்குப் பார்வையில் அர்த்தசாஸ்திரம்

அர்த்தசாஸ்திரம் நாம் முன்பு பார்த்ததுபோல் செல்வம், அதிகாரம் போன்றவற்றில் அரசரை மையமாகக் கொண்ட நோக்கையே அளிக்கிறது. பல்வேறு வகையான பண்டகசாலைகளை அமைத்துப் பொருட்களை அவற்றில் சேமிப்பதன்மூலம் அரசுக்கும், ராணுவத் துக்கும் ஒதுக்கீடுகள் செய்யவும், வறுமையை ஒழிக்கவும் அரசு என்ற நிறுவனம் ஆவன செய்கிறது. பண்டகசாலையிலுள்ள பொருட்களை மதிப்பீடு செய்யும் வழிமுறையில், போர்களுக்கான நிதி, வெளிநாட்டு உறவுகள், அரசரின் மேலாதிக்கத்தை ஆடம்பரப் பொருட்கள்மூலம் உணர்த்துதல் ஆகியவற்றுக்கு முக்கியத்துவம் அளிக்கப்படுவதைப் பார்க்கிறோம். பல்வேறு பொருளாதார மண்டலங்களில், முதலிடம் விவசாயத்துக்கும் விவசாயம் சார்ந்த கிராமங்களுக்கும் அளிக்கப் படுகிறது. அரசினுடைய சந்தை சார்ந்த விதிமுறைகள், நியாய விலை களைக் கடைப்பிடிக்கவும், விலைகளில் ஏற்படும் அதீத மாறுதல் களைக் கட்டுப்படுத்தவும் வலியுறுத்துகிறது. சந்தைப் பரிமாற்றங் களில் ஏற்படும் வழக்குகளைச் சுமூகமாகத் தீர்க்கவும், அரசிலுள்ள 'முட்களைக் களைந்து எறியவும்' இரண்டுவகையான நீதிமன்றங்கள் உதவி செய்கின்றன.

அக்காலகட்டத்தில் முடியாட்சியும், சங்க என்று அழைக்கப்பட்ட குடியாட்சியுமே முதன்மையான அரசியல் அமைப்புகளாக விளங்கின என்று பார்த்தோம். குடியாட்சியின் சிறப்பு அதனுடைய ஆட்சிக் குழுவில் நிலவுகிற ஒன்றிணைந்த தன்மை, ஒவ்வொரு உறுப்பினரும் ஒட்டுமொத்த நலனுக்காகத் தன்னிச்சையாகப் பொறுப்பெடுத்துக் கொள்கிற நிலை. இது குடியரசை ஒரு பலமான எதிரியாகவும் அதேசமயம் விரும்பப்படுகிற நட்பாகவும் ஆக்குகிறது. இக்குடியரசு

களைத் தோற்கடிக்க ஒரே வழி அதனுடைய உறுப்பினர்களிடையே பிரிவினையை விதைத்து, அவர்களுடைய ஒற்றுமையைக் குலைப்பது. முடியாட்சி ஒரே ஒரு அரச பரம்பரையினால் ஆளப்படுவதால், ஒருங் கிணைப்பு குறைந்தும், அரசியல் கொலைகள் அல்லது படைகளின் புரட்சி போன்ற ஆபத்துகளுக்கு ஆளாகும்தன்மை கொண்டது. ஆயினும் பொருளாதாரத்தைப் பொறுத்தவரை, அது குடியரசுகளை விட வலுவானதாக உள்ளது. முடியாட்சியின் மற்ற குறைகள்கூட அதனுடைய வலுவான பொருளாதாரத்தின் முன் மறைந்து விடுகின்றன. எனவே, நீண்ட கால நோக்கில், குடியரசுகளைவிட முடியரசுகளே நிலைத்திருந்தன.

முடியரசுகளின் நீண்ட ஆட்சிக்காலம்

குடியரசுகளைவிட முடியரசுகள் சிறந்து விளங்கியதற்கு முடியரசுகளின் பொருளாதார வலுவே முக்கியக் காரணமாக விளங்கியது. மூல தனத்தை எளிதில் திரட்ட முடிந்ததால் முடியரசுகள் அத்தகைய வலுவான பொருளாதாரத்துடன் திகழ முடிந்தது. 'வார்த்தா' என்று அழைக்கப்பட்ட பொருளாதாரத்தின் மூன்று கிளைகளான விவசாயம், கால்நடை மேய்த்தல், வர்த்தகம் ஆகியவற்றுக்கு அரசர் வரி விதித்தார். ஒரு பெரிய குடும்பத்தின் தலைவர்போல் அரசரும் அவருடைய பணியாட்கள்மூலம் இம்மூன்று தொழில்களிலும் ஈடுபட்டு அவற்றை ஒழுங்குபடுத்தவும் செய்தார். ஆனால் இந்தப் பணியில் ஈடுபட நிபுணத் துவம் வாய்ந்த அறிவு தேவை. அர்த்தசாஸ்திரத்தின் இரண்டாம் புத்த கத்தில் குறிப்பிடப்பட்டுள்ள இது அபூர்வமான, எளிதில் புரிந்து கொள்ள முடியாத அறிவு ஆகும்.

வழக்குகளைத் தீர்த்து வைப்பதன் மூலமும், அபராதங்களையும் நீதிமன்றத்துக்காகும் செலவுகளையும் விதிப்பதன் மூலமும் அரசர் பொது ஒழுங்கைக் காக்கிறார். அதன்மூலம் உள்நாட்டு அமைதிக்கும் அவர் அடிகோலுகிறார். அரசுக்குக் கிடைக்கும் வருமானத்தின் மற்றொரு மூலாதாரமாக, சுரங்க வேலைக்கும் உப்பு எடுப்பதற்கும் விதிக்கப்பட்ட வரிகள் விளங்குகின்றன. இதைத்தவிர, அவசர காலத் தில் கூடுதல் வரிகளை விதிக்க அரசருக்கு அதிகாரம் உண்டு. அவர் காலியாகிக் கொண்டிருக்கும் கஜானாவை ரகசிய வழிகளில் நிரப்பவும் செய்வார். ஒவ்வொரு படியிலும் அர்த்தசாஸ்திரம் நமக்குச் சொல்ல வருவது ஓர் அரசரின் வெற்றி வலுவான பொருளாதாரத்தைச் சார்ந்தே உள்ளது என்பதையே. பொருளாதார நிறுவனங்களின் மூலமும், ஒழுங் குபடுத்துதல், அபராதங்களை விதித்தல் போன்றவற்றின் மூலமும், எல்லாவற்றுக்கும் மேலாக வரிவிதிப்பதன் மூலமும் பொருளா

தாரத்தை வலுப்படுத்தி அவர் இதைச் சாதிக்கலாம் என்பதை அர்த்த சாஸ்திரம் தெளிவுபடுத்துகிறது.

இவை ஒவ்வொன்றிலும் நாம் பார்ப்பது சர்வாதிகாரமல்ல. எல்லாம் அரசுடைமையாக இருக்கும் ஒரு நிலையுமல்ல. எல்லாத் தொழில் களிலும் அரசர் ஒரு பங்குதாரராக இருப்பதைத்தான் இது சுட்டுகிறது. நாம் இங்கு சந்திப்பது, அரசரே எல்லாவற்றுக்கும் உரிமையாக இருந் தார், மக்கள் அவரின் அடிமையாக இருந்தனர் என்ற பாரசீகப் பேரர சைப்பற்றிய அரிஸ்டாட்டிலின் சர்ச்சைக்குறிய கருத்தல்ல. மாறாக, அரசர் செல்வத்தைப் பெருக்கும் பல்வேறு நிறுவனங்களில் மக்களுடன் பங்குதாரராக இருந்த நிலையைத்தான் பார்க்கிறோம். அந்த நிறு வனங்கள் தந்தையும் மகன்களும் சேர்ந்து உழுகின்ற நிலங்களாகவோ அல்லது வர்த்தகர்களும் வணிகர்களும் பங்குதாரராக இருப்பதாகவோ விளங்கின. இதன் நோக்கம் உற்பத்தி செய்யப்பட்டதிலிருந்து எவ்வாறு அவரவர்களுடைய பங்கைப் பெறுவது என்பதுதானேதவிர நிலத் துக்குச் சொந்தம் கொண்டாடும் உரிமையல்ல. தவிர, இங்கு நாம் கவனிக்க வேண்டியது மற்ற பங்குதாரர்கள் அரசருக்கு எந்த விதத்திலும் இணையானவர்கள் அல்ல என்பதை. ஆனாலும், பங்குதாரர்கள் அனைவரும் உற்பத்தியைப் பெருக்கும் நோக்கில் செயல்படுவதால், அவர்களுடைய தனிப்பட்ட பங்குகளின் மதிப்பும் உயர்கிறது. விவசாயம் செய்யப்படாத நிலத்தை அதன் உரிமையாளர்களான விவசாயிகளிடமிருந்து பெற்று மற்றவர்களுக்கு வழங்கவேண்டும் என்ற ஆலோசனை இதை உறுதிப்படுத்துவதாக உள்ளது.

செல்வத்தைப் பெருக்குவதற்காக அரசருக்கு வலுவான அதிகாரங்கள் இருந்தன. குறிப்பாக பொருத்தமான கொள்கைகள் மூலமாக விளை நிலங்களைப் பெருக்கவும், மேய்ச்சலையும் வர்த்தகத்தையும் அதிகரிக் கவும் அவருக்கு அதிகாரம் இருந்தது. மேலும் அதிக லாபத்தைத் தடுக்க வரிகளையும் அபராதங்களையும் விதிக்கும் அதிகாரங்களும் அவரிடத்தில் இருந்தன. வெற்றியை உறுதிப்படுத்தவும் அபாயங் களைத் தடுக்கவும் அரசரிடம் மந்திரக்கோல் எதுவும் இருக்கவில்லை. நிரம்பி வழியும் கருவூலம், வலுவான படை, உழைப்பாளிகளான மக்கள், வழக்குகளைத் தீர்க்க வலுவான முறைகள் ஆகிய ஒன்றுக் கொன்று இணைந்த சிலசமயம் போட்டியிடக் கூடியவற்றினிடையே ஒரு சமநிலையை நிறுவுவதன்மூலம் அரசர் நாட்டின் அமைதியைக் கட்டிக்காக்கலாம். அர்த்தசாஸ்திரம் வெற்றிக்கான உத்தரவாதத்தை அளிக்காவிட்டாலும், அரசருக்கும் அமைச்சர்களுக்கும் தேவையான வற்றை அறிவார்ந்த முறையில் தேர்ந்தெடுப்பதற்கான வழிகாட்டியாக விளங்குகிறது. மக்களால் நடத்தப்பெறும் பொருளாதார நிறுவனங் களில் பங்குதாரராக விளங்குவது அரசரின் சுய விருப்பத்தினால்தான்.

செல்வத்தையும் வளங்களையும் சுரண்டும் நோக்கத்தால் அல்ல. இவை இரண்டுக்கும் இடையே ஒரு சமநிலையை ஏற்படுத்துவது அர்த்த சாஸ்திரத்தின் குறிக்கோளாகும்.

உண்மையில் இத்தகைய சமநிலை அக்கால அரசுகளில் நிலவியதா? இதை அறிவது கடினம்; ஏனெனில் ஒவ்வொரு அரசும் தனித்துவ மானது. நமக்கு அரசரின், அரச குடும்பங்களின், ஏன் முடியாட்சியின் வெற்றிகளைப்பற்றிக்கூட மறைமுகச் சான்றுகள் கிடைத்துள்ளன. கல்வெட்டுகளின்மூலம் அறியப்படும் பண்டைய வரலாறு, நிலங் களையும் மற்ற சொத்துகளையும் கைப்பற்றுவதற்காக ஏற்பட்ட தொடர்ச்சியான போர்களைப்பற்றிய சித்திரத்தை அளிக்கிறது. மேலும், அது நமக்கு அரச குடும்பங்களில் ஏற்பட்ட வாரிசுரிமைச் சச்சரவுகளைப்பற்றிய குறிப்புகளைத் தருகிறது. ஆனால், இந்த முடிவில்லா மாற்றங்கள் அனைத்தும் ஒரு நிலையான அரசியல், பொருளாதாரக் கட்டமைப்பின் மேல் நிகழ்ந்தது என்பதை நாம் நினைவில் கொள்ளவேண்டும். வாரிசுரிமைக்காகவும் புதிய நிலங் களைக் கைப்பற்றுவதற்காகவும் நிகழ்ந்த போர்கள் அப்போர்களை நிகழ்த்திய அரசர்களுக்கு அப்படி ஒன்றும் பேரழிவை ஏற்படுத்த வில்லை.

இந்திய வரலாற்றின் இடைக்காலத்தில், அதாவது பொயு 550ல் குப்தர் களின் பேரரசு அழிந்த காலத்திலிருந்து பொயு 1200 டில்லியில் துருக்கிய சுல்தான்களின் ஆட்சி ஏற்படும் வரை, பல்வேறு அரச குலங்களால் ஆட்சி செய்யப்பட்ட உறுதியான பிராந்திய அரசுகள் இருந்ததைப் பார்க்கிறோம். இந்த அரசுகள் அவர்களின் எதிரிகளோடு இருவருக்கும் இடைப்பட்ட பகுதிகளைக் கைப்பற்றுவதற்கான போர்களில் ஈடுபட்டிருந்தனர் என்பதில் சந்தேகமில்லை. ஆனாலும் அந்த அரசுகள் நூற்றாண்டுகளாக நீடித்திருந்தன. அக்காலத்தில் ஓர் அரசருடைய ஆட்சிக்காலம் சராசரி இருபது வருடங்களாக இருந்து ஓர் அரசியல் நிலைத்தன்மையைக் கொடுத்தது. ஒரு அரசருடைய சராசரி ஆட்சி காலமான இருபது ஆண்டுகள், ஒரு தலைமுறையின் காலமான இருபத்து ஐந்து ஆண்டுகளைவிட அதிகம் வேறுபடவில்லையா தலால், ஆட்சியைப் பாதிக்கும் அளவுக்கு வாரிசுரிமைச் சச்சரவுகள் அடிக்கடி நிகழவில்லை என்பது தெளிவாகிறது. பல அரச வம்சங்கள் நூற்றாண்டுகள் ஆட்சி புரிந்தன. நீண்ட நாட்கள் ஆட்சிபுரிந்த அரசுகளில் ஒன்று, 400 ஆண்டுகாலம் நீடித்திருந்த கீழைச்சாளுக்கிய அரசு. இத்தனைக்கும் அது இரு வல்லரசுகளுக்கு இடையில் இருந்தது. வங்காளத்தில் இருந்த 'பால' வம்சத்தினரின் அரசும், தென்னிந் தியாவில் இருந்த சோழப்பேரரசும் 300 ஆண்டுகள்வரை நீடித்திருந்தன. அடிக்கடி மாறும் அரசர்களுக்கும், அரசின் எல்லைகளுக்கும் நடுவே

இவை ஓர் அரசியல் நிலைத்தன்மையை வழங்கியது[1]. இந்த அரசியல் நிலைத்தன்மையிலிருந்து, அரசின் செல்வத்துக்குக் காரணமான பொருளாதாரக் கொள்கைகளின் செயல்பாடு நன்றாகவே இருந்திருக்க வேண்டுமென்று தெரிகிறது.

அர்த்தசாஸ்திரம் தரும் பொருளாதாரத் தீர்வுகளில் உள்ள நுட்பமான தகவல்கள், அக்கால அரசுகளின் நீண்டநாள் ஆட்சிக்கு அச்சாணியாக விளங்கிய பொருளாதாரத்தைப்பற்றிய பார்வையை நமக்கு அளிக்கிறது. இன்னொருபுறம், பண்டைய பொருளாதாரத்தைப்பற்றி நாம் தெரிந்துகொள்ள விரும்பும் அனைத்துத் தகவல்களையும் அர்த்த சாஸ்திரம் அளிக்கவில்லை. பொருளாதாரத்தைப்பற்றி சில அம்சங்கள் புரிந்துகொள்ள முடியாமலும், மறைக்கப்பட்டும் இருக்கின்றன. அதன் காரணம் அர்த்தசாஸ்திரம் அரசரை மையமாகக்கொண்டு சிந்தித்ததால் அவை பின்னுக்குத் தள்ளப்பட்டன. அர்த்தசாஸ்திரத்தின் இந்த நோக்கி லிருந்து விடுபட்ட, பொருளாதாரத்தின் சில அம்சங்களை உதாரணமாக எடுத்துக்கொள்வோம். அவற்றைப்பற்றி நமக்கு மற்ற நூல்கள் எடுத்துரைக்கின்றன.

அர்த்தசாஸ்திரத்தின் ஐந்தாவது அத்தியாயத்தில் பணியாட்களைப் பற்றியும், கைவினைத் தொழிலாளர்களைப்பற்றியும் உள்ள குறிப்பு களைப் பார்த்தோம். அக்கால இலக்கியங்கள் சமூகத்தின் மேல் மட்டத்தில் இருப்பவர்களால் அப்பிரிவில் இருப்பவர்களைப்பற்றியே எழுதப்பட்டிருக்கும்போது, சமூகத்தின் அடிமட்ட மக்களைப்பற்றி எழுதியதற்காக அர்த்தசாஸ்திரத்துக்கு நாம் நன்றி சொல்லவேண்டும். கைவினைத் தொழிலாளர்களான நெசவாளிகள், சலவைத்தொழி லாளிகள், தையல்காரர்கள், பொற்கொல்லர்கள், கொல்லர்கள் ஆகியோரைப்பற்றி 'கைவினைத் தொழிலாளர்களின் மோசடிகளைக் கண்காணிப்பது' என்ற தலைப்பில் பார்த்தோம். ஆனால் குயவர்களைப் பற்றிய குறிப்புகள் அதிகமாக இல்லை. மட்பாண்டங்கள் அனை வராலும் உபயோகப்படுத்தப்பட்டு வந்திருக்கிறது; அப்பொருட்களின் அழியாத்தன்மையினால் காலத்தை சரியாகக் கணக்கிடப் பயன்படுத்தப் பட்டுவருகிறது; எனினும் மட்பாண்டத்தின் மதிப்புக் குறைவாக இருந் ததாலும், ஆடம்பரப் பொருட்களில் ஒன்றாக அது இல்லாததாலும் அர்த்தசாஸ்திரத்தில் அதுபற்றிக் குறிப்புகள் இல்லை. பண்டைய பொருளாதாரத்தைப்பற்றியும், அப்போது வாழ்ந்த மக்களைப்பற்றியும் அறிந்துகொள்ள சமஸ்கிருதப் புத்தகங்களைவிடச் சரியான வழி தொல் பொருள் ஆராய்ச்சியே. [2]

அர்த்தசாஸ்திரத்தில் வணிகர்களும் வர்த்தகர்களும் காணப்பட்டாலும், அவர்கள் பின்புலத்திலேயே ஒழுங்குபடுத்த வேண்டியவர்களாக, வரிவிதிக்க வேண்டியவர்களாக, தவறான நடவடிக்கைகளில்

ஈடுபடாதபடி கண்காணிக்க வேண்டியவர்களாக இருக்கின்றனர். பொருட்களின் அதிக வரவினால் விலைகள் வீழ்ச்சியடையாமலிருக்க வர்த்தகக் கண்காணிப்பாளர் எடுக்கும் நடவடிக்கைகள் வர்த்தகர்களின் சமூகப் பணியை அங்கீகரித்தாலும், பொதுவான மனப்பாங்கு, வர்த்த கர்கள் வாடிக்கையாளர்களை ஏமாற்றுவார்கள், சமூக விரோதமாக லாபத்தை அடைய எண்ணுவார்கள் என்பதாகவே இருந்தது.

இந்த அதிகரித்துவந்த வர்த்தகமும் பணப்புழக்கமும் எவ்வாறு ஒரு புதுப் பிரிவை, செல்வந்தர்களான வணிகர்களை உருவாக்கியது என்பதுபற்றி அர்த்தசாஸ்திரம் நமக்குத் தெரிவிக்கவில்லை. இவ்வகை வணிகர்களின் செல்வம் அரசர்களுக்கு ஈடாக உயர்ந்து வந்தது. அனாத பிண்டகர் என்ற இப்படிப்பட்ட வணிகர் ஒருவரைப்பற்றி புத்தம தத்தினர் புகழ்ந்துரைக்கின்றனர். அவர் தமக்கிருந்த செல்வத்தை அம்ம தத்தின் வளர்ச்சிக்காகச் செலவிட்டார். மேலும், அவரைப்பற்றிய கதைகளின் புதிரான அம்சம், அவருக்கும் அரசருக்கும் செல்வத்தின் அடிப்படையில் இருந்த ஒரு போட்டிதான். புத்த பிக்ஷுகளின் மழைக் கால உறைவிடமாக ஜேதவனம் என்ற நந்தவனத்தைப் பரிசாக அளிக்க அனாதபிண்டகர் எண்ணினார். அதன் உரிமையாளரான ஜேதன் என்ற இளவரசனிடம் அந்த இடத்தை வாங்குவதற்கான தமது விருப்பத் தையும் தெரிவித்தார். அதை விற்க விருப்பமில்லாத ஜேதன் அவரால் கொடுக்கமுடியாத விலை ஒன்றை நிர்ணயிக்க எண்ணி, ஜேதவனத்தின் தரை முழுவதையும் நிரப்பும் அளவுக்கு நாணயங்களை அதன் விலையாகக் கேட்டான். தற்போது கல்கத்தா தேசிய அருங்காட் சியகத்தில் இருக்கும் மத்தியப்பிரதேசத்தைச் சேர்ந்த பர்கூத் புத்த சிற்பங்கள், அனாதபிண்டகர் காளைமாட்டு வண்டிகளில் கொண்டுவரப்பட்ட நாணயங்களை ஜேதவனத்தின் தரை முழுவதும் பரப்பும் காட்சிகளைச் சித்திரிக்கின்றன [3]. இந்தக் கதை ஒருபுறம் அவ்வணிகரின் பக்தியைக் கொண்டாடும் வகையில் இருந்தாலும், அரசருக்கு ஈடாக அக்காலத்தில் தனி மனிதர்களும் செல்வச்செழிப் போடு இருந்ததையும் இது காட்டுகிறது.

இதுபோன்று வணிகர்களின் செல்வம் அரசர்களையும் விஞ்சும் வண்ணம் இருந்தது. ஆனால், அவர்களுடைய செல்வத்தின் வளர்ச்சி அரசர்களுடைய தொடர்பினால், அவர்களுக்கிடையே நடைபெற்ற ஆடம்பரப் பொருட்களின் வர்த்தகத்தால் வளர்ந்ததேதவிர தனிப்பட்ட முறையில் அல்ல. நாம் முன்னரே பார்த்ததுபோல, மௌரிய ஆட்சிக் காலத்தின் பின்னால் ரோமாபுரிக்கும் இந்தியாவுக்கும் இடையே ஆன வர்த்தகம் அபரிமித வளர்ச்சி அடைந்தது. அர்த்தசாஸ்திரம் வெளிப் படையாக இவ்வர்த்தகம் நடைபெற்ற பொருட்களைப்பற்றி விவரிக் காமல் அவை எங்கிருந்து பெறப்படுகிறது என்பதைக் கூறி

இவ்வர்த்தகம் நடைபெற்றதை உறுதி செய்கிறது. (அர்த்தசாஸ்திரம் வடபகுதி வர்த்தக வழிகளைவிட தென்னிந்தியாவின் வர்த்தக வழி களுக்கு அதிக முக்கியத்துவம் அளிப்பது இதை மேலும் உறுதி செய்கிறது). இந்த வர்த்தகத்தைப்பற்றி மேலும் மூன்று ஆதாரங் களிலிருந்து அறியலாம். கிரேக்க மாலுமி ஒருவரால் எழுதப்பட்ட, ரோமானிய எகிப்து, ஆப்பிரிக்கா, அரேபியா, இந்தியா ஆகியவற்றிற்கு இடையே நடைபெற்ற வர்த்தகத்தைப்பற்றிய குறிப்புகள் (Periplus of the Erythraean Sea); தமிழ்ச் சங்க இலக்கியத்தில் குறிப்பிடப்பட்டுள்ள கிரேக்க வர்த்தகர்கள்பற்றிய குறிப்புகள், தமிழ்நாட்டில் உள்ள, அகழ் வாய்வு நடந்த இடமான அரிக்காமேடு. அர்த்தசாஸ்திரம் உள்நாட்டு வட இந்தியாவைப்பற்றியே பெரும்பாலும் பேசும்போது, மற்ற ஆதாரங்கள் தீபகற்பத்தின் கடற்கரையில் நடைபெற்ற வர்த்தகத்தைப் பற்றி விவரிக்கின்றன.

ரோமானிய எழுத்தாளர் பிளினி, பெரிபிளஸ், தமிழ் இலக்கியங்கள் ஆகியவற்றைக்கொண்டு இந்த வர்த்தகத்தை ஆராய்ந்த ஈ.ஹெச். வார்மிங்டன், இந்திய ரோமாபுரி வர்த்தகம் இந்தியாவுக்கே சாதகமாக இருந்தது என்றும், அந்த வர்த்தகத்தின்மூலம் ரோம் நாட்டின் தங்க, வெள்ளி நாணயங்கள் இந்தியாவுக்கு அதிக அளவில்கொண்டு செல்லப்பட்டது என்றும் முடிவுசெய்தார்.

> இத்தாலி தான் தயாரித்ததைவிட அதிகமாகப் பொருட்களைக் கொள் முதல் செய்ததாலும், நகரமான ரோமும், மாவட்டமான லட்டியமும் குறைந்த அளவே உற்பத்தியில் ஈடுபட்டதாலும், பெரிப்ளஸில் உள்ள ஏற்றுமதி செய்த இடங்களின் பட்டியலில் இடம்பெறவில்லை. ரோமப் பேரரசு வெளிநாடுகளிலிருந்து, குறிப்பாக, கீழை நாடுகளிலிருந்து இறக்குமதி செய்த அதிகப்படியான பொருட்களுக்கு ஈடாகத் தேவை யான பொருட்களை ஏற்றுமதி செய்ய இயலவில்லை. இதனால் பேரரசு அதிக மதிப்புள்ள உலோகங்களை நாணயங்களின் வடிவத்தில் இழந்தது. அதற்கு ஈடானவை திரும்பப் பெறப்படவில்லை.

இந்த பொன், வெள்ளி நாணயங்களின் பெரும்பகுதி தென்னிந் தியாவுக்கு, தக்காணத்தின் கிழக்கு மற்றும் மேற்குக் கரைக்குக்கொண்டு செல்லப்பட்டன. இது அங்கெல்லாம், ரோமானிய நாணயங்களின் பெரும் குவியல்கள் புதையல்களாகக் கிடைத்ததிலிருந்து தெரிய வருகிறது.[4] சங்கத் தமிழ் இலக்கியங்களில் பொன் அடிக்கடி இடம் பெறுவதையும் நாம் காணலாம்.

தமிழ் நூல்கள் ரோமானிய வர்த்தகத்தில் ஈடுபட்டிருந்த கிரேக்கர்களை யவனர்கள் என்று அழைத்தன. ஆடம்பரப் பொருட்கள், வர்த்தகம், அரசருக்குப் பரிசுகள் வழங்குதல் ஆகியவற்றின் தொடர்பில்

அவர்களைப்பற்றிய குறிப்புகள் இவ்விலக்கியங்களில் காணப் படுகின்றன. தமிழ்ப் புலவர் நக்கீரர், பாண்டியன் நன்மாறனைப் புகழ்ந்து பாடிய பாடல் ஒன்றை இப்போது பார்ப்போம்

...அரியவு முளவோ நினக்கே யதனால்
இரவலர்க் கருங்கல மருகா தீயா
யவனர், நன்கலந் தந்த தண்கமழ் தேறல்
பொன்செய் புனைகலத் தேந்தி நாளும்
ஒண்டொடி மகளிர் மடுப்ப மகிழ்சிறந்
தாங்கினி தொழுகுமதி யோங்குவாண் மாற
அங்கண் விசும்பி னாரிரு ளகற்றும்
வெங்கதிர்ச் செல்வன் போலவுங் குடதிசைத்
தண்கதிர் மதியம் போலவும்
நின்று நிலைஇய ருலகமோ டுடனே

(உன்னால் முடியாதது ஏதேனும் உண்டோ? இரப்போர்க்கு அரிய அணிகலன்களைப் பெரிதும் வழங்கி, யவனர்கள் சிறந்த கப்பல்களில் கொண்டுவந்த குளிர்ந்த நறுமணத்தை உடைய மதுவை, அழகிய வேலைப்பாடுகள் உடைய பொன்னால் செய்யப்பட்ட கலத்தில் ஏந்தி, ஒளிமிக்க வளையல்களைக் கைகளில் அணிந்த பெண்கள் ஊட்ட மகிழ்ச்சி அடைவாயாக. வெற்றியால் உயர்ந்த வாளுடைய மாறா! வானத்தின் இருளை அகற்றும் கதிரவன்போலவும், மேற்குத் திசையில் குளிர்ந்த கதிர்களைப் பரப்பும் மதியைப்போலவும், இவ்வுலகத்தோடு நின்று நிலைபெறுவாயாக).

இது ஆங்கிலத்தில் ஜார்ஜ் ஹார்ட் மற்றும் ஹான்க் ஹைபெட்ஸ் ஆகியோரால் மொழிமாற்றம் செய்யப்பட்டது. [5]

இப் பாடல் அரசரைப்பற்றிய ஒரு வரிச் சித்திரத்தை, அல்ல, இரு வரிச் சித்திரத்தை நமக்கு அளிக்கிறது. முதலாவது அரண்மனையில் அவர் ஓய்வெடுக்கிறார். இரண்டாவது, போரைக் குறிக்கும் விதமாக அவர் வாள் உயர்த்தப்படுகிறது. முதலாவது பகுதியில் மத்திய கிழக்குப் பகுதியிலிருந்து கிரேக்கக் கப்பல்களால் கொண்டுவரப்பட்ட அபூர்வ மான மது குறிப்பிடப்படுகிறது. சங்க இலக்கிய ஆய்வாளரான மார்த்தா செல்பி, இப்பாடலில் கிரேக்கர்கள் மற்றவர்களுடன் சேர்த்து ஏதோ அவர்கள் தமிழக அரசசபையின் ஒரு அங்கம் போல், சாதாரணமாகக் குறிப்பிடப்படுவதைச் சுட்டிக்காட்டுகிறார் [6]

இங்கே அரசரின் மகத்துவம் எவ்வாறு அவரிடமுள்ள ஆடம்பரப் பொருட்கள்மூலம் உணர்த்தப்பட்டது என்பதைக் காண்கிறோம். அதிக விலை உடையதும், அபூர்வமான பொருட்களில் ஒன்றுமான

மத்தியதரைக்கடல் பகுதியிலிருந்து வரவழைக்கப்பட்ட உயர்வகை மது, விலையுயர்ந்த குடுவைகளில் ஊற்றப்பட்டு, ஆபரணங்களை அணிந்த பெண்களால் மன்னனுக்குத் தரப்பட்டது என்ற வர்ணனை, செல்வச்செழிப்பு மிக்க அரச வாழ்க்கையைத் தெளிவாகச் சித்தரிக்கிறது. இந்தப் பாடலின் மையக்கருத்து, அரசர் விலையுயர்ந்த ஆபரணங்களைத் துன்பத்தில் வாடுவோர்க்கு வழங்கினார் என்பது. அப்படிப் பரிசு பெற்றோரில் இப்பாடலை எழுதிய புலவரும் அடக்கம். ஆடம்பரம், பரிசாக வழங்கப்பட்டு அரசருக்குரிய தாராள மனப்பான்மையாக மாறியதை இது காட்டுகிறது. அரசருடைய பெருமைகளும், அவருடைய பரிசில் வழங்கும் தன்மையும் சங்க இலக்கியங்களில் பல பாடல்களின் மையக்கருத்தாக இருக்கின்றன. ரோமானிய வர்த்தகம் இந்த சங்க இலக்கிய மறுமலர்ச்சிக்காலத்தோடு இணைந்தே வளர்ந்தது. மூவேந்தர்களான சேரர், சோழர், பாண்டியர் ஆகியோர் சிற்றரசர்களோடு கூட்டணி அமைத்துக்கொண்டு அவைப்புலவர்களை ஆடம்பரப் பொருட்களாலான பரிசுகளால் ஆதரித்தனர். அரசுகள், புலவர்கள், ஆடம்பரப் பொருட்களின் வர்த்தகம் இம்மூன்றும் ஒன்றாக வளர்ந்து ஒன்றையொன்று ஆதரித்தன.

பாண்டிச்சேரிக்கு அருகிலுள்ள அரிக்காமேடு என்ற இடத்தில் நடைபெற்ற அகழ்வாராய்ச்சிகள் இதை மேலும் உறுதி செய்கின்றன. அரிக்காமேடு இந்திய ரோமானிய வர்த்தகத்தின் முக்கிய கேந்திரமாக இருந்தது. மத்தியதரைக்கடல் பகுதியிலிருந்து வந்திறங்கிய பொருட்களின் சேமிப்புக்கூடமாகவும், ஏற்றுமதி செய்ய வேண்டிய இந்தியப் பொருட்களை ஒன்று சேர்க்கும் இடமாகவும் இது இருந்தது. அங்கே கண்டுபிடிக்கப்பட்டவற்றில் அம்போரா என்று அழைக்கப்பட்ட ரோமானிய மதுக்குடுவைகளும், இத்தாலியிலிருந்து கப்பலில் வந்த அர்ரிடைன் வகை மட்பாண்டங்களும் அடங்கும். இது இத்தாலிய மது கிரேக்கக் கப்பல்களில் பாண்டிய அரசருக்கு வந்ததற்கான சான்றாக விளங்குகிறது. இந்த அம்போராக்கள் பொ.யு.மு முதல் நூற்றாண்டைச் சேர்ந்தவை. இத் தகவல்களை அடுத்து நமக்குக் கிடைத்தது இந்தியாவிலும் இலங்கையிலும் கண்டெடுக்கப்பட்ட ரோமானிய நாணயக் குவியல்களின் பட்டியல். கிட்டத்தட்ட எண்பது வகை நாணயங்கள் இந்த இடங்களில் கண்டெடுக்கப்பட்டன. அவற்றில் சில அளவில் பெரியவை. தீபகற்பத்தின் கடற்கரையில் பல இடங்களிலும், உள்நாட்டின் ரத்தினக் கற்களின் தொழிற்கூடங்களின் அருகிலும் ரோமானிய நாணயங்கள் கிடைத்தன. இந்த நாணயங்கள் இந்தியச் சந்தைகளில் புழக்கத்தில் இருந்தன என்று தெரிகிறது. பின்னாளில் மலிவான உலோகங்களைக் கலந்து ரோமானிய அரசர்கள் இந்த நாணயங்களின் மதிப்பைக் குறைத்தனர். ரோமானிய நாணயங்களின்

தரம் குறையத் தொடங்கிய உடன், குப்தர்கள் போன்ற இந்திய அரசர்கள் தாங்களே பொன் நாணயங்களை அச்சிட்டு வெளியிட்டனர். [7]

இதுபோன்ற செய்திகளை மேலும் விவரித்துக்கொண்டே போகலாம். அர்த்தசாஸ்திரம் பண்டைய இந்தியாவின் பொருளாதாரத்துக்கும் அரசு களுக்கும் உள்ள தொடர்பைத் தெளிவாக எடுத்துரைத்தபோதிலும், அத்தொடர்பிலுள்ள எல்லா அம்சங்களையும்பற்றித் தெரிவிக்க வில்லை. அதில் இடம்பெறாத தகவல்களைக் கண்டறிய, மற்ற நூல்களையும் தொல்பொருள் ஆராய்ச்சிகளையும், ஏன் மட்பாண்டங் களையும்கூட நாடவேண்டியுள்ளது.

அரசர்கள், அரச குடும்பங்கள், அரசுகள் ஆகியவை நீண்டநாளாக இந்தியாவில் வெற்றிகரமாகச் செயல்பட்டு வந்தவை. அவற்றின் செல்வச்செழிப்பும் அதிகார வரம்பும் பண்டைய குடியரசுகளைவிட அதிகம். முடியாட்சி அகன்று நவீன குடியரசுகள் தற்போது அதிகரித் துள்ளன. நீண்டநாள் வழக்கத்திலிருந்த முடியாட்சி சிறிது சிறிதாக மறைந்ததற்குக் காரணம் என்ன? இந்த மாற்றம் எப்படி நிகழ்ந்தது?

நீண்டதூர நோக்கு

பண்டையப் பொருளாதாரத்தின் நிலை இன்றைக்கு எவ்வாறு பொருந்துகிறது? அர்த்தசாஸ்திரத்திலும் மற்ற நூல்களிலும் நாம் காணும் அரசுக்கும் பொருளாதாரத்துக்குமான தொடர்பில் நடந்த மாற்றங்கள் எவை? வெற்றிகரமாகச் செயல்பட்ட அரசுகள் அழிந்து வருவதன் காரணம் என்ன? நாம் அரசியலையும் பொருளாதாரத்தையும் பிரித்து ஆராய்வது இந்த மாற்றங்களை அறிய உதவும் (அர்த்தசாஸ்திரம் இவை இரண்டும் பிரிக்கமுடியாதவை என்று கூறினாலும்). அதன்பின் இரண்டையும் இணைத்து தற்காலத்தில் அவற்றுக்கிடையே உள்ள தொடர்பை ஆராய்வோம். இது அர்த்தசாஸ்திர காலத்தைத் தற்காலத் தோடு ஒப்பிட்டு, இடைக்காலத்தில் நடந்த மாற்றங்களைப்பற்றிய தெளிவை நமக்கு அளிக்கும்.

அரசியலைப் பொறுத்தவரை, இந்தியாவில் நீண்டகாலம் வழக்கத்தில் இருந்த முடியாட்சிமுறை முதலில் அர்த்தசாஸ்திரத்தின் பதினோராம் புத்தகத்தில் குறிப்பிடப்பட்டுள்ள பண்டையக் குடியரசுகளுடனும் பின் அண்மையில் இந்தியக் குடியரசுடனும் குறுக்கிடுகிறது.

குடியரசு என்ற கருத்துருவம் நவீன காலத்தில் அமெரிக்க புரட்சியின் மூலமும் (1776), பிரஞ்சுப் புரட்சியின் மூலமும் (1789) மீட்டெடுக்கப் பட்டது. அப்புரட்சிகளின் தலைவர்கள் பழங்கால ரோமாபுரிக்

குடியரசின் வரலாற்றையும் ஏதென்ஸில் இருந்த ஜனநாயகத்தையும் மாதிரிகளாகக்கொண்டு தமது கொள்கைகளைச் செயல்படுத்தினர். அதேபோல், இந்திய அரசியலமைப்புச் சட்டத்தை உருவாக்கியோர், பண்டைய இந்தியாவில் இருந்த சங்கம் அல்லது கண(ம்) ஆகிய வற்றின் அடிப்படையில் புதிய இந்தியக் குடியரசை அமைத்தனர். இந்திய அரசின் அதிகாரபூர்வமான பெயரான பாரத் கணராஜ்யா என்பதில் அந்தத் தொடர்பு எதிரொலிக்கிறது. இந்தியாவிலிருந்த பண்டையக் குடியரசுகளுக்கும், தற்போதைய அரசுக்கும் இடையே உள்ள ஒற்றுமை இரண்டிலுமுள்ள ஆலோசனை சபைகளும் அவற்றின் மூலம் பொதுவான முடிவுகளை எடுக்கும் தன்மையும் ஆகும். பழங் காலக் குடியரசுகள் மறைந்துவிட்டபோதிலும் சட்டங்களை உருவாக்கக் கூடிய ஆலோசனை சபைகள் பல்வேறு இடங்களில் இருந்தன. எனவே கூட்டாக சட்டம் இயற்றக்கூடிய மரபு இந்தியாவில் நீண்டகாலமாக இருந்தது என்று நாம் கூறலாம்.

ஆனால் இரண்டுக்கும் இடையே முக்கியமான வேறுபாடுகள் இருந்தன. இந்தியக் குடியரசு பரப்பளவிலும் மக்கள்தொகையிலும் பண்டைய குடியரசுகளைவிடப் பெரியது. பண்டைய குடியரசுகள் குறிப்பிட்ட இன மக்களால் அவர்களுடைய கலாசார ஒற்றுமையின் அடிப்படையில் - துர்கைமின் இயந்திர ஒற்றுமையின் அடிப்படையில் - உருவாக்கப்பட்டன. இந்தக் கலாசார ஒற்றுமை அவர்களுக்கு முக்கியமானதாக இருந்ததால், நாட்டை விரிவுபடுத்தவும், மற்ற நாடுகளை வெற்றிகொள்ளவும், அவற்றை ஆட்சி புரிந்து, வரி விதிக்கவும் விருப்பமில்லாமல் இருந்தன. இவையெல்லாம் அவர்களின் ஒற்றுமையைக் குலைக்கும் என்பதே அதற்கான முக்கியக் காரணமாக இருந்தது. எனவே முடியாட்சிகளால்தான் அளவில் பெரிய அரசியலமைப்புகளை உருவாக்கவும், அயல்நாடுகளை வெற்றி கொள்ளவும் வரிசெலுத்தக்கூடிய விவசாயிகளை ஆட்சியின் கீழ் கொண்டுவரவும் முடிந்தவையாக இருந்தன.

முடியரசுகள் பலதரப்பட்ட மக்களைக்கொண்டும் சிக்கலான வேலைப் பகிர்வு முறையைக்கொண்டும் இருந்தன. இதன்மூலம், முடியரசு களால் அவற்றின் அரசியல் அடிப்படையையும் சிக்கலான சமூகங் களையும் விரிவாக்கி ஆட்சிபுரிய முடிந்தது. இந்தியா உருவாக்கிய குடியரசு, நீண்டகால அளவில் முடியரசுகள் சாதித்ததைப்போல அளவில் பெரியதாக இருந்தது. மக்களிடையே இறையாண்மை என்ற புதிய கருத்தை உருவாக்கம் செய்தும் சட்டபூர்வமான சமத்துவத்தை அளித்தும், மக்களுக்கு நாடாளுமன்றத்தில் பிரதிநிதித்துவம் அளித்தும், தேர்தலின்மூலம் பிரதிநிதிகளைத் தேர்வுசெய்தும் இந்தியா இந்நிலையை அடைந்தது. இந்தியா குடியரசு மட்டுமல்ல, அது ஒரு

ஜனநாயக நாடும் கூட. ஆனால் பண்டைய குடியரசுகள் எல்லாத் தரப்பு மக்களின் இறையாண்மையை கருத்தில் கொள்ளாமல், போர்வகுப் பினருக்கு மட்டும் அதிக அதிகாரங்களை அளித்தது. ஆலோசனை சபையில் மக்களின் பிரதிநிதிகளைத் தேர்ந்தெடுக்க வலுவான முறை ஒன்றை அவை உருவாக்கவில்லை. நவீனக் குடியரசுகள் அத்தகைய முறைகளை உருவாக்கின. அதனால் அவை பண்டைய இந்திய, ரோமானிய, ஏதென்ஸ் குடியரசுகளைவிட முற்றிலும் மாறுபட்டு இருக்கிறது.

பொருளாதார அடிப்படையில் பார்த்தால், பழங்கால முறைகளி லிருந்து ஏற்பட்ட மாற்றங்களும், தொடர்ச்சிகளும் சற்றுச் சிக்கலான வையாக இருக்கின்றன. ரோமானிய பொன், வெள்ளி நாணயங்கள் இந்தியாவுக்கு அதிக அளவில் வந்ததிலிருந்து ஆரம்பிக்கலாம். வார்மிங்டன் அப்போதிருந்த வர்த்தகச் சமநிலை ரோமானியருக்குப் பாதகமாக இருந்தது என்று குறிப்பிடுகிறார் (இந்தியாவுக்கு அது சாதகமாக இருந்தது). ஆனால் இந்த நிகழ்வை மற்றொரு விதமாகவும் பார்க்கலாம். முன்பும் சரி, இப்போதும் சரி, தனிப்பட்ட முறையில் அதிக அளவு தங்கத்தைக்கொண்ட நாடாக இந்தியா அறியப்படுகிறது. தங்கத்தின் கையிருப்பு பரவலாகவும், அதிக அளவில் தனியாரிடமும் இருப்பதால் இதை உறுதிப்படுத்துவது கடினம். அதன் அளவைப்பற்றி வேறுபட்ட மதிப்பீடுகள் கிடைப்பதால் அவற்றை சரிபார்ப்பதும் கடினம். ஆனால் அளவிட முடியவில்லை என்பதற்காக, இந்தியாதான் தனிப்பட்ட முறையில் தங்கத்தை அதிகமாக இறக்குமதி செய்யும் நாடு என்ற நிபுணர்களின் கருத்தை மறுக்க இயலாது.

இந்தியர்களின் தங்கத்துக்கான தேவை உலக சராசரியைவிட அதிகம் என்பது உண்மை. எனவே, தங்கம் வெளியிலிருந்து இந்தியாவுக்குள் அதிகம் கொண்டுவரப்படுகிறது என்பதும் தெளிவு. இந்த முறையில் சேமிக்கப்படும் தங்கத்தை எவ்வாறு கணக்கிடுவது? என்னைப் பொறுத்தவரை இது பெண்ணின் சீதனமாக, அவள் திருமணமாகிச் செல்லும்போது நிலங்களுக்குப் பதிலாகத் தரப்படுவது. நிலங்கள் மகள்களுக்குத் தரப்படாமல் மகன்களுக்கிடையே (அனைத்து சாதியிலும் அல்ல) சமமாகப் பிரிக்கப்படுகிறது. இந்த நடைமுறை பழங்காலத்திலிருந்து சொத்துரிமைச் சட்டம் சுதந்தரத்துக்குப் பின்னால் திருத்தப்படும்வரை தொடர்ந்தது. இந்தியர்களில் சிலர் அவர்களின் சொத்துகளை நிலங்கள் மூலமாக வைத்திருந்தாலும், பெண்ணின் சொத்தாக பொன்னைக் கருதும்முறை சமூகத்தில் இன்றும் தொடர்கிறது. தனிப்பட்ட முறையில் இருக்கும் பொன், பெரும்பாலும் ஆபரணங்களின் வடிவில் பெண்களிடம் இருக்கிறது. இதைப் போலவே இந்தியர்களிடம் மத்தியதரைக்கடல் பகுதியிலிருந்து

கொண்டுவரப்பட்ட செம்பவழத்துக்கான தேவையும் இன்றுவரை தொடர்கிறது. பவழம் அவ்வளவு அதிகமாக மதிக்கப்படுவதன் காரணம், ஆரோக்கியத்தையும் அதிர்ஷ்டத்தையும் நவரத்தினங்கள் தரக் கூடியவை என்ற நம்பிக்கைதான்.

ஐரோப்பியர்கள் ஆப்பிரிக்காவின் நன்னம்பிக்கைமுனையைச் சுற்றிக் கப்பலில் வந்து இந்தியர்களுடனான வர்த்தகத்தை ஏற்படுத்தியபோது, புது உலகச் சுரங்கங்களிலிருந்து எடுக்கப்பட்டு ஆம்ஸ்டர்டாம் நகரச் சந்தைகளில் விற்கப்படும் தங்கத்தையும் வெள்ளியையும் இங்கு கொண்டுவரவேண்டிய அவசியத்தை உணர்ந்தனர். ரோமானிய இந்திய வர்த்தகக் காலத்தைப்போலவே இந்தியப் பொருட்களுக்கு ஈடாக விலைமதிப்பான உலோகங்களை இந்தியர்கள் விரும்பியதே அதன் காரணம். எனவே, இந்திய ஐரோப்பிய வர்த்தகத்தின் ஆரம்பகாலம் ரோமானிய இந்திய வர்த்தகத்தைப் போன்றே கட்டமைக்கப்பட்டது. ரத்தினங்கள், பட்டு, வாசனைப் பொருட்கள், மற்ற ஆடம்பரப் பொருட்கள் ஏற்றுமதி செய்யப்பட்டு பொன்னும் வெள்ளியும் ஐரோப் பாவிலிருந்து இறக்குமதி செய்யப்பட்டன. இவ்வர்த்தகத்தில் முக்கியத்துவம் வகித்தது ஆடம்பர ஆடைகளாகும். காலிகோ, மஸ்லின், சிண்ட்ஸ், பந்தனா போன்ற இந்திய ஆடைகளின் பல்வேறு பெயர்கள் ஆங்கில மொழியில் இடம்பெற்றன.

நவீனகாலத்தின் ஆரம்பத்தில் ஏற்பட்ட இந்த நீண்டதூர வர்த்தகம், இந்தியாவுக்குச் சாதகமாக இருப்பதுபோன்ற தோற்றத்தை ஏற்ப டுத்தியது. பிரிட்டிஷ் ஆட்சியின் பொருளாதார விளைவுகள் நிலை மையைத் தலைகீழாக மாற்றிவிட்டன.

பொருளாதார வரலாற்று நிபுணரான தாதாபாய் நௌரோஜி, சுதந்தர இயக்கத்தின் ஆரம்ப நாட்களில் தன் எழுத்துகளின் மூலமும் பேச்சு களின் மூலமும், பிரிட்டிஷ் ஆட்சி இந்தியாவின் செல்வத்துக்கு இழப்பை ஏற்படுத்துகிறது என்ற கருத்தை வலியுறுத்திவந்தார்.[8] அது சுதந்தரப்போராட்டத்தில் ஈடுபட்டிருந்த தலைவர்களிடையே வரவேற் பையும், பிரிட்டிஷாரிடையே எரிச்சலையும் ஏற்படுத்தியது. இது இதற்கு முந்தைய இந்திய ரோமானிய வர்த்தகமும் இந்திய ஐரோப்பிய வர்த்தகமும் இருந்த நிலைக்கு நேரெதிரானதாகும். அப்போதெல்லாம் தங்கமும் வெள்ளியும் இந்தியாவுக்குக் கொண்டுவரப்பட்டன. இந்த மாற்றம் எப்படி வந்தது? ஏன் வந்தது?

முந்தைய ஆக்கிரமிப்பாளர்கள் இங்கேயே தங்கி இந்த நாட்டைத் தமது இருப்பிடமாக ஆக்கிக்கொண்டனர். ஆனால், பிரிட்டிஷார் இங்கே தங்கவில்லை. அவர்களது நிர்வாகிகளும், படைவீரர்களும் பிரிட்டனுக்குத் திரும்பிச்சென்றனர். தமது ஓய்வூதியத்தை இந்திய

அரசிலிருந்து பெற்றனர். இதற்காக இந்தியா பிரிட்டனுக்கு நிதி தரவேண்டியிருந்தது. வெளிநாட்டவர்கள் தங்களை ஆட்சிபுரிவதற்கான விலையைத் தருவது ஒருபுறமிருக்க, புதிய ஆட்சியின் விதிமுறைகளின் அடிப்படையில், அவர்களுடைய ஓய்வூதியத்தையும் பிரிட்டனுக்கு இந்தியா அனுப்பவேண்டியிருந்தது. இந்தியப் பொருளதார வரலாற்றின் ஒரு முக்கிய நிகழ்வான இந்தப் 'பண இழப்பு', காலனி ஆட்சிக்கு எதிரான கடுமையான விமர்சனத்தை ஏற்படுத்தி இறுதியில் சுதந்தரத்தையும் பெற்றுத்தந்தது.

பண்டைய வர்த்தக முறைகளிலிருந்து ஏற்பட்ட இரண்டாவது மாற்றம், நீராவியால் இயங்கும் இயந்திரங்களின் அறிமுகம். அதன் விளைவாக உற்பத்திச் செலவுகளும் போக்குவரத்துச் செலவுகளும் கணிசமாகக் குறைந்தன. பிரிட்டிஷார் இந்தியாவில் அதன் அரசை அமைக்க முயன்று கொண்டிருந்தபோது, நீராவியின் சக்தி கண்டறியப்படுவதற்கு முன், இந்திய ஐரோப்பிய வர்த்தகம் முன்னிருந்த இந்திய ரோமானிய வர்த்தகத்தைப்போலவே இயங்கியது. அதாவது இந்தியா கைவினைத் தொழிலாளர்களால் கைத்தறிகளில் நெய்யப்பட்ட ஆடைகள் உட்பட்ட ஆடம்பரப் பொருட்களை வழங்கியது. ஆனால் பிரிட்டன் இந்தியாவை ஆட்சிபுரியத் தொடங்கிய பிறகு அந்நாட்டில் ஏற்பட்ட தொழிற்புரட்சியின் காரணமாக இயந்திரத்தின்மூலம் பொருட்களை உற்பத்தி செய்யத் தொடங்கியது. மேலும் போக்குவரத்துச் செலவுகளும் கணிசமாகக் குறைந்ததால் அமெரிக்காவிலிருந்தும், மத்திய கிழக்கிலிருந்தும் இறக்குமதி செய்த பருத்தியைக்கொண்டு, இயந்திரத் தறிமூலம் உற்பத்தி செய்யப்பட்ட ஆடைகளை இந்தியாவுக்கு ஏற்றுமதி செய்தது. அந்த ஆடைகள் இந்தியாவில் விளைந்த பருத்தியைக்கொண்டு கையால் நெய்யப்பட்ட ஆடைகளைவிடக் குறைந்த விலையில் இந்தியாவில் விற்கப்பட்டு, சந்தையில் குழப்பத்தை ஏற்படுத்தியது. இங்கு மட்டுமல்ல, பிரிட்டனிலும் இயந்திரத்தால் உற்பத்தி செய்யப்பட்ட பொருட்கள் வாடிக்கையாளர்களுக்குப் பயனளித்தாலும் கைத்தறித் தொழிலாளர்களை வேலை இழக்கச் செய்தன. ஆடம்பர வேலைப்பாடுகளில் நிபுணத்துவம் பெற்ற கைவினைத் தொழிலாளர்கள் மட்டுமே இதிலிருந்து தப்ப முடிந்தது. இரண்டாயிரம் வருடங்களாக இருந்த வர்த்தக முறைகள் பெரும் மாற்றம் கண்டதுதான் இதன் ஒட்டுமொத்த விளைவு. இந்தியா மூலப் பொருட்களை அளிக்கும் நாடாக, பிரிட்டனில் தயாரிக்கப்பட்ட மலிவான ஆடைகளுக்கான சந்தையாக மாறிவிட்டது. இந்தப் புதிய வர்த்தக முறை ரோமாபுரியுடன் ஏற்பட்ட வர்த்தகத்தைப்போல நீண்ட காலம் நிலைத்திருக்கவில்லை ஆட்சி இந்தியர்களிடம் இருந்திருந்தால், விலை வீழ்ச்சியைத் தடுக்கத் தேவையான பாதுகாப்பு ஏற்பாடுகளைச்

செய்திருப்பார்கள். அரசரிடம் சந்தைகளுக்கு பொருட்களைக் கொண்டு வந்து சமூகத்துக்கு உதவிசெய்யும் வணிகர்களைக் காக்க அர்த்தசாஸ் திரம் வலியுறுத்துவதைப்போல சில ஏற்பாடுகளினால் இந்த விலை வீழ்ச்சியைத் தடுத்திருக்கலாம்.

பிரிட்டிஷ் ஆட்சிக்கு எதிரான இயக்கம் இந்தியப் பொருளாதாரத்துக்குத் தீமை செய்யக்கூடிய அயல்நாட்டுப் பேரரசைப்பற்றிய அடையாளங் களை வெளிப்படுத்தியது. சுதேசி இயக்கம் உள்நாட்டுக் கைவினைத் தொழிலாளர்களை அழித்த மலிவான அயல்நாட்டுப் பொருட்களின் இறக்குமதியைப் புறக்கணிக்க அறைகூவல் விடுத்தது. மகாத்மா காந்தி ராட்டையில் நூல் நூற்றுத் தயாரித்து அணிந்த கதர் ஆடைகளை அரசியல் இயக்கமாக்கினார். இத்தகைய போராட்டங்கள் நடந்து கொண்டி ருக்கும்போது இந்தியாவில் இயந்திரத் தொழில்நுட்பம் சிறிது சிறிதாகக் கால்பதிக்க ஆரம்பித்துவிட்டது. குறைந்த சம்பளத்தில் தொழிலாளர்கள் கிடைத்ததால், இந்தியாவில் இயந்திரங்கள் மூலமாகத் தயாரித்த பொருட்களின் உற்பத்தி, பிரிட்டிஷ் தயாரிப்புகளைவிட வளர்ச்சி யடைந்தது. இது நிலைமையைத் தலைகீழாக மாற்றி, இந்திய ஆடைத் தொழிலின் வளர்ச்சி பிரிட்டிஷ் ஆடை உற்பத்தியை வீழ்ச்சியடைய வைத்தது. அதற்கு இந்தியாவில் நிலவிய குறைந்த விலைகளே முக்கிய காரணம். ஆனாலும் இது கைத்தறி நெசவை மீண்டும் ஏற்படுத்த இயல வில்லை. ஆடம்பரப் பட்டுச்சேலைகள் நெசவிலும் சாயங்கள் செலுத் தப்பட்ட பருத்தி ஆடைகளிலுமே கைத்தறி நெசவு இன்று பயன்பாட்டில் உள்ளது. இவை விலை அதிகமான பொருட்கள் என்பதால் அதிக விலை கொடுக்க முடிந்தவர்கள் மட்டுமே அந்த ஆடைகளை வாங்கமுடியும்!

இந்த முக்கியமான மாற்றத்துடன் வேறுபல மாற்றங்களும் ஏற்பட்டன. ரயில் பாதைகள் போடப்பட்டதன் விளைவால் போக்குவரத்துச் செலவுகள் மேலும் குறைந்து, இந்தியத் துணைக்கண்டத்தை ஒரே சந்தையாக இணைத்தது. அடிமை முறையும் பிற திணிக்கப்பட்ட வேலை முறைகளும் (கடனை அடைக்க வேலை செய்வது, கொத் தடிமைகள், ஒப்பந்தத் தொழிலாளர்கள்) ஒழிக்கப்பட்டன. நிலமின் மையால் வேலைகளில் ஈடுபட்டவர்களைக் காக்க புதிய சட்டங்கள் வகுக்கப்பட்டன. அரசாட்சிகளில் இருந்த சாதிப்பிரிவினை சட்டத்தின் முன் அனைவரும் சமம் என்ற சமூக நீதியால் கடுமையாக எதிர்க் கப்பட்டு மாற்றப்பட்டது. மக்கள் கிராமங்களிலிருந்து நகரங்களுக்கும், விவசாயத்திலிருந்து தொழிற்சாலைகளுக்கும் இடம்பெயர்ந்தனர். இது மக்களை விவசாயத்துக்குத் தூண்டும் அர்த்தசாஸ்திரத்தின் கருத்துக்கு நேர்மாறாக இருந்தது.

தொழிற்சாலை சார்ந்த பணிகளால், தொழிற்சங்கங்கள் உருவாக் கப்பட்டு, அவை பல்வேறு சாதி, மதங்களைச் சேர்ந்த மக்களை

ஒன்றிணைத்தன. பொருளாதாரத்தின் அளவும், நிலவியல் பரப்பும் அதிகரித்தன, தொடர்ந்து அதிகரித்து வருகின்றன. முடிவில், பொருளாதாரத்தின் மையமாக நிலவுடைமைப் பிரபுத்துவமும் அரசர்களும் இருந்த நிலைமாறி நடுத்தரவர்க்கமும் அதன் கொள்முதல் செய்யும் திறனும் முக்கியத்துவம் பெற்றன. ஆடம்பரம் என்னும் கருத்து கார்கள், தொலைக்காட்சி போன்ற வீட்டு உபயோகப் பொருட்களைக் குறிப்பதாக மாறியது. அதிகமாக இயந்திரங்கள்மூலம் உற்பத்தி செய்யப்படுவதால் அவற்றை வெகுஜன ஆடம்பரம் என்றுகூடக் கூறலாம். பழங்கால அமைப்பிலிருந்த இரண்டு அம்சங்கள்தான் இன்றுவரை நிலைத்திருக்கின்றன. செம்பவழத்தின் தேவையும், தங்கத்தின் தேவையும்தான் அவை.

அரசியலையும் பொருளாதாரத்தையும் இணைத்துப் பார்த்தால், தற்போதைய நிலையில் இவை இரண்டுக்கும் உள்ள தொடர்பு என்ன? நவீனக் குடியரசுகள் முடியாட்சியைப் போன்று நீண்டகாலம் நிலைத்திருக்க முடியுமா? இதற்கு பதிலளிப்பது கடினம். ஏனெனில், அரசியலும் பொருளாதாரமும் இந்தியாவில் மிகவேகமாக மாற்றமடைந்து வருவதால், அவை இரண்டுக்கும் இடையே உள்ள தொடர்பு ஒரு நிலைத்தன்மையை அடையவில்லை.

இந்தியாவின் முதல் பிரதமரான ஜவாஹர்லால் நேரு, கலப்புப் பொருளாதார முறையை ஏற்படுத்தினார். அதன்படி தனியாரும் பொதுத்துறைகளும் தொழில்களில் ஈடுபட்டன. பொருளாதாரத் திட்டங்கள் அரசால் தீட்டப்பட்டன, தனியார் நிறுவனங்கள் கடுமையான சட்டதிட்டங்களுக்கு உட்படுத்தப்பட்டன, இறக்குமதிகளைத் தடுக்கவும் குறைக்கவும் பாதுகாப்பு ஏற்பாடுகள் செய்யப்பட்டன. வெளிநாட்டுப் பொருட்களுக்கு இணையாக இந்தியாவில் தயாரிக்கப்பட்ட மாற்றுகள் பரிந்துரைக்கப்பட்டன. அரசியல் பொருளாதாரத் தொடர்பின் ஒரு முக்கியத் திருப்பமாக, 1991ம் ஆண்டு நிதியமைச்சராக இருந்த மன்மோகன் சிங் அவர்களால் கொண்டுவரப்பட்ட பொருளாதாரக் கொள்கைகள் விளங்கின.

நேருவின் காலத்தில் அரசுத் திட்டமிடுதலுக்கு ஆதரவாக, வளரும் நாடுகளில் அரசால் மட்டுமே அதன் வரிவிதிக்கும் அதிகாரத்தின்மூலம் அதிக மூலதனங்களைத் திரட்டமுடியும் என்றும், இந்தியாவுக்குத் தேவையான பெரும் தொழிற்சாலைகளை நிர்மாணிக்கமுடியும் என்றும் கூறப்பட்டது. பண்டைக்காலத்தில் மூலதனத்தைத் திரட்டக்கூடிய சக்தி முடியாட்சியிடம் இருந்ததற்குச் சமமானது இது. ஆனால் காலப்போக்கில் ஏற்பட்ட தொழில்நுட்ப மாறுதல்களால் இந்தியா பின்னடைந்து, அதன் பொருளாதாரம் நலிவடைந்தது. முடிவில் பொருளாதாரச் சிக்கலால் இந்தியச் சந்தைகளின் கட்டுப்பாடுகளையும்

இறக்குமதி சம்பந்தப்பட்ட கட்டுப்பாடுகளையும் நீக்க வேண்டி யிருந்தது. அதன்பின் அம்முடிவுகளிலிருந்து பின்வாங்குவதென்ற பேச்சுக்கே இடமின்றிப் போனது. இதில் விவாதத்துக்குரிய விஷயம் நேருவின் காலத்துக்கு அவர் எடுத்த கொள்கை முடிவுகள் பொருந் தியதா என்பதுதான். நிகழ்ந்தவை அக்கொள்கைகளின் தோல்வியைக் காட்டுகின்றன. பொருளாதாரம் முன்னேறியபோதும் அரசு திவாலாகும் நிலைக்கு வந்துவிட்டது.

எதிர்காலம்

நாம் வருங்காலத்தில் எதிர்கொள்ளப்போகும் பிரச்னைகளுக்கு அர்த்த சாஸ்திரம் தீர்வளிக்கும் என்று நினைத்து அதனை நாடிச் செல்வதில் அர்த்தமில்லை. பண்டைய அரசர்களுக்கு அர்த்தசாஸ்திரம் அளித்த ஆலோசனைகள் இன்றைய குடியரசுகளுக்குப் பொருந்தும் என்று உறுதியாகச் சொல்லமுடியாததால், வருங்காலத்தை ஒளிமயமாக்க இன்று என்ன செய்யவேண்டும் என்ற ஆலோசனையை அதனிடம் எதிர் பார்க்கக்கூடாது. பல துறைகளைச் சேர்ந்த தகுதியான நிபுணர்களைக் கொண்டு இன்றைய நிலைமையைத் தீர்க்கமாக ஆராய்வதின் மூலமே நாளைய தினத்தை எதிர்கொள்ளமுடியும். சிலருக்கு, ஏன் அனை வருக்கும் கூட, பிரச்னைகளை நீண்டகால நோக்கில் ஆராய்வது அவற்றை எதிர்கொள்ளப் பயன்படலாம். அர்த்தசாஸ்திரத்தை ஆலோ சனைகளுக்காக வாசிக்காமல், நமது இன்றைய நிலைமையை ஒரு விரிவான நோக்கின்மூலம் அறிந்துகொள்ள உபயோகப்படுத்தலாம்.

அதன்படி, அரசாட்சி முறை நீண்ட வரலாற்றைக் கொண்டிருந்தாலும், அது பழங்கால சமூகப் பொருளாதார நிலைக்குப் பொருந்தியிருந்தது என்பதை நாம் கவனத்தில் கொள்ளவேண்டும். தற்போது சமூகப் பொருளாதார நிலைகளில் பெரும் மாற்றங்கள் ஏற்பட்டுவிட்ட படியால் அரசாட்சிமுறை இக்காலத்துக்குப் பொருந்திவரவில்லை. இந்நிலையிலிருந்து பின்னோக்கிச் செல்லவே முடியாது.

அதேபோல் பழங்காலக் குடியரசு முறைக்கும் திரும்பிச்செல்ல இயலாது. ஒன்றிணைந்த சமூகங்களாக இருந்த போர்வீர-விவசாயிகள் அதிகாரம் செலுத்திய எளிமையான சமூகக் கட்டமைப்பை அவை அடிப்படையாகக் கொண்டிருந்தன. பெரிய அரசியலமைப்புகளை உருவாக்கவும், சிக்கலான, பலதரப்பட்ட மக்களைக் கொண்ட சமூகங் களை ஆட்சி செய்யவும் அவற்றால் முடியாது. மன்னராட்சியின் திறன் அத்தகைய குடியரசுகளை அழித்துவிட்டது.

சமூக, பொருளாதார அளவிலும், கட்டமைப்பிலும் நமது தற்போதைய சூழல், நீண்டகால வரலாற்றைக் கொண்ட முடியாட்சி முறையிலிருந்து

முற்றிலும் மாறுபட்டது. வேலைப் பங்கீடு முறை சிக்கலாகவும் பல்வேறு கிளைகளைக் கொண்டதாகவும் மாறிவிட்டது; பல்வேறு சமூகக் குழுக்களும், பிரிவுகளும் அதிகரித்துவிட்டன; சில நூற்றாண்டுகளில் மக்கள்தொகை பெருமளவு அதிகரித்து விட்டது; மற்ற வாழ்வாதார முறைகளைவிட விவசாயத்துக்கு இருந்த முக்கியத்துவம் இப்போது பெருமளவு குறைந்துவிட்டது; கிராமங்களுக்கு இருந்த முக்கியத்துவம் பெருமளவில் நகரங்களின் பக்கம் திரும்பிவிட்டது. இந்த மாற்றங்கள் நமது தேவைகளுக்காக ஒருவருக்கொருவர் சார்ந்திருக்கும் அவசியத்தை அதிகமாக்கிவிட்டது. பண்டைய அரசியலமைப்புகளில் இப்படி இருந்திருக்கவில்லை.

தற்போதைய காலகட்டத்துக்கு முடியாட்சியைவிட பிரதிநிதித்துவ ஜனநாயகமே கச்சிதமாகப் பொருந்துகிறது. எல்லாருடைய விருப்பங்களையும் பதிவு செய்வதற்கான ஒரு தளத்தை அது அமைத்துக் கொடுக்கிறது. இந்த விருப்பங்களிடையே ஒரு சமநிலையைக் காணக்கூடிய அரசு மத்தியில் ஆட்சியமைக்கமுடியும். மக்களுக்கு அளிக்கப்பட்ட இறையாண்மை, நாடாளுமன்றத்தில் பிரதிநிதித்துவம், தேர்தல் முறை ஆகியவை இந்திய சுதந்திரத்துக்குப் பிறகு உலக அளவில் பொது விதிகளாகிவிட்டன என்பதை அனைவரும் ஏற்றுக் கொண்டுள்ளனர். சர்வாதிகார அரசுகளும், ஒரு கட்சி மட்டும் உள்ள நாடுகளும்கூட ஏதாவது ஒரு விதத்தில் தேர்தலை நடத்தி பிரதிநிதித்துவம் இருப்பதாகக் காண்பிக்க விரும்புகின்றன. ஆனால், பிரதிநிதித்துவ ஜனநாயகத்தின் வழி அவ்வளவு சுலபமானதல்ல, அதை வெற்றிகரமாகச் செயல்படவைக்கக்கூடிய மந்திரக்கோலும் இங்கு கிடையாது.

இறையாண்மையையும், பிரதிநிதித்துவத்தையும், தேர்தலையும் அடிப்படையாகக் கொண்ட இக்காலக் குடியரசுகள் மன்னராட்சியைப் போன்று நீண்டகால வரலாறு படைக்குமா? இக்கேள்வியை மற்றொரு முறையில், சீனத்தலைவர் சூ என் லாயிடம் கேட்டதுபோலக் கேட்கலாம். அவரிடம் பிரஞ்சுப் புரட்சியின் விளைவு என்ன என்று கேட்டபோது, இவ்வளவு விரைவில் அதைப்பற்றி முடிவெடுக்க இயலாது என்று கூறினார். அது சரியான பதிலாகவே தோன்றுகிறது. விரைவில் என்று கூறியதன் பின்புலம் பொருளாதாரம், மக்கள்தொகை, அரசியலமைப்புகள் ஆகியவை மாறிக்கொண்டே இருப்பதால், அவற்றுக்கிடையே ஆன நிலையான தொடர்பு இன்னும் உருவாகவில்லை. இதை எழுதும்போது, அர்த்தசாஸ்திரத்தின் பார்வையில் வருங்காலத்தை நோக்கும்போது, தற்போதைய குடியரசுகளும் பொருளாதாரமும் மாற்றம் கண்டுகொண்டே இருக்கும் என்பது தெளிவாகிறது. அந்த மாற்றத்தின் வேகமும் பண்டைக்காலத்தில் இருந்ததைவிட

அதிகரித்துக்கொண்டே போகிறது. இந்தியாவில் வேகமாக மாறிவரும் பொருளாதாரத்துக்கு ஈடுகொடுக்க முடியாமல் அரசு திணறுகிறது. அரசுக்கும் பொருளாதாரத்துக்கும் ஒருங்கிணைப்பு இல்லாதது பலவகைகளில் வெளிப்படுகிறது. உள்கட்டமைப்புக்கான தேவை அரசு அவைகளை உருவாக்கும் திறனைவிட அதிகரித்துக்கொண்டே போவது; கல்வியறிவு அதிகம் இல்லாமை; ஏழைகளுக்குத் தரமான கல்வி கிடைக்காதது; தனியார் வேலைவாய்ப்புகள் அதிகரித்து சம்பளங்கள் உயர்கின்ற போதிலும், அதிகரித்துக்கொண்டே போகும் வருமான வேறுபாடுகள் ஆகியவை அதில் அடங்கும்.

நவீன, அளவில் பெரிய, சிக்கலான சமூக அமைப்புகளில் - இந்தியாவில் நிலவுவதைப்போல, சர்வாதிகார நாடுகளில் இல்லாததைப்போல - பிரச்னைகளைக் கண்டறிவதற்கும், புரிந்துகொள்ளவும், தீர்க்கவும் மக்களின் பேச்சுரிமை இன்றியமையாதது என்று நாம் கருதலாம். அப்பிரச்னைகள், சுற்றுச்சூழல் சீர்கேடாகவோ, அரசு அதிகாரிகளின் தவறான நடவடிக்கைகளாகவோ, புதிய சட்டங்களின் தீய விளைவு களாகவோ, பொது சுகாதாரத்துக்கும், பாதுகாப்புக்கும் ஏற்படும் பாதிப்பு களாகவோ இருக்கலாம். சிக்கலான பொருளாதாரத்தை அடிப்படை யாகக் கொண்ட சிக்கலான சமூகம் அதன் சிறப்பான செயல்பாட்டுக்கு அதிகமான தகவல்களைச் சார்ந்திருக்கிறது. மக்கள் குரல் கொடுக்கத் தயங்கும்போது பிரச்னைகள் வளரத் தொடங்குகின்றன.

நம்முடைய காலத்தில் உள்ள சமூக, பொருளாதாரத் தன்மைக்கு ஏற்றது பிரதிநிதித்துவ ஜனநாயகம் என்று ஒருவர் கருதலாம். ஆனால் சில சர்வாதிகார, ஒரு கட்சி அரசுகள், சுற்றுச்சூழல் பாதுகாப்பு, அதிகாரிகளின் ஊழல் போன்றவற்றில் அவற்றின் செயல்பாடு எப்படி இருந்தாலும், பொருளாதாரத்தைப் பொறுத்தவரை சிறப்பாக இயங்கி வருகின்றன. இக்காலக் குடியரசுகள் நீண்டகால நோக்கில் எவ்வாறு செயல்படுகின்றன என்பதைப் பொறுத்திருந்துதான் பார்க்கவேண்டும். அதன் செயல் பாட்டிலுள்ள குறைகளை ஏற்றுக்கொண்டு அவற்றைத் தீர்க்கும் வழிகளைக் கண்டறிவதே குடியரசுகளின் வெற்றிக்கு அடிகோலும்.

இதில் என்றும் மாறாதது, ஒன்றுக்கொன்று முரணான துறைகளிடையே சமநிலையைப் பேணவேண்டிய அரசின் தேவைதான். சந்தைகள் மேற் கொள்ளாத பணிகளைச் செயல்படுத்துவது, அரசின் தேவைகளைப் பூர்த்திசெய்யவேண்டிய கருவூலம், சமூக ஒழுங்கு, செல்வந்தர் களிடையே ஏற்படும் வழக்குகளை அமைதியாகத் தீர்க்கச் சரியான வழி முறைகள், பொருளாதார மாற்றங்களால் சமூகத்தில் ஏற்படும் விளைவு களிலிருந்து மக்களைக் காக்க ஆவன செய்வது போன்றவற்றில் சமநிலையை அடைய அரசு முயலவேண்டும்.

அர்த்தசாஸ்திரம் போதிப்பதில் நமக்கு இன்றும் பயன்படுவது அரசியலும் பொருளாதாரமும் ஒன்றுக்கொன்று தொடர்புடையவை, பிரிக்கமுடியாதவை என்ற கருத்து. பொருளாதாரம் அரசை விட்டுத் தனித்து இயங்க முடியாது. அரசு பொருளாதாரத்துக்கு அவசியமானது. பல்வேறு விருப்பங்களுக்கிடையே ஒரு சமநிலையை ஏற்படுத்திப் பொருளாதாரத்தின்மூலம் அனைவரும் நன்மையடையச் செய்வது அரசின் முக்கியப் பணியாகும். இதை அரசு சரியான முறையில் மேற் கொள்ளலாம் அல்லது தவறிழைக்கலாம். ஆனால், அந்தப் பணி சரியான முறையில் நிறைவேற்றப்பட, மக்களின் கண்காணிப்பு அவசியம்.

Notes

முன்னுரை

1. Kangle, Part III, p.171.
2. The most respected law book of Manu says that there should be common lands around villages and towns. *Manusmriti*, II, 42.
3. *Arthashastra*, 2.1.10.
4. Manu says that if the king 'does not afford protection (yet) takes his share in kind, his taxes, tolls and duties, daily presents and fines, he will soon sink into hell.' (7.307, etc.).
5. The references to Shabaraswami, Nilakantha and Madhava are from K.P. Jayaswal, *Hindu Polity* (1924), Bangalore 1967, pp. 331–33. Based on this evidence, Professor Nicholas Kazanas of Omilos Meleton concludes: 'There is no authority that states equivocally that the King is the owner of the land of the country. ' *Economic Principles in Ancient India*, p. 22. EPAI [v6.0] .cwk. I am indebted to Prof Kazanas for these references.
6. 1.19.26.
7. 1.4.7–10.

செல்வத்தின் அறிவியல்

1. *Panchatantra* 1.6.
2. *Kamasutra* 1.2.9–10
3. Kangle 1965; Trautmann 1971; McClish 2009.
4. Sen 1967:3.
5. Shamashastry, *Arthashastra*, introductory note by J.F. Fleet, v-vi.
6. Olivelle, *Manusmriti*, p. 354.
7. Bühler, appendix to his translation of the Manusmriti; Kangle 965:78–83; Trautmann 1971:184–186; Olivelle 2004.
8. Trautmann 1971, chap. 2, on the story of Chanakya and Chandragupta (Canakya-Candragupta-katha).
9. Kangle 1965:35.
10. Goyal 2001. A reason to think the text of the *Arthashastra* has been revised by someone other than the author is that its fifteen books are subdivided by cross-cutting divisions of chapters and topics.Trautmann 1971 discusses this briefly; McClish 2009 analyses the phenomenon in great depth, and concludes that the division into chapters came later.

முடியரசுகள்

1. Kangle 1965:124–25.
2. On the history of republics, see Jagdish Sharma 1968.
3. Malalasekera 1936, s.v. Vassakara.
4. On the coup against Brihadratha see Raychaudhuri 1972: 328, citing Bana.

5. Bayly 1996.
6. These figures are from Curtius and Diodorus; figures in the other historians vary somewhat.Trautmann 2009:232–34.
7. Trautmann 2009.
8. Mahavamsa 15–16; Tika 179.27–180.10, cited in Trautmann 1971:11.
9. Trautmann 1971:11–12.

பொருட்கள்

1. Warmington 1974:167–174.
2. Casson 1991.
3. Pliny, *Natural History* 32.11.
4. My thanks to Velcheru Narayana Rao for this information.
5. Pliny, *Natural History* 37.6.
6. Warmington 1974:171.
7. Pliny 12.84.
8. Trautmann 1971:177 on words for coral (citing Sylvan Lévi) and for silk.
9. Sinopoli 2003.
10. Trautmann 2009a.
11. Ibid.

பணியிடங்கள்

1. Divyabhanusinh 2008.
2. Moxham 2001 has recaptured the history of the 'great hedge of India' in a very interesting book.
3. Possehl 2002: 23–29.

சந்தைகள்

1. Anderson 1979; Guha 1963.
2. Gopal 1961.
3. For a historical example of this pattern, from south India, see Hall 1980.
4. Lingat 1973; Olivelle 2004.
5. Lingat 1973.

தொலைநோக்குப் பார்வையில் அர்த்தசாஸ்திரம்

1. Trautmann 2009b.
2. Sinopoli 2003.
3. Malalasekera, s.v. Anathapindaka, Jetavana.
4. Warmington 1974; Wheeler et al.1946
5. Purananuru, tr. of Hart and Heifetz.
6. Selby 2008.
7. Begley and De Puma 1991; Arikamedu reports by Wheeler et al. 1946 and Begley 1996.
8. Naoroji 1901.

Further Reading

1. *The Arthasastra of Kautilya*. Trans. R. Shamasastry
2. *The Kautiliya Arthasastra*, Ed. R.P. Kangle
3. The *Arthashastra*/Kautilya. Ed. and tr. L.N. Rangarajan
4. *Economics in Kautilya*, Sen, Benoy Chandra
4. *Republics in Ancient India*, J.P. Sharma
5. *The Commerce between the Roman Empire and India*, Warmington
6. *Rome and India: The Ancient Sea Trade*, ed by Begley and De Puma
7. *Arikamedu: An Indo-Roman Trading Station on the East Coast of India*, Wheeler
8. *Indo-Roman Trade: From Pots to Pepper*, Tomber
9. *Crossings: Early Mediterranean Contacts with India*, ed by De Romanis and Tschernia
10. *The Great Transformation*, Karl Polanyi
11. *Trade and Market in the Early Empires*, Karl Polanyi
12. *Stone Age Economics*, Marshall Sahlins

Bibliography

Ancient sources

1. *Arthashastra. The Arthasastra of Kautilya*. Trans. R. Shamasastry, Bangalore, 1915. 6th ed., 1960.
2. *Arthashastra. The Kautiliya Arthasastra*, Part I (Text). Ed. R.P. Kangle, Bombay, 1960. Part 2, trans. R. P. Kangle, 1963. Part 3 (A study), by R.P. Kangle, Bombay, 1965.
3. *Arthashastra*. The *Arthashastra*/Kautilya. Ed. and tr. L.N. Rangarajan. New Delhi: Penguin Books India 1992.
4. Kamasutra. *The Kamasutra* by Sri Vatsayana Muni with the Commentary *Jayamangala* of Yashodhar. Ed. Sahityadarshanacharya Tarkaratna Nyayaratna Sri Gosvami Damodar Shastri (Kashi S.S. no. 29), Benares, 1929.
5. Manusmriti. *Manu's Code of Law: A Critical Edition and Translation of the Manava-Dharmashastra*, by Patrick Olivelle. Oxford: Oxford University Press, 2005.
6. Manusmriti. *The Laws of Manu*, tr. Georg Bühler (Sacred Books of the East vol. 25). Oxford: Oxford University Press, 1886.
7. Panchatantra. *Pancatantra of Visnusarman*. Ed. and tr. M.R. Kale. Delhi, Varanasi, Patna: Motilal Banarsidass, 1969.

8. Pliny. *Pliny: Natural History*. Trans. H. Rackham, vol. 2 (Loeb). London and Cambridge, Mass., 1942.

9. Purunanuru. *The Four Hundred Songs of War and Wisdom*. Tr. George L. Hart and Hank Heifetz. New York: Columbia University Press, 1999.

Modern works

1. Anderson, Perry 1979. The 'Asiatic Mode of Production'. *Lineages of the Absolutist State*. London: Verso, appendix B, 462–549.

2. Bayly, C.A. 1996. *Empire and Information: Intelligence Gathering and Social Communication in India, 1780–1870*. Cambridge: Cambridge University Press.

3. Begley, Vimala 1996. *The Ancient Port of Arikamedu: New Excavations and Researches 1989-1992*. Pondichéry: Centre d'histoire et d'archéologie, École française d'Extrême-Orient.

4. Begley, Vimala and Richard Daniel De Puma, eds. 1991. *Rome and India: The Ancient Sea Trade*. Madison: University of Wisconsin Press.

5. Casson, Lionel 1991. Ancient Naval Technology and the Route to India. In Begley and De Puma, eds., *Rome and India: The Ancient Sea Trade*, pp. 8–11.

6. Divyabhanusinh 2008. *The Story of Asia's Lions*, 2nd ed.Mumbai: Marg Publications.

7. Durkheim, Émile 1933. *The Division of Labor in Society* (De la division du travail social, 1893). New York: Free Press.

8. Gopal, Lallanji 1961. Ownership of Agricultural Land in Ancient India. *Journal of the Economic and Social History of the Orient* 4, 240–63.

9. Goyal, S.R. 2001. *India as Known to Kautilya and Megasthenes*. Jodhpur: Kusumanjali Book World.

10. Guha, Ranajit 1963. *A Rule of Property for Bengal: An Essay on the Idea of Permanent Settlement*. Paris: Mouton.

11. Hall, Kenneth R. 1980. *Trade and Statecraft in the Age of the Colas*. New Delhi: Abhinav.

12. Kangle, R.P. 1965. *The Arthasastra of Kautilya: A Study*. Bombay: University of Bombay.

13. Lingat, Robert 1973. *The Classical Law of India*. Berkeley: University of California Press.

13. Malalasekera, G.P. 1936. *Dictionary of Pali Proper Names*. London: John Murray.

14. McClish, Mark Richard 2009. Political Brahmanism and the State: A Compositional History of the Arthasastra. PhD dissertation, University of Texas at Austin.

15. Moxham, Roy 2001. *The Great Hedge of India*. New York: Carroll & Graf.

16. Naoroji, Dadabhai 1901. *Poverty and Un-British Rule in India*. London: Swan

Sonnenschein & Co.

17. Olivelle, Patrick 2004. Manu and the Arthasastra: A Study in Sastric Intertextuality. *Journal of Indian philosophy* 32: 281–91.

18. Polanyi, Karl 1957. *The Great Transformation*. Boston: Beacon Press.

19. Polanyi, Karl, Conrad M. Arensberg, and Harry W. Pearson, eds. 1957. *Trade and Market in the Early Empires: Economies in History and Theory*. Glencoe: Free Press.

20. Possehl, Gregory L. 2002. *The Indus Civilization: A Contemporary Perspective*. London etc.: Altamira Press.

21. Raychaudhuri, Hemachandra 1972. *Political History of Ancient India*. Kolkata: University of Calcutta.

22. Romanis, F. De, and A. Tchernia, eds. 2005. *Crossings: Early Mediterranean Contacts with India*. New Delhi: Manohar.

23. Sahlins, Marshall 1972. *Stone Age Economics*. Chicago: Aldine-Atherton.

24. Selby, Martha Ann 2008. Representations of the Foreign in Classical Tamil literature. In *Ancient India in its Wider World*, ed. Grant Parker and Carla M. Sinopoli, pp. 79–90. Ann Arbor: Centers for South and Southeast Asian Studies, University of Michigan.

25. Sen, Benoy Chandra 1967. *Economics in Kautilya*. Calcutta: Sanskrit College.

26. Sharma, J.P. 1968. *Republics in Ancient India*, c. 1500 BC–500 BC Leiden: E.J. Brill.

27. Sinopoli, Carla 2003. *The Political Economy of Craft Production: Crafting Empire in South India*, c. 1350–1650. Cambridge: Cambridge University Press.

28. Tomber, Roberta 2008. *Indo–Roman Trade: From Pots to Pepper*. London: Duckworth.

29. Trautmann, Thomas R. 1971. *Kautilya and the Arthashastra, A Statistical Investigation of the Authorship and Evolution of the Text*. Leiden: E.J. Brill.

30. Trautmann, Thomas R. 2009a. Elephants and the Mauryas. In *The Clash of Chronologies: Ancient India in the Modern World*, pp. 229–54. New Delhi: Yoda Press.

31. Trautmann, Thomas R. 2009b. Length of Generation and Reign in Ancient India. In *The Clash of Chronologies: Ancient India in the Modern World*, pp. 255–80. New Delhi: Yoda Press.

32. Warmington, E.H. 1974. *The Commerce between the Roman Empire and India*, second ed. Delhi, etc.: Vikas Publishing House.

33. Watt, George 1908. *The Commercial Products of India*. London: J. Murray.

34. Wheeler, R.E.M et al. 1946. *Arikamedu: An Indo-Roman Trading Station on the East Coast of India*. Ancient India 2: 17–30

●●●